పాణిగ్రహణం

మల్లాది
వెంకట కృష్ణమూర్తి

ప్రిజమ్ బుక్స్ ప్రైవేట్ లిమిటెడ్

❖ హైదరాబాద్ ❖ బెంగుళూరు ❖ చెన్నై ❖ కొచ్చిన్

పాణిగ్రహణం

మల్లాది వెంకట కృష్ణమూర్తి

Published by: **Prism Books Pvt. Ltd.,**
1865, 32nd Cross, 10th Main, BSK II Stage,
Bengaluru - 560 070,Telephone : 26714108,
Telefax: 26713979, e-mail: info@prismbooks.com

Branch : Prism Books Pvt. Ltd.,
1-1-728/A, St. No. 10, Gandhinagar, Hyderabad - 500 080
Telephone:040-27612928/38
e-mail: prismhyderabad@prismbooks.com

Also at :

Chennai   :   Tel : 044-24311244, e-mail: prismchennai@prismbooks.com

Kochi   :   Tel : 0484-4000945, e-mail: prismkochi@prismbooks.com

Second Print   :   January 2020
ధర   :   ₹ 295
Price   :   ₹ 295

Printed on   :   70 gsm NS Maplitho
పుటలు   :   264
Pages   :   264
ముఖచిత్రం   :   Bapu

ISBN : 978-93-88478-59-5
ముద్రణ: Sri Sarada Printers, Hyderabad

పాణిగ్రహణం

POVERTY IS THE BANANA SKIN
ON THE DOOR STEP OF ROMANCE.

అతను తనని ప్రేమించాలని ఆమె కోరుకుంటుంది.

ఆమె తనని ప్రేమించాలని అతను కోరుకుంటాడు.

అతను తనని ప్రేమించడానికి అనువుగా, తను అతన్ని ప్రేమిస్తున్నట్లు నటిస్తుంది.

ఆమె తనని ప్రేమించడానికి సుళువుగా, తాను ఆమెని ప్రేమిస్తున్నట్లు నటిస్తాడు.

కాని మృదుపాణి ప్రేమ కథ ఇలా మొదలవలేదు. మరో విధంగా మొదలైంది.

1

అంతా ఆదరాబాదరాగా తిరిగే ఆ ఊరు ఆంధ్రప్రదేశ్ రాజధాని హైదరాబాద్.

ఆ హైద్రాబేడ్ లోని ఓ బేడ్ లుకింగ్ బిల్డింగ్ అది. ఆ బిల్డింగ్‌ని బయటి నించి చూస్తే అది ఓ ప్రముఖ దేశ నాయకుడి శవం ప్రజల తుది దర్శనం కోసం కట్టినట్లుగా ఎంతో విషాదంగా కనిపిస్తుంది. అందులోకి వెళ్తే చెక్క బల్లలు, బ్రౌన్ పేపర్లు గల దుమ్ము పట్టిన ఫైళ్ళు, ఎర్రటి టేగ్‌లు, గుండు సూదులు, ఫైల్స్ కలిపి కట్టే పేడ్స్, ఇంకా బోలెడు దుమ్ము కనపడతాయి. వాటి ముందున్న మనుషులు టీలు తాగుతూనో, నగరంలో ఆడే సినిమాల గురించి మాట్లాడుకుంటూనో, ట్రాన్సిస్టర్‌లో క్రికెట్ మేచ్ కామెంట్రీ వింటూనో, ఇన్‌స్టాల్‌మెంట్స్‌కి అమ్మే బట్టలు చూస్తూనో, నవలలు, వారపత్రికలు చదువుతూనో కనపడతారు.

ఒక్క వాక్యంలో చెప్పాలంటే అదో ప్రభుత్వ కార్యాలయం.

ఆఫీస్ టైంలో కాక మిగతా టైంలో బార్‌ల లోనో, కేంటీన్‌ల లోనో పనులు స(అ)క్రమంగా జరిగే ప్రభుత్వ కార్యాలయం అది.

కాగితాలు ఓ టేబుల్ మీంచి మరో టేబుల్ మీదికి కదలాలంటే, ముందుగా బల్ల కింద నించి ఒకరి చేతి లోంచి మరొకరి చేతిలోకి నోట్లు కదిలి తీరాల్సిన కార్యాలయమది.

అలాంటి కార్యాలయం లోకి ప్రవేశించాడో ముప్ఫై ఏళ్ళతను. అతన్ని చూస్తే ఆ ఆఫీస్‌లో పని చేసే మనిషిలా కాక, బయటి నించి ఏదో పని మీద వచ్చాడని ఇట్టే తెలిసి పోతోంది. అతని మొహం కొద్దిగా కరకుగా ఉంది. అతను 'నో స్మోకింగ్' సైన్ కింద నిలబడి జేబులోంచి సిగరెట్ తీసి అంటించుకుని నడిచి, ఓ టేబుల్ ముందు ఆగి తెల్లటి, కొద్దిగా మాసిన బట్టల్లో ఉన్న ఓ మధ్య వయస్కుడిని విష్ చేసాడు.

"గుడ్ మార్నింగ్ సర్."

ఆయన తలెత్తి అతని వంక చూసి చెప్పాడు.

"నువ్వటోయ్ రోహిత్? గుడ్ మార్నింగ్."

"మా వాడు ఇంకా ఆఫీస్‌కి రాలేదాండి?" రోహిత్ ఆయన్ని అడిగాడు.

"మృదుపాణా? ఏదీ? ఇంకా రాలేదోయ్. కేంటిన్‌లో చూడలేదటోయ్?" అయన అడిగాడు.

"చూసానండి. లేదు. బయట చెట్టు కింద కూడా చూసాను. రిక్రియేషన్ క్లబ్‌లో టి.వి. చూస్తున్నాడేమోనని చూసాను. ఎదురుగా ఉన్న హోటల్‌లో చూసాను. ఎక్కడా లేడండి."

ఆ సెక్షన్ సూపరింటెండెంట్ అయిన ఆయన దూరంగా కూర్చుని చేతి వేళ్ళకి గోరింటాకు పెట్టుకుంటున్న లేడీ టైపిస్ట్‌ని గట్టిగా అడిగాడు.

"అమ్మాయ్ వీణా. పాణి వచ్చాడా?"

వరవీణ లేచి మోచేత్తో తన పక్కనున్న టేబుల్‌ని లాగి అందులోకి చూసి చెప్పింది.

"రాలేదు రామారావు గారూ."

"ఆ అమ్మాయి చెప్పింది విన్నావు కదుటోయ్?" రామారావు అడిగాడు.

"విన్నా కానీ నన్నాట పట్టిస్తోందండి. వస్తే టేబుల్ సొరుగులో ఉంటాడా?" రోహిత్ కోపంగా అడిగాడు.

రామారావు చిన్నగా నవ్వాడు.

"కోపమెందుకోయ్? మీ వాడొస్తే తన సిగరెట్ పాకెట్, లైటర్, చేతి రుమాలు సొరుగులో పెడతాడు కదా. అవున్నాయో లేదో చూసి చెప్పింది."

"పాణి వస్తే నేను వచ్చానని చెప్పండి."

"అలాగే."

"థాంక్సండి. వెళ్ళొస్తాను."

"ఈ కాస్త దానికి థాంక్సెందుకోయ్?"

రోహిత్ వెనక్కి తిరిగాడు. అతను బయటికి వచ్చి ఏం చెయ్యాలన్నట్లుగా కాసేపు ఆలోచిస్తూ నిల్చుండిపోయాడు. కొద్ది క్షణాల్లో 'ఏమండీ' అన్న పిలుపు విని వెనక్కి తిరిగి చూసాడు. వరవీణ కనపడింది. ఆమె తన వేళ్ళ మధ్య సుతారంగా పట్టుకుందో కాగితం. గోరింటాకు అంటిన దాన్ని రోహిత్‌కి ఇస్తూ చెప్పింది.

"ఇది పాణిగారి టేబుల్ డ్రాయర్‌లో ఉంది."

పాణి పేరుని ఉచ్చరిస్తూంటే ఆమె మొహంలో స్వల్పంగా సిగ్గు, ఆరాధన దోబూచులాడాయి.

రోహిత్ దాన్నందుకుని మడతలు విప్పాడు. అదో టెలిగ్రాం. గబగబా చదివాడు. వెంటనే అతని మొహంలో కొద్దిగా బాధ.

"అరెరె." చదివాక చెప్పాడు.

"ఎవరా పోయింది?" వరవీణ ఆసక్తిగా అడిగింది.

"శ్రీకాకుళంలో మా పాణి తాతయ్య పోయాడు. అక్కడికే వెళ్ళుంటాడు."

"మీ అక్క గారికి ఎలా ఉందండి?" వరవీణ కొద్ది క్షణాల తర్వాత అడిగింది.

"ఇంకా అలాగే ఉంది. ఏం మార్పు లేదు."

"పాపం. పాణి గారికి వారం నించి మనసు మనసులో లేదు.అతని తల్లి కోమా లోంచి బయటికి వచ్చి ఆరోగ్యం కుదుటపడితే నేను పదకొండు ఏకాదశులు ఉపవాసం చేసి దాసాంజనేయస్వామికి ఆకుపూజ చేయిస్తానని మొక్కుకున్నాను." వరవీణ చెప్పింది.

"మొక్కులకి ఆరోగ్యం బాగుపడే రోజులు కావివి."

బయటికి నడిచి రోహిత్ తన సైకిల్ ఎక్కి తొక్కసాగాడు. అతని మనసు నిండా ఎంతో కలవరం. కొద్దిసేపట్లో సైకిల్ ఓ పెద్ద ఇంటి ముందు ఆగింది.

"ఎవరి కోసం?" అతన్ని చూసిన గూర్ఖా అడిగాడు.

"కమలాకరం గారున్నారా?" రోహిత్ అడిగాడు.

"అయ్యగారు లేరు."

"ఎక్కడికెళ్ళారు?"

"మద్రాస్."

"ఎప్పుడొస్తారు?"

"తెలీదు."

"అయితే నేను కనుక్కుంటాను."

ఇంట్లోకి వెళ్ళబోయాడు. కాని గూర్ఖా రోహిత్‌కి అడ్డుపడి చెప్పాడు.

"లోపలికి వెళ్ళడానికి వీల్లేదు."

"ఎందుకు వీల్లేదు?"

"మిమ్మల్ని అయ్యగారు లోపలికి రానివ్వద్దన్నారు."

వెంటనే రోహిత్ మొహం కోపంతో జేవురించింది.

"అక్కడ మా అక్కకి వారం నించి ఫీజ్ కట్టడం లేదట. ఆ సంగతి తేల్చుకోవడానికి వెళ్ళాలి."

గూర్ఖా మళ్ళీ చెయ్యి అడ్డం పెట్టాడు.

"అవతల ఓ మనిషి చావుబతుకుల్లో ఉంది. అడ్డులే." రోహిత్ అరిచాడు.

"మిమ్మల్ని లోపలకి వెళ్ళనిస్తే నా ఉద్యోగం చావుబతుకుల్లో పడుతుంది. వెళ్ళండి."

రోహిత్ పళ్ళు పటపటా కొరికాడు.

"మీ అయ్యగారికి చెప్పు నేనొచ్చి వెళ్ళానని, ఆయన్ని వదలనని. సరేనా?"

"నాకు తెలుగు సరిగ్గా జాంతానై." గూర్ఖా అసహనంగా చెప్పాడు.

2

శ్రీకాకుళంలో పాణి రైలు దిగి సరాసరి తన తాతయ్య ఇంటికి వెళ్ళేసరికి బయట నించే ఏడుపులు వినిపిస్తున్నాయి. అతని మనసు బాధ పడింది! కానీ తన తాతయ్య మరణించినందుకు కాదు. ఓ రోజు సెలవు వృధా అయినందుకు. చావుకి వెళ్ళకపోతే బావుండదని వచ్చాడు. అతను లోపలికి వెళ్ళగానే ఒకరిద్దరు బంధువులు అతన్ని చూసి గొల్లున ఏడుస్తూ అతన్ని కావలించుకున్నారు.

"నాయనా! మనల్ని అందర్నీ అనాధలని చేసి మీ తాతయ్య వెళ్ళిపోయాడురా." ఒకడు చెప్పాడు.

"నన్ను చేయలేదు." ఏడుపు గిట్టని పాణి చిరాకుని అణచుకుంటూ చెప్పాడు.

"ఆఖరి చూపులకైనా వచ్చావ్. అంతే చాలు." ఓ ముసలావిడ కళ్ళు తుడుచుకుంటూ చెప్పింది.

"నువ్వు కులాసాయేనా బాబాయ్?" పాణి ఓ ముసలాయన్ని అడిగాడు.

"ఆహా. కాళ్ళు కడుక్కో. కాస్తంత టిఫిన్ చేద్దువు గాని. శవం ఉండగా భోజనం చేయకూడదు." ఆయన చెప్పాడు.

"మంచివాళ్ళనే దేవుడు తీసుకెళ్ళిపోతూంటాడు." ఇందాకటి ముసలావిడ వేదాంత ధోరణిలో చెప్పింది.

"అవును. ఎక్కువ రోజులు భూమి మీద ఉంచితే వాళ్ళూ చెడిపోతారని." మృదుపాణి బదులుగా చెప్పాడు.

పాణితో శవాన్ని కాల్చడానికి కట్టెల అడితికి వచ్చిన పాణి బాబాయ్ బేరం ఆడసాగాడు.

"మరీ దోచేస్తున్నావు. ఓ పది తగ్గించుకో. మా శవం పట్టుమని అయిదడుగులు కూడా లేదు."

"కుదరదండి! మూడడుగులున్నా ఇదే రేటు."

"నువ్వు నాకు ఇంతప్పటి నించీ తెలుసు. ఇంకో మాట చెప్పు."

"ఆరు నెలల్లో మీరెప్పుడు అవసరం వచ్చినా మా అడితికి రండి. మీరు కోరినట్లుగా పది తక్కువకే ఇస్తాను."

వెంటనే పాణి బాబాయ్ మొహం ముడుచుకు పోయింది. మాట్లాడకుండా అతను కోరినంత ఇచ్చాడు.

ఆ సాయంత్రం చీకటి పడకుండానే తొంభై తొమ్మిదేళ్ళ తాతయ్య కాయం ఉంచిన పాడెని ఆరుగురు భుజాల మీదికి ఎత్తుకున్నారు. 'గోవిందా, గోవిందా' అని అరుస్తూ శవం మీద పూలు చల్లుతూ స్మశానానికి నడిచారు. భుజాన పాడె పట్టుకుని నడుస్తున్న పాణి దృష్టి ఆ సందులో బయటికి వచ్చి తమ ఇళ్ళ గుమ్మాల ముందు నిలబడి శవాన్ని చూస్తున్న వాళ్ళ మీద పడింది. వాళ్ళలో కొందరు బాధగా కళ్ళు తుడుచు కుంటూంటే

మరి కొందరు భారంగా చూస్తున్నారు. 'ఊపిరున్నంత వరకే' అంటోంది ఒకావిడ పక్కింటావిడతో.

అకస్మాత్తుగా పాణి దృష్టి ఓ పంజాబీ సిక్కు మీదా, అతని పక్కనే నిలబడి ఉన్న పంజాబీ డ్రస్‌లోని ఓ అమ్మాయి మీద పడింది.

ఆ అమ్మాయి మొహం గుండ్రంగా ఉంది. కళ్ళు విశాలంగా ఉన్నాయి. వాటిలో కోమలత్వం లేదు. ఎంతో పొగరుగా ఉన్నాయి. ఈ లోకాన్ని శాసించే నియంతకుండే నిర్లక్ష్యపు చూపులు ఆ కళ్ళ నించి ప్రసరిస్తూ కనిపించాయి. సాత్వికత ఏమాత్రం లేకపోయినా ఆ అమ్మాయి మొహం అందంగా ఉంది. ఆమె కళ్ళని, వాటి చూపులని బట్టి ఆమె మొహంలోని అందం అమరింది అనిపించింది పాణికి. ఆమెకి పంతొమ్మిదేళ్ళు ఉంటాయి. పాణి ఒకటికి రెండు సార్లు వెనక్కి తిరిగి ఆమె వంక చూడకుండా ఉండలేక పోయాడు. ఆ అమ్మాయి మాత్రం పాణిని గమనించలేదు. కానీ అతను వెనక్కి చూడడం గమనించిన పాణి పిన తల్లి చిరుకోపంతో చెప్పింది.

"శవాన్ని మోస్తున్నప్పుడు వెనక్కి తిరిగి చూడకూడదురా."

"అలాగా. నాకు తెలియదు."

"మోసేది శవం అని ఎందుకు తెలీదు? ఇంతదాకా శవాన్నే చూడనట్లు మాట్లాడుతున్నావే? అది సరే కాని మీ అమ్మ ఎలా ఉందిరా?" వాత్సల్యంగా అడిగింది.

"ఇంకా స్పృహలోకి రాలేదు." విచారంగా చెప్పాడు.

"విశ్వనాథ్ సినిమా ఎల్లుండేట రిలీజ్. హైదరాబాద్ వచ్చి చూద్దాం అనుకున్నాను. కానీ ఈ చావు అడ్డు వచ్చింది." ఆవిడ బాధగా చెప్పింది.

ఆవిడ కె. విశ్వనాథ్ సినిమా రిలీజ్ అయినప్పుడల్లా హైదరాబాద్ వచ్చి పాణి ఇంట్లో ఉండి అతని తల్లితో మొదటి రోజు, మొదటి ఆట చూసి కాని వెళ్ళదు.

"శంకరాభరణం తర్వాత నేను మొదటిసారి మిస్సయే సినిమా ఇదే." బాధగా చెప్పింది.

"నీ ఉద్యోగం ఎలా ఉంది? ఏదైనా ప్రమోషన్ వచ్చిందా?" శవాన్ని మోసే కుడివైపాయన అడిగాడు.

"ఇంకా లేదండి. ఈసారి డెఫినిట్‌గా వస్తుందని అనుకుంటున్నాను." పాణి చెప్పాడు.

"కాంగ్రెస్ గవర్నమెంట్ వచ్చీ మనకి ఉపయోగం లేకపోయింది." నాలుగో ఆయన చెప్పాడు.

"ఎన్ని గవర్నమెంట్‌లు మారినా ఏం లాభం? మా హైదరాబాద్ రోడ్లు బాగుపడవు." ఐదో ఆయన చెప్పాడు.

"మా సుబ్బరామయ్య ఇల్లు మారాడట. ఎక్కడో తెలుసా?"

పాణి సమాధానం చెప్పకుండానే 'బాగ్‌లింగంపల్లిలో ఏదో అపార్ట్‌మెంట్‌ట. పేరు గుర్తు లేదు.' ముందు భాగంలో మోస్తున్నాయన చెప్పాడు.

"ఒరే భద్రం! నువ్వు బేంక్ మేనేజర్ కదరా. ఇల్లు కట్టుకుందుకు అప్పేమైనా ఇప్పించగలవా?"

వెనకాల వస్తున్న వాళ్ళలో ఒకడు తమ పక్కతన్ని అడిగాడు.

"కుదరదండి. కేన్‌ఫిన్ హోమ్స్ వాళ్ళు కానీ, హెచ్.డి.ఎఫ్.సి వాళ్ళు కాని ఇస్తారు."

"నిమ్మళంగా ఉన్నావు కదరా, నువ్వు, నీ భార్యా, పిల్లలు?"

"ఆ మధ్య చంటిదానికి వేక్సిన్స్ వేయిస్తే జ్వరం వచ్చింది. ఇప్పుడు అంతా కులాసాయే."

చాలాకాలం తర్వాత కలుసుకున్న బంధువులు ఒకర్నొకరు పరామర్శించుకుంటూ స్మశానానికి చేరుకున్నారు. పాణి మనసుని మాత్రం ఆ చక్కటి పంజాబి చుక్క ముఖ్యంగా ఆమె కళ్ళు, కళ్ళ నుంచి వెలువడే బాణాల్లాంటి చూపులు వెన్నాడుతూనే ఉన్నాయి.

శవాన్ని స్మశానంలో దింపాక, పాణి శవం మీదకి విసరగా తన తల మీద పడ్డ పూలని దులుపుకున్నాడు. పురోహితుడు శాస్త్ర ప్రకారం చేయించాల్సినవి అన్నీ చేయించసాగాడు. పాణి దృష్టి అకస్మాత్తుగా స్మశానంలో మరో మూల ఉన్న ఆ అమ్మాయి మీద పడింది. ఇందాక తను చూసిన అమ్మాయే! ఆ అమ్మాయి పక్కనున్న బంధువులు ఏడుస్తున్నారు.

"అబ్బాయ్! ఎవరి దగ్గరన్నా అగ్గిపెట్టె ఉందా?" పురోహితుడు అడిగాడు.

ఆయన చేతి సంచీలోని అగ్గిపెట్టె ఖాళీగా ఉంది. ఎవరూ బదులు చెప్పలేదు.

"మీలో సిగరెట్లు తాగేవాళ్ళెవరైనా ఉన్నారా?" పాణి పినతల్లి గట్టిగా అడిగింది.

సిగరెట్ తాగేవాళ్ళతో సహా అంతా తలలు అడ్డంగా ఊపారు. ఆవిడ కంగారు పడింది.

"త్వరగా కావాలి! చీకటి పడితే రేపటి దాకా ఆగాలి."

"ఇంకో శవం తాలూకు వాళ్ళు వచ్చారు. వాళ్ళనడిగితే ఇస్తారేమో కనుక్కోండి." పురోహితుడు చెప్పాడు.

పాణి వెంటనే ఆ పంజాబీ డ్రస్‌లో ఉన్న ఆమె దగ్గరకి వెళ్ళి అడిగాడు.

"ఎక్స్‌క్యూజ్ మీ! తుమ్‌కే పాస్ అగ్గిపెట్టె హై?"

హైదరాబాద్‌లో ఉంటున్నా పాణికి హిందీ సరిగా రాదు. ఆమె తల తిప్పి పాణి వంక చూసింది. శక్తివంతమైన ఆమె చూపులు అతని హృదయంలో గుచ్చుకున్నాయి.

"క్యోం పూఛా?" ఆ అమ్మాయి అడిగింది.

"హమ్‌కో కావాలి... హమ్‌కో కావాలి."

"క్యోం?" మళ్ళీ అడిగింది.

"హమారా తాతయ్య గాలిమారా. బాడీ బర్న్ కర్నే కేలియే కావాలి. ప్లీజ్." దూరంగా ఉన్న తాతయ్య శవాన్ని చూపించాడు.

ఆమె ఎవరినో అడిగి అగ్గిపెట్టె తీసుకువచ్చి పాణికి ఇచ్చింది.

ఛ! ఇంత అందమైన అమ్మాయి బొత్తిగా సిక్కులమ్మాయి అయిపోయింది. తెలుగు పిల్లయివుంటే ఎంత బావుండేది?

"థాంక్స్! కామ్ హోనేకే బాద్ రిటర్న్ కర్తే."

"ఠీక్ హై." ఆమె అతని వంక కాక ఎదురుగా చూస్తూ మాట్లాడింది.

"ఆప్‌కో సహాయ్ కరా... కరా.. తుమ్ అచ్ఛా ఆద్మీ హో."

"షుక్రియా." చిన్నగా నవ్వి చెప్పింది.

"ఆప్‌కా రెలెటివ్ గాలిమారా?" అడిగాడు.

"వాట్ డిడ్ యు సే?" ఈసారి ఇంగ్లీష్‌లో అడిగింది.

పాణి మళ్ళీ ఆమెకి ఇంగ్లీష్‌లో చెప్పాడు.

"మీ బంధువులెవరో పోయినట్లున్నారు. ఐ యామ్ సారీ."

"ఐయామ్ నాట్ సారీ. పోయింది మా బంధువు కాదు. నేనూ, మా ఫ్రెండ్స్ శ్రీకాకుళంకి ఎక్స్‌కర్షన్‌కి వచ్చాము. స్మశానం చూపించడానికి గైడ్ తీసుకు వచ్చాడు."

"స్మశానానికి ఎక్స్‌కర్షనా? మామూలుగా ఇలాంటి చోట్లకి తీసుకురారుగా." పాణి ఆశ్చర్యపోయాడు.

"రావాలి. రావాలి. ఇంకో చోట బారసాలకి వెళ్ళాలి." పురోహితుడు అసహనంగా అరిచాడు.

"వన్స్ ఎగెయిన్ థాంక్స్." తీసుకెళ్ళి అగ్గిపెట్టెని బ్రాహ్మడికి ఇచ్చాడు.

పాణి మధ్య మధ్యలో ఆ అమ్మాయి వంక చూస్తూనే ఉన్నాడు. ఆ అమ్మాయి తన ఈడు ఫ్రెండ్స్‌తో స్మశానం లోంచి బయటికి వెళ్తూండడం గమనించి ఆమె దగ్గరికి వెళ్ళి ఇంగ్లీషులో చెప్పాడు.

"థాంక్స్ అండి. మీరు సమయానికి అగ్గిపెట్టె ఇవ్వకపోతే మా తాతయ్య శవాన్ని కాల్చి బూడిద చేయలేక పోయేవాళ్ళం. ఇవాళ మీరు గొప్ప సహాయం చేసారని మా బంధువులంతా చెప్పమన్నారు."

"ఇట్సాల్ రైట్."

"ఇదిగోండి ఖాళీ అగ్గిపెట్టె. 'మేచ్‌లెస్' కాబట్టి ఎంతో విలువైంది."

ఆమె బదులుగా చిన్నగా నవ్వింది. బయటికి వెళ్ళి అక్కడ ఉన్న బస్‌ని ఎక్కే దాకా పాణి ఆ అమ్మాయి వంకే చూస్తూండి పోయాడు. అతనికి తన మనసు తన వశం తప్పి ఆమెతో బస్సులో వెళ్ళిపోతుందన్న సంగతి స్పష్టంగా తెలిసింది.

చితి అంటుకోగానే అంతా గొల్లున ఏడుస్తూంటే పాణి అటు వైపు చూసాడు. ఆ అమ్మాయి బస్సులోంచి స్మశానం వంకా, తన వంకా చూస్తూండడంతో చిన్నగా నవ్వి చెయ్యి ఊపాడు. ఆ అమ్మాయి కూడా బదులుగా చెయ్యి ఊపింది. కానీ నవ్వలేదు.

స్కూల్లో హిందీలో నూటికి పదిహేను పాస్ మార్కులైతే తనకి ఎనిమిదే వచ్చాయి. హిందీ రాదు. ఇంగ్లీషులో మాట్లాడుకుంటూ కాపురం చేయడం ఎలా? పనస తొననీ, ఇంగువనీ, గోంగూరనీ ఇంగ్లీష్‌లో ఏం అంటారో నేర్చుకుంటే కానీ తమ మధ్య అండర్‌స్టాండింగ్ ఉండదు అనుకున్నాడు. పాణి తన ఆలోచనలకి చిన్నగా నవ్వుకున్నాడు.

"ష్! స్మశానంలో నవ్వకూడదు." అది గమనించిన అతని పినతల్లి కోప్పడింది.

పాణి తాతయ్య జీవుడు పైకి వెళ్ళిపోతే పాణి మనసు ఆమెతో వెళ్ళిపోయింది. ఆ విధంగా ఓ చావు ఓ చక్కటి ప్రేమకి నాంది అయింది.

మృదుపాణి జీవితంలో ఆ రోజు ఎలా ప్రాముఖ్యమైందో అలాగే ఆ రోజు తారీకుకి కూడా ఓ ప్రాముఖ్యత ఉంది.

ఆ తారీకు 6789

6-7-89.

ఎసెండింగ్ ఆర్డర్‌లోని (పెరిగే) అలాంటి తారీకు ఇరవైయ్యవ శతాబ్దంలో ఆరవది, ఆఖరిది.

3

కమలాకరం వయసు ఏభై రెండు. కానీ చూడడానికి అరవై రెండేళ్ళ మనిషిలా కనపడతాడు. అందుకు కారణం ఆయన జీవితంలో సుఖాలకన్నా కష్టాలే ఎక్కువ.

చాలాకాలం తర్వాత మొట్టమొదటిసారిగా ఆయన తన ఆస్తిపాస్తుల వివరాలు ఓ కాగితం మీద రాసుకోసాగాడు. ఇల్లు, గెస్ట్ హౌస్, కార్లు, తను తీసిన ఇరవై రెండు సినిమాల నెగెటివ్ రైట్స్, పొలాలు మొదలైన వివరాలు రాసి వాటి ఎదురుగా ఆ రోజు అమ్మితే వచ్చే ధరలు వేసి కూడాడు. మొత్తం నలభై ఐదు కోట్ల ఇరవై ఏడు లక్షల నలభై మూడు రూపాయలు వచ్చాయి.

ఆయన మొహంలో ఆనందంతో గర్వంతో కూడిన చిరునవ్వు. మధ్య తరగతి కుటుంబంలో పుట్టిన తను ఈ స్టేజ్‌కి ఎదుగుతాడని మద్రాస్‌లో కాలు పెట్టిన రోజు ఊహించలేదు. బతుకు తెరువు కోసం సినిమా కంపెనీల్లో అకౌంట్స్ రాయడానికి వచ్చాడు. అకౌంట్స్ రాస్తూండడంతో వద్దనుకున్నా వ్యాపారం లోని చాలా మెళకువలు తెలిసాయి.

ధైర్యం చేసి ఓ చిన్న సినిమాని డబ్ చేసాడు. లాభం వచ్చింది. ఆ తర్వాత ఇంకోటి, మరోటి. తర్వాత స్ట్రెయిట్ పిక్చర్ తీసాడు. మళ్ళీ ఇంకోటి. ఇక వెనక్కి తిరిగి చూసుకోవాల్సిన అవసరం లేకపోయింది. సినిమా ఇండస్ట్రీలోని పెద్ద ప్రొడ్యూసర్స్‌లో ఒకడయ్యాడు. ఆయన బేనర్‌లో నటించడానికి ప్రతీ కొత్త నటి, నటుడు తహతహ లాడతారు. ఆయన బేనర్ వేల్యూ అలాంటిది.

కమలాకరం ఎంతటి ఫ్రాడ్ మనిషంటే ఆయనకి చెవుడు ఉన్నా తన చెవి లోంచి జేబులోకి ఓ వైర్ పెట్టుకున్నా ఆ వైర్ చివర హియరింగ్ ఎయిడ్ లేదు. అది దండగ ఖర్చని వైర్ మాత్రమే ఉపయోగిస్తుంటాడు. ఆయనకి చెవుడని అంతా పెద్దగా అరిచి మాట్లాడుతూంటారు. ఎదుటి వాళ్ళు అరిచేది చక్కగా వినపడుతుంది.

"సర్! కవి గారు వచ్చారు." ఇంటర్‌కమ్‌లో ఆయన సెక్రటరీ చెప్పాడు.

"పంపించు." ఆయన చెప్పాడు.

కొద్ది క్షణాల్లో ఓ పాతికేళ్ళ కుర్రాడు లోపలికి వచ్చాడు. రాగానే ఆయనకి విష్ చేసాడు.

"గుడ్‌మార్నింగ్ సర్."

"గుడ్‌మార్నింగ్. కూర్చోండి."

కమలాకరం బల్ల మీదున్న ఒక ప్లాస్టిక్ ఫోల్డర్‌ని తిరగేసి చెప్పాడు.

"మొత్తం చదివాను."

"ఏమైనా మార్పులు ఉన్నాయా సర్?" అతను సందేహంగా అడిగాడు.

"బావుంది. కాని నవల వేరు. సినిమా వేరు. చాలా మార్పులు చేయాలి."

అతను ప్రశ్నార్థకంగా చూసాడు.

"ఇండస్ట్రీకి కొత్తగా వచ్చావు కాబట్టి నువ్వు స్క్రిప్ట్ విషయంలో ఇది నేర్చుకోవాలి. నవలకి మంచి పాత్రలు అవసరం. కానీ స్క్రీన్‌ప్లేకి మాత్రం ఆసక్తిగా ఉండే సీన్స్ అవసరం."

"ఎస్ సర్."

"ఇది నేను చెప్పింది కాదు. సాక్షాత్తు ఆల్‌ఫ్రెడ్ హిచ్‌కాక్ చెప్పిన మాట. నవల్లో ఓ పాత్రని డెవలప్ చేసుకుంటూ వెళ్తే చదవడానికి బావుండచ్చు. కానీ సినిమాలో అది చాలదు. సీన్స్, అందులో ఏం చెబుతున్నాం అన్నది ముఖ్యం. నీ స్క్రిప్ట్‌లో అది లోపించింది." కమలాకరం చెప్పాడు.

"డైలాగ్స్ సర్?"

"డైలాగ్‌కి ఓ పర్పస్ ఉండాలోయ్. అది కథని నడపాలి. లేదా ఓ పాత్రధారి స్వభావాన్ని చెప్పాలి. లేదా నవ్వించాలి. లేదా ఓ జీవిత సత్యం చెప్పాలి. నాలుగింటిలో ఏది మిస్ అయినా అది వేస్ట్ డైలాగ్ కింద లెక్క."

"ఎస్ సర్."

"ముఖ్యంగా కొత్తగా రాసే మీలాంటి డైలాగ్ రైటర్స్ నేర్చుకోవాల్సింది ఒకటుంది. ప్రతి సీన్‌తో పాటు ఆ సీన్‌కి అవసరమైన సెట్ ప్రాపర్టీస్ జాబితా కూడా రాయాలి. పూర్వం కె.వి.రెడ్డి గారు ప్రతి సీన్‌కి ఏం అవసరమో ఎంతో పకడ్బందీగా రాసి ఇస్తూండేవారు. బిందె, చెంబు అని రాయక, బిందె, 'అందులో మునిగే చెంబు' అని స్పష్టంగా రాసేవారు. ఇందువల్ల సెట్‌లో టైం వేస్ట్ కాదు. సెట్‌లో టైం వేస్టయిదంటంటే డబ్బు వేస్ట్ ఐనట్లే."

"ఎస్ సర్."

"నేను చెప్పినవి దృష్టిలో ఉంచుకుని ఇంకోసారి ప్రయత్నించు. డైలాగ్స్ మనం మాట్లాడుకుంటున్నట్లుగా ఉండాలి. 'నిష్కృతి, సంహరిస్తాను, ప్రతిన చేస్తున్నా' ... మనం లైఫ్‌లో ఇలాంటి పదాలు ఉపయోగిస్తామా?"

"లేదండి."

"నావలిస్ట్‌కి, స్క్రీన్ రైటర్‌కి పెద్ద తేడా ఉంది. ఒకసారి పుస్తకం చదివేది ఒకరే కాబట్టి నావలిస్ట్ ఒకో వ్యక్తికే కథ చెప్తాడు. కానీ సినిమా రైటర్ రాసేది అనేకమంది ఆడియన్స్‌కి ఒకేసారి చేరుతుంది. నావలిస్ట్‌తో పోలిస్తే సినీ రైటర్‌కి ఉండే అదనపు సౌకర్యాలు తన కథతో ఆడియన్స్ మైండ్‌ని ఇన్‌వాల్వ్ చేయడానికి సంగీతం ఓ అదనపు సౌకర్యం. రైటర్ రాసిన డైలాగ్ కన్నా, నటుడి నటన ద్వారానో, బేక్‌గ్రౌండ్ మ్యూజిక్ ద్వారానో పాయింట్‌ని ఆడియన్స్‌కి ఇంకాస్త గట్టిగా చెప్పచ్చు. ఒక్క మాటలో చెప్పాలంటే ఓ నవల ఓ కథకి అంతం అయితే, ఫిల్మ్ స్క్రిప్ట్ ఓ సినిమాకి మొదలు అవుతుంది."

అతని స్క్రిప్ట్ అతనికి ఇచ్చి గోడ గడియారం వంక చూసి కమలాకరం చెప్పాడు.

"అదన్నమాట. నేను బయటికి వెళ్ళాలి. వచ్చే నెల ఏడో తారీఖున కలుద్దాం. మధ్యాహ్నం మూడింటికి. ఓ పది సీన్స్ నేను చెప్పిన పద్ధతిలో ప్రయత్నించి చూడు."

"అలాగే సర్."

అతను బయటికి వెళ్ళాక ఇంటర్‌కం నొక్కి చెప్పాడు.

"డ్రయివర్‌తో చెప్పు. సికింద్రాబాద్ రైల్వేస్టేషన్‌కి వెళ్ళాలి."

"ఎస్ సర్."

కమలాకరం మరో పది నిమిషాల్లో రైల్వేస్టేషన్‌కి బయలుదేరాడు.

4

శ్రీకాకుళం నించి పాణి వైజాగ్ రైల్వే స్టేషన్‌కి వచ్చాడు. ఎంక్వయిరీలో అడిగాడు.

"హైదరాబాద్ వెళ్ళే రైలు ఇంజన్ ఎలక్ట్రిక్‌దా లేదా డీసిలా?"

"డీసిల్‌ది."

"అమ్మయ్య. బతికాను." పాణి చెప్పాడు.

"ఏం?" కౌంటర్ లోని వ్యక్తి ఆసక్తిగా అడిగాడు.

"రేపు ఉదయం నేను ఆఫీస్‌కి వెళ్ళాలి. మధ్యలో కరెంట్ పోతే రైలు ఆలస్యం అవుతుందని."

రైలు బాగా రష్‌గా ఉంది. పాణి స్లీపర్‌లో బెర్త్ దొరుకుతుందేమోనని తెల్లవార్లూ ప్రయత్నిస్తూనే ఉన్నాడు. వరంగల్ వచ్చాక టి.సి ఏభై తీసుకుని కూర్చోడానికి సీట్ ఇచ్చాడు.

రైలు సికింద్రాబాద్ స్టేషన్‌లో ఆగేసరికి వళ్ళంతా విరక్కొట్టినట్లైంది.

ప్లాట్‌ఫాం మీదికి దిగగానే నడుం మీద చేతులు ఉంచుకుని అటూ, ఇటూ వంగి, బస్కీలు తీసి తన వంటిని స్వాధీనం లోకి తెచ్చుకున్నాడు.

బయటికి నడుస్తూంటే, పాణి దృష్టి ఓ మనిషి మీద పడడంతో రక్కున ఆగాడు. వెంటనే పాణి మొహంలో కోపం గోచరించింది. కమలాకరం దగ్గరికి నాలుగు అడుగులు వేసిన పాణి ఎదురుగా ఉన్న ఏ.సి. ఫస్ట్ క్లాస్‌లో నించి దిగుతున్న ఓ అమ్మాయిని చూసి కాళ్ళకి మేకులు కొట్టినట్లుగా ఆగిపోయాడు.

ఆ అమ్మాయి ఎంతో అందంగా ఫ్రెష్‌గా ఉంది. రోజా రంగు స్కర్ట్, బ్లౌజ్‌లలో ఉన్న ఆమెని చూడగానే గుర్తుపట్టాడు. శ్రీకాకుళంలో స్మశానంలో అగ్గిపెట్టె అమ్మాయే.

'ఆ అమ్మాయి రాత్రంతా హాయిగా పడుకుని ఉదయం లేచి, స్నానం చేసి ఇస్త్రీ బట్టలు వేసుకుని ఉంటుంది. అందుకే తాజా రోజాలా ఉంది' అనుకున్నాడు. ఆ అమ్మాయిని పలకరించడానికి దగ్గరకి వెళ్తూ మళ్ళీ రక్కున ఆగిపోయాడు.

"గుడ్ మార్నింగ్." కమలాకరం ఆమెని ఆప్యాయంగా పలకరించాడు.

"గుడ్ మార్నింగ్ డాడీ." ఆ అమ్మాయి చెప్పింది.

కమలాకరం ఆ అమ్మాయి భుజం చుట్టూ ఆమె చేతిలోని షాల్‌ని కప్పాడు. ముగ్గురు కూలీలు ఆరుపెట్టెలని మోసుకుంటూ వాళ్ళ వెంట నడిచారు.

పాణి వాళ్ళని రహస్యంగా వెంబడించాడు. బయటికి వచ్చాక ఓ అంబాసిడర్ కారు వచ్చి వాళ్ళ ముందు ఆగింది. డ్రయివర్ దిగి డోర్ తెరిస్తే ఆ అమ్మాయి, కమలాకరం ఎక్కి కూర్చున్నారు. డ్రయివర్ కారు తలుపు మూసేసాడు. ఆయన ప్రొడక్షన్ వేన్ ఆ సూట్ కేస్‌ల కోసం ప్రత్యేకంగా వచ్చింది. కారు కదులుతూండగా ఆ అమ్మాయి కిటికీ అద్దంలోంచి బయటికి చూస్తే భుజానికి ఏర్ బేగ్‌తో, నిద్రలేమితో ఉబ్బిన మొహంతో, ఎర్రబడ్డ కళ్ళతో నిలబడి తమ కారు వంక చూస్తున్న పాణి కనపడ్డాడు.

చిన్నగా నవ్వి చెయ్యి ఊపింది. అయితే అది 'ఒన్-వే-సీత్రూ' అద్దం కాబట్టి బయట నిలబడ్డ పాణికి అద్దంలోంచి కారులోని ఆ అమ్మాయి కనపడలేదు. ఆ మూడు తొమ్ముదుల కారు వెళ్ళిపోగానే చిన్నగా నిట్టూర్చాడు. అతని మనసెంతో కలవరంగా ఉంది. ఎదురుగా ఉన్న బస్ టెర్మినస్ వైపు నడిచాడు.

"టైమెంతయింది మాస్టారు?" ఒకతను అడిగాడు.

"ఇందాకే నా గడియారం ఆగిపోయింది." పాణి చిరాగ్గా చేతి గడియారం వంక చూసుకోకుండా చెప్పాడు.

* * *

వరవీణ చకచకా టైప్ చేస్తోంది. అయితే ఒకే అక్షరం టైప్ చేస్తోంది. ఆ అక్షరం ఎక్స్! నిజానికి ఆమె టైప్ చేసేది ఆఫీస్ కాగితం కాదు. పర్సనల్.

'ఐ లవ్ యు' అన్న అక్షరాలని పెన్సిల్‌తో ఇంగ్లీషులో పెద్దగా రాసుకుంది. ప్రతి అక్షరానికి పెన్సిల్‌తో గీసుకున్న బార్డర్ లోపల 'ఎక్స్' అక్షరాలని టైప్ కొట్టి నింపుతోంది. ఐ. ఎల్.ఓ.వి.ఇ. యు అక్షరాల్లో 'ఎక్స్'ని కొట్టి నింపేసింది. పాణి పేరు వినపడడంతో తల తిప్పి చూసింది.

"ఏమిటోయ్ పాణి? ఏమయ్యావోయ్?" సూపరింటెండెంట్ రామారావు అడిగాడు.

"బంధువులెవరో పోతే అనుకోకుండా శ్రీకాకుళం వెళ్ళాల్సి వచ్చింది సార్."

"మొహం ఏమిటి అలా ఉంది?"

"రైల్లో బెర్త్ దొరకలేదు. జనరల్ కంపార్టుమెంట్‌లో సీటు దొరకలేదు. నాలుగు గంటలే పడుకున్నాను సార్."

"అలాగటోయ్? క్వార్టర్లీ రిటర్న్స్ పంపడానికి ఆఖరు రోజు ఇవాళే కదా! మరి ఆ పని పూర్తి చేస్తావటోయ్?" ఆయన అడిగాడు.

"చేస్తానండి."

అటెండెన్స్ రిజిస్టర్‌లో సంతకం చేసాక పాణి తన సీట్లో కూర్చున్నాడు. అతనికి ఇంకా రైల్లో వెళ్తున్నట్లుగానే ఉంది.

వరవీణ 'యు' అక్షరం పూర్తిగా టైపు చేసాక రోలర్ లోంచి ఆ తెల్ల కాగితాన్ని బయటికి తీసింది. పెన్సిల్‌తో గీసుకున్న గీతలని రబ్బరుతో చెరిపేసి, ఆ కాగితాన్ని మడిచి ఓ కవర్‌లో ఉంచింది. పసుపు పచ్చ రంగులో ఉన్న ఆ కవర్ మీద 'ఆన్ ఇండియన్ గవర్నమెంట్ సర్వీస్' అన్న అక్షరాలు ముద్రించి ఉన్నాయి. దానికి నాలుగు మూలలా కుంకుమ బొట్లు పెట్టి ఉన్నాయి. దాని మీద 'మిస్టర్ పాణి' అని రాసి పాణి దగ్గరికి వెళ్ళింది.

"గుడ్ మార్నింగ్ సర్." చిరునవ్వుతో పలకరించింది.

"గుడ్‌మార్నింగ్." విష్ చేసాడు.

వరవీణ అతనికా కవర్ అందించి చెప్పింది.

"చూడండి."

"పనయ్యాక." దాన్ని డ్రాయర్‌లో ఉంచి చెప్పాడు.

"ముందోసారి చూడండి."

పాణికి తెలుసు ప్రేమలేఖ అని. అలాంటివి చదివి చదివి విసిగిపోయాడు.

"ముందు పని కానీ వీణా." చిరాగ్గా చెప్పాడు.

"ఇవాళ మీ మూడ్ బావున్నట్లు లేదు?" వరవీణ చిరునవ్వుతో అడిగింది.

"అవును. రాత్రి సరిగ్గా నిద్ర లేదు."

ఆమె వెళ్ళి తన సీట్‌లో కూర్చుని పాణినే గమనించసాగింది. క్వార్టర్లీ ఎరియర్స్ రిపోర్ట్‌ని తయారు చేస్తున్న పాణి అంకెలని రాసి, కొట్టేసి మళ్ళీ రాయడం గమనించింది. లేచి అతని దగ్గరికి వెళ్ళి ఆ రిజిస్టర్స్ తీసుకుంటూ ప్రేమగా చెప్పింది.

"నేను చేస్తాను. మీరు చెక్ చేసి సంతకం చెయ్యండి చాలు."

"థాంక్స్."

గంటలో ఆమె పూర్తి చేసిన స్టేట్‌మెంట్‌తో పాణి దగ్గరకు వచ్చింది. దాన్ని చెక్ చేయకుండానే సంతకం చేస్తూ అడిగాడు.

"జాగ్రత్తగా చేసావుగా."

"ఆ. ఇప్పుడు చూడండి, నేనిచ్చిన కవర్‌లో ఏముందో?"

పాణి ఆ కవర్ తెరిచి అందులోంచి ఆ కాగితం తీసి చదివాడు.

"అదన్నమాట."

పాణి అనాసక్తంగా దాన్ని తన డ్రాయర్‌లో పడేసాడు.

"వరవీణ, మృదుపాణి... మన పేర్లు కలిసాయి. నా మనసు మీ మనసుతో కలిసింది. ఇక కలవాల్సింది మీ మనసే. తొందర లేదు. ఈ ఇయర్ ఎండింగ్ లోగా అంటే తర్టీ ఫస్ట్ డిసెంబర్‌లోగా మీ జవాబు చెప్పండి చాలు." కోరింది.

ప్రతి సారీ వరవీణ చెప్పే మాటలవి.

"నాకేమైనా ఫోన్లు వచ్చాయా?" పాణి అడిగాడు.

"ఫోన్లేం రాలేదు కానీ నిన్న మీ మామయ్య వచ్చారు. రాగానే కాంటాక్ట్ చేయమన్నారు." చెప్పింది.

పాణి ఫోన్ దగ్గరికి వెళ్ళి ఓ నంబర్ తిప్పాడు. అవతలి వైపు ఎత్తగానే చెప్పాడు.

“పాణిని మాట్లాడేది. ఓసారి మా మామయ్యని పిలుస్తారా?”

“ఉండండి.” వినపడిందో కంఠం.

రెండు నిముషాల తర్వాత ఆ ఫోనున్న షాపు ఎదురుగా ఇంట్లో అద్దెకుంటున్న రోహిత్ ఫోన్ దగ్గరకి వచ్చాడు.

“నేనే. ఊరి నించి ఇవాళే వచ్చాను. అమ్మకి ఎలా ఉంది?” పాణి ఆదుర్దాగా అడిగాడు.

“ఇంకా కోమా లోంచి బయటకి రాలేదు.”

పాణి చిన్నగా నిట్టూర్చాడు.

“డాక్టర్లు అక్కయ్యని డిశ్చార్జ్ చేస్తామంటున్నారు.” రోహిత్ చెప్పాడు.

“డిశ్చార్జ చేస్తారా? ఎలా చేస్తారు?అమ్మ హాస్పిటల్‌లో కంపల్సరీగా ఉండాలిగా?”

“హాస్పిటల్ బిల్లు కట్టకపోతే ఎలా ఉంచుతాం అంటున్నారు వాళ్ళు.”

“బిల్లు కట్టడం లేదా? మరి నువ్వు కమలాకరంగాడిని నిలదీయలేదా?” పాణి మాటల్లో కోపం ధ్వనించింది.

“అడగడానికి వెళితే లేడు.” రోహిత్ చెప్పాడు.

“దిసీజ్ ట్రీ మచ్.”

“అవును. సాయంత్రం నీ దగ్గరికి వస్తాను. ఆఫీస్ నించి వాడి దగ్గరకి వెళ్ళి సంగతేమిటో కనుక్కుందాం. నేను రెండు రోజులుగా ఆయన్ని కలవాలని ప్రయత్నిస్తూంటే నన్ను అవాయిడ్ చేస్తున్నాడు.”

“అలాగే. దీనికి కారణం వాడు కాబట్టి వాడు బాధ్యత వహించి తీరాలి.”

క్వార్టర్లీ ఎరియర్ రిపోర్ట్ పని పూర్తయ్యాక పాణికి అకస్మాత్తుగా ఆ అగ్గిపెట్టె అమ్మాయి గుర్తుకు వచ్చింది.

కమలాకరం కూతురు!

వెంటనే అతని మనసంతా దిగులు ఆవరించింది. దిగుళ్ళలో కూడా తేడా ఉంటుందని మొదటిసారిగా అతనికి తెలిసింది. తల్లి హాస్పిటల్‌లో అపస్మారకంగా ఉందన్న దిగులు వేరు. తను ప్రేమించిన అమ్మాయి ధనవంతురాలు కాబట్టి ఆమె సామాన్యుడైన తనని నిరాకరిస్తుందన్న దిగులు వేరు.

రెండూ బాధపెట్టేవే అయినా వాటిని అనుభవించే పాణికి అనిపించింది ఆ రెండూ భరించలేనివే అని. ఇంతకాలం తన జీవితానికి గమ్యం ఆఫీస్‌లోని క్వాలిఫికేషన్ పరీక్షలు పాసై ప్రమోషన్ మీద ప్రమోషన్ సంపాదించటమే అనుకున్నాడు.

కాని అది చాలా నీచమైన గమ్యం అని, మనిషి సుఖపడటానికి ఇలాంటి ప్రమోషన్స్ ముఖ్యం కాదు, కమలాకరం కూతుర్ని చేసుకోవడమే ముఖ్యం అని అనుకున్నాడు. ఇక మీదట అందుకు తగ్గ పరీక్షల్లో నిలబడి గెలవాలి అని అప్పటికప్పుడే నిర్ణయించుకున్నాడు. కొండంత నిరాశని గోరంత ధైర్యం తొలగించి వేస్తుంది అన్న సత్యం పాణి విషయంలో నిజమైంది.

ఆఫీస్ టైం అవగానే తన టేబుల్ డ్రాయర్‌కి తాళం వేసాడు. ఐదు నిముషాల్లో వచ్చిన రోహిత్‌తో బయటికి నడిచాడు.

ఇద్దరూ ఆ ఆఫీస్ గేట్‌కి ఆనుకుని ఉన్న చిన్న బండి దగ్గరకి వెళ్ళారు. ఆ తోపుడు బండి ఆ ఆఫీస్‌లోని ఉద్యోగస్థుల కోసం ప్రతి వర్కింగ్ డే వచ్చే మొబైల్ కేంటిన్.

"రెండు మంచి స్పెషల్ టీ చెయ్యి హనుమయ్య." పాణి ఆ బండివాడితో చెప్పాడు.

తల ఊపి బండిలోని స్టౌవ్ మీద ఉన్న కెటిల్‌ని అందుకున్నాడు హనుమయ్య. రోహిత్ బండిలోని సీసామూత తెరిచి అందులోంచి రెండు టై బిస్కట్లు తీసుకున్నాడు.

"అంత హఠాత్తుగా వెళ్ళిన వాడివి ఊరు వెళుతున్నట్లు ఇంట్లో ఓ చీటీ పెట్టక్కర్లా? ఏమయ్యావోనని ఎంత కంగారుపడ్డానో తెలుసా?" రోహిత్ కోప్పడ్డాడు.

"టెలిగ్రాం ఆఫీస్‌కి వస్తే రైలుకి టైమైందని అట్నుంచి అటే వెళ్ళిపోయాను. కమలాకరం గాడు హాస్పిటల్ ఫీజు కడతానని ముందు ఒప్పుకుని ఇప్పుడు కాదంటే ఎలా?" మృదుపాణి అడిగాడు.

"నిన్న వెళ్తే గూర్ఖా ఇంట్లోకే అడుగు పెట్టనీలేదు. ఇప్పుడెళ్దాం పద."

హనుమయ్య ఇచ్చిన పొగలు కక్కే టీ కప్పులని ఇద్దరూ అందుకున్నారు. రోహిత్ టై బిస్కట్లని టీలో నంచుకుని తింటూ చెప్పాడు.

"నంబర్‌వన్ స్కౌండ్రల్ ఈ కమలాకరం గాడు."

"అవును. ఏ-ఒన్- డేమ్ స్కౌండ్రల్ కూడా." పాణి కసిగా చెప్పాడు.

"రాస్కెల్స్‌లో ప్రథమ రకం."

"ఇడియెట్స్‌లో అందర్లోకి పెద్ద ఇడియెట్."

'దురదృష్టం కాకపోతే, అలాంటి వాడికి అంత అందమైన కూతురు పుట్టడం ఏమిటి?' పాణి మనసులో అనుకున్నాడు.

ఇద్దరూ టీ తాగాక హనుమయ్య ఇచ్చిన నోట్ బుక్‌లో పాణి ఆ ఖర్చు తన ఖాతాలో రాసాడు. ఆ అరువు ప్రతి నెల జీతం రాగానే చెల్లిస్తూంటాడు.

ఇద్దరూ పాణి స్కూటర్ మీద జూబ్లీ హిల్స్‌లోని కమలాకరం ఇంటికి చేరుకున్నారు. గేట్ దగ్గర గూర్ఖా వారిని చూసి చెప్పాడు.

"అయ్య గారు లేరు."

"నిజంగా లేరా? అబద్ధంగా లేరా?" పాణి స్కూటర్‌కి స్టాండు వేసి అడిగాడు.

"నిజంగా లేరు. కావాలంటే చూడండి. ఆయన కారు లేదు." గూర్ఖా చెప్పాడు.

గేట్లోంచి చూస్తే షెడ్‌లో అంబాసిడర్ కారు లేదు.

"ఎక్కడికి వెళ్ళారు?" రోహిత్ అడిగాడు.

"షూటింగ్‌కి."

"ఎక్కడ?"

గూర్ఖా చెప్పడానికి కొద్ది క్షణాలు సందేహించాడు.

"ఫర్వాలేదు చెప్పు. నీ పేరు చెప్పంలే. ఎక్కడ?" పాణి అది గ్రహించి అడిగాడు.

"నాకు తెలీదు."

గూర్ఖాని ఎంత బతిమాలినా చెప్పలేదు.

"మళ్ళీ రేపు ఉదయం వద్దాం. ఏడింటికి దొరక్కపోడు." పాణి చెప్పాడు.

ఇద్దరూ స్కూటర్ ఎక్కి సరాసరి బషీర్‌బాగ్ లోని 'సాయి నర్సింగ్‌హోం'కి చేరుకున్నారు. స్కూటర్ పార్క్ చేసి లోపలికి నడిచారు.

ఇంటెన్సివ్ కేర్ యూనిట్‌లో చికిత్స పొందే తన తల్లి వంక పాణి ట్రాన్స్‌పరెంట్ అద్దంలోంచి చూసాడు. అరవై ఏళ్ళ ఆవిడ మొహాన బొట్టు లేదు. కళ్ళు మూసుకుని ఉంది. ముక్కులోకి, గొంతులోకి రెండు ట్యూబులు అమర్చి ఉన్నాయి. మరో ట్యూబ్ చేతిలోని రక్తనాళంలోకి అమర్చి ఉంది. స్టాండుకి తల కిందులుగా వేలాడే సీసా లోంచి గ్లూకోజ్ వాటర్ ఆవిడ శరీరంలోకి కొద్ది కొద్దిగా ఎక్కుతోంది. పాణి కళ్ళల్లో నీళ్ళు తిరిగాయి.

"అమ్మ ఇక్కడ ఎడ్మిట్ అయి రెండు నెలలు దాటింది కదా మామా?" అడిగాడు.

"అవును. రెండు నెలల వారం రోజులు ఇవాళ్టికి." రోహిత్ బాధగా చెప్పాడు.

"ఇంతదాకా స్పృహే లేదు. అసలు వస్తుందంటావా?" పాణి బాధగా అడిగాడు.

రోహిత్ ఆ ప్రశ్నకి సమాధానం చెప్పలేదు. కొద్ది నిమిషాల తర్వాత ఇద్దరూ డాక్టర్ గదిలోకి వెళ్ళారు. ఆయన వాళ్ళిద్దర్నీ చూసినా గతంలోలా చిరునవ్వు నవ్వలేదు.

"తెచ్చారా?" అడిగాడు.

"లేదు. కమలాకరం గారు పే చేస్తారు."

"నిన్న ఆయనకి ఫోన్ చేసాను. ఆయన చెయ్యనని స్పష్టంగా చెప్పారు."

"ఎందుకని? ఆయన కారు కింద పడేగా మా అక్కయ్య ఇలా హాస్పిటల్ పాలైంది. మా అక్కయ్య బాగుపడటానికి అయ్యే ఖర్చు ఆయనే పెట్టుకుంటానని వప్పుకున్నాడు కూడా. మధ్యలో మాట ఎలా వెనక్కి తీసుకుంటాడు?" రోహిత్ కోపంగా అడిగాడు.

"అది మీరు, మీరూ చూసుకోవాలి. మాకు సంబధించింది నీ అక్కయ్య హాస్పటలైజేషన్ బిల్ మాకు పే చేయడం." డాక్టర్ చెప్పాడు.

"కమలాకరం గారు దొరకడం లేదు. రేపు ఉదయం ఆయన ఇంటికి వెళ్ళి మాట్లాడి మీకు డబ్బు అందేలా చూస్తాం." పాణి చెప్పాడు.

"చూడండి. లేకపోతే గవర్నమెంట్ హాస్పిటల్‌కి తీసుకెళ్ళండి."

"గవర్నమెంట్ హాస్పిటల్‌కి మా అమ్మని తీసుకెళ్ళడమంటే యమపురికి పంపినట్లే. అక్కడ లంచం ముడితే గాని ఏం చెయ్యరు. డబ్బు ముట్టలేదని ఆక్సిజన్ ట్యూబ్ తీసేసి చంపేస్తారు." పాణి బాధగా చెప్పాడు.

"లేదా ఆక్సిజన్ సిలిండర్ అయిపోతే కొత్తది మార్చరు. లేదా బూజు పట్టిన గ్లూకోజ్ నీళ్ళు ఎక్కిస్తారు. అది ఏ గవర్నమెంట్ హాస్పిటల్‌లో నైనా జరిగేదేగా." అదేదో సర్వసాధారణ విషయంలా డాక్టర్ చెప్పాడు.

"అందుకే అక్కడికి తీసుకెళ్ళం." పాణి చెప్పాడు.

"చూడు బాబూ. నేను డాక్టర్‌ని అవాలని ఎప్పుడనుకున్నానో తెలుసా? ఫారిన్ కారుని చూసినప్పుడు. ఇది లాభం కోసం నడిపే హాస్పిటల్ తప్ప ధర్మం కోసం నడిపేది కాదు. రేపు సాయంత్రం లోగా ముప్పై ఐదు వేలు పే చేసారా సరి. లేదా..."

"రేపు సాయంత్రం లోగానా? సరే." పాణి చెప్పాడు.

"ఛీ!ఛీ! డబ్బు సంపాదించటమే తప్ప మానవత్వం తెలియని మనుషులు వీళ్ళు." ఇద్దరూ బయటికి నడిచాక రోహిత్ విసుక్కున్నాడు.

"అది తెలీక పోతేనే కదా మనిషి లక్షాధికారి అయ్యేది." పాణి చెప్పాడు.

"పోనీ ఈ ఘోరం గురించి పేపర్‌కి చెప్దామా?" పాణి కొద్దిసేపాగి అడిగాడు.

"అందువల్ల ఉపయోగం లేదని ముందే అనుకున్నాంగా. ఆ రాత్రి జలంధరక్కయ్యకి ఏక్సిడెంట్ అయింది కమలాకరం కారు వల్లే అని మనం ఋజువు చెయ్యలేం. తన కారు కింద అక్కయ్య పడిందని డ్రైవర్ ఫోన్‌లో చెప్పగానే ఆయన తెలివిగా ఇంకేదో కారు డేష్ కొట్టి పారిపోతే చూసి తనే హాస్పిటల్‌లో ఎడ్మిట్ చేయించినట్లుగా రికార్డ్స్‌లో రాయించాడు."

"కానీ ఆ రోజు మనకి నిజం చెప్పాడుగా?"

"చెప్పాడు. కాని ఇప్పుడు ఒప్పుకోడు. పైగా తన కారు వల్లే అని ప్రచారం చేస్తే పరువు నష్టం దావా వేస్తానని బెదిరించాడు కూడా. అన్నంత పని చేయగల సమర్థుడు."

"నిజమే." పాణి ఒప్పుకున్నాడు.

"రోజుకి ఐదు వేల రూపాయలు ఇచ్చి అక్కయ్యని ఇక్కడ ఉంచడం మనలాంటి వాళ్ళకి సాధ్యమయ్యే పని కాదు. నెలంతా పని చేస్తే నీకు వచ్చే జీతం ఈ హాస్పిటల్ బిల్‌కి ఐదు రోజులకి సరిపోతుంది." రోహిత్ చెప్పాడు.

"అమ్ముదామంటే మనకి ఆస్తిపాస్తులు లేవు. ప్రామిసరీ నోటు రాసినా అప్పిచ్చే నాథుడు లేడు." చెప్పాడు పాణి.

"అందుకనేనా నువ్వు చాలా డిప్రెస్డ్‌గా కనిపిస్తున్నావు?" రోహిత్ అడిగాడు.

"కాదు."

"కాదా? మరి దేనికి?"

"నా ఫ్యూచర్ గురించి."

"అది అంత డిప్రెస్డ్‌గా ఎందుకు మారింది?"

"నా పాస్ట్ వల్ల." పాణి చిన్నగా నిట్టూర్చి చెప్పాడు.

"నాకు తెలీకుండా నీ పాస్ట్‌లో ఏమైంది?" రోహిత్ ఆశ్చర్యంగా అడిగాడు.

పాణి ఇంకోసారి నిట్టూర్చాడు.

"ఏమైందసలు?"

"శ్రీకాకుళంలో నా పాస్ట్‌లో ఏం జరిగిందో తెలుసా?" స్మశానంలో తను చూసిన ఆ అమ్మాయి గురించి మృదుపాణి వివరించాడు.

పాణి చెప్పింది శ్రద్ధగా విన్న రోహిత్ ఆశ్చర్యంగా అడిగాడు.

"స్మశానంలోనా? ఎవరైనా బస్‌స్టాప్‌లోనో, బస్‌లోనో, పెళ్ళిళ్ళలోనో, పెళ్ళి చూపుల్లోనో ప్రేమలో పడతారు. మరీ స్మశానంలోనా?"

"అవును. ప్రేమకి ప్రదేశం అడ్డేమిటి?"

"అక్కడంతా వైరాగ్యంగా ఉంటుంది."

"కాలుతున్న రెండు శవాల మధ్య నిలబడ్డ నాలోని స్మశాన వైరాగ్యాన్ని ఆ అమ్మాయి చూపు పోగొట్టింది. అంత శక్తివంతమైంది ఆమె చూపు, నా ప్రేమ." పాణి చెప్పాడు.

5

అదో చిన్న బార్. అందులోకి ఇద్దరు నడిచి సీట్ కోసం చూసారు.

"ఎస్ సర్?" ఆ బార్ ప్రొప్రయిటర్ ఆదరంగా చూస్తూ అడిగాడు.

"కిటికీ దగ్గర సీట్ కావాలి." రోహిత్ చెప్పాడు.

"నాకు వెయిటర్ దగ్గరగా సీట్ కావాలి." పాణి చెప్పాడు.

ఇద్దరూ కూర్చున్నాక వెయిటర్ వచ్చాడు.

"ఏం చెప్పను?" వెయిటర్ వాళ్ళని అడిగాడు.

"ఏదైనా కథ చెప్పు." రోహిత్ కోరాడు.

"అది కాదండి. తాగడానికి ఏం చెప్పమంటారు?" వెయిటర్ చిరాగ్గా అడిగాడు.

"వేడిగా ఏం ఉన్నాయి?" పాణి అడిగాడు.

"ఇది హోటల్ కాదు. ఇక్కడ వేడిగా ఏం తాగరు. అన్నీ చల్లగానే తాగుతారు."

"అలాగే. చల్లగా ఏం ఉన్నాయి?" పాణి అడిగాడు.

"బ్రాందీ..."

"వద్దు. అది బాలింతలు తాగేది."

"విస్కీ..."

"వద్దు. అది వింటర్‌లో తాగేది."

"బీర్..."

"ఉహు. అది సమ్మర్ డ్రింక్." పాణి తిరస్కరించాడు.

"జిన్..."

"వద్దొద్దు. అది లేడీస్ తాగేది."

"రమ్మ్మ...?"

"రమ్ము మారో రమ్...అర్గదీ మాక్కావలసింది. ఓ క్వార్టర్." రోహిత్ చెప్పాడు.

"స్నాక్స్ ఏం చెప్పను? నాన్ వెజ్ తీసుకుంటారా?" వెయిటర్ అడిగాడు.

"మనిషిని తప్ప ఏదైనా తింటాం."

ఇంకో వెయిటర్ వచ్చి అతనితో చెప్పాడు.

"నువ్వెళ్ళు. వీళ్ళు పాత కస్టమర్స్. నేను చూసుకుంటాను ఈ టేబుల్."

"ఎగ్ ఫ్రై ఎంత?" రోహిత్ అడిగాడు.

"ఎనిమిది రూపాయలు."

"ఆమ్లెట్?"

"ఆర్రూపాయలు."

"రెండిటిలో రెండు ఎగ్సేగా వేసేది?"

"అవును."

"మరి ఎగ్ ఫ్రైకి ఎక్కువ ఛార్జ్ చేస్తున్నారే?" రోహిత్ అడిగాడు.

"ఎగ్ ఫ్రైలో రెండు ఎగ్స్ కనిపిస్తాయి. ఆమ్లెట్‌లో కనిపించవుగా."

"నాకు ఓ ఆమ్లెట్." రోహిత్ చెప్పాడు.

"నాకు బరువైన నాన్ వెజిటేరియన్." పాణి చెప్పాడు.

"ఏనుగు మాంసం ఇక్కడ దొరకదు." చెప్పాడు ఆ వెయిటర్ ఓపికగా చూస్తూ.

"మటన్‌లో 'టన్' ఉంది కాబట్టి మటన్ కట్‌లెట్ కావాలి."

"అలాగే సర్."

"మరి మటన్ మృదువుగా ఉంటుందిగా?"

"నా హృదయం అంత మృదువుగా ఉంది సార్." వెయిటర్ నవ్వుతూ చెప్పాడు.

"మటన్ విషయంలో మాట ఇచ్చావు. మరి మాట తప్పకు."

ఇద్దరూ చెరో పెగ్ వంచుకుని సోడా కలుపుకుని కొద్దికొద్దిగా తాగసాగారు.

"నేను మటన్ తెమ్మంటే నువ్వు బటన్ తెచ్చావేమిటి?" పాణి వెయిటర్‌ని పిలిచి చెప్పాడు.

"అది మటనే సార్."

తన ప్లేట్‌లోంచి చిన్న బటన్‌ని స్పూన్‌తో తీసి చూపించి అడిగాడు పాణి.

"ఇదేమిటి?"

"సారీ సర్. కిచెన్‌లో టైపోగ్రాఫికల్ ఎర్రర్ జరిగినట్లుంది. ఇది బటనే. వంటవాడు ఇందాక బొత్తాం వెతుక్కుంటూ కనపడ్డాడు."

"పేంట్ బటనా? చొక్కాదా?" పాణి ఆదుర్దాగా అడిగాడు.

"చొక్కాది సార్. పేంట్‌కి జిప్ ఉంటుంది కదా సార్."

"థాంక్ గాడ్."

"మీ గ్లాసు ఖాళీగా ఉంది. ఇంకోటి కావాలా?" వెయిటర్ పాణిని అడిగాడు.

"ఊహు. నాకు రెండు ఖాళీ గ్లాసులు ఎందుకు?"

కిటికీలోంచి బయటికి చూస్తూ పాణి వెయిటర్‌ని అడిగాడు.

"వర్షం కురుస్తున్నట్లుంది?"

"అవును సర్."

"నాకు తెలీకడుగుతాను. అసలు వర్షం ఎందుకు కురుస్తుందోయ్?"

"పొలాల్లోని మొక్కలు పెరగడానికి సార్."

"మరి బయట రోడ్డు మీద పొలం లేదుగా. అక్కడెందుకు కురుస్తోంది?"

వెయిటర్ బుర్ర గోక్కున్నాడు.

"తెలీకపోతే తెలీనట్లుండాలి కాని తెలిసినట్లు వాగకూడదు తెలుసా? రోడ్ల మీద వర్షం ఎందుకు కురుస్తుందో నే చెప్పనా?" రోహిత్ నోట్లోంచి ముద్దగా వచ్చాయి మాటలు.

"చెప్పండి సార్."

"నాకు తెలీదు. చూసావా తెలీకపోతే తెలీదని ఎలా చెప్పానో. నీలాగా పొలం, మొక్కలు పెరగడానికి అంటూ అబద్ధం చెప్పానా?"

"ఏమిటి సార్? ఇందాకేగా మనిషిని తప్ప ఏదైనా తింటానని అన్నారు. ఇప్పుడు మనుషుల్నే తింటున్నారు?" వెయిటర్ పాణిని జాలిగా అడిగాడు.

"నువ్వలాంటివేం పెట్టుకోక. మిగిలిన ద్రవం మా ఇద్దరికి చెరి సగం వడ్డించు."

"ఇంక వద్దు సార్. ఎక్కువైనట్లుంది మీకు."

"ఎలాగూ బయట వర్షంలో తడుస్తాం. నీళ్ళు కలిస్తే డైల్యూట్ అయి దిగిపోతుంది కాని పొయ్యి. నీకెందుకు నే చెప్తాగా. పొయ్యి." పాణి తూలుతూ చెప్పాడు.

వెయిటర్ విధి లేక ఇద్దరికీ మిగిలింది చెరి సగం క్వార్టర్ బాటిల్ లోంచి పోసి లిమ్కా కలిపాడు.

"ఏమైనా కబుర్లు చెప్పవోయ్ సర్వారాయుడు." రోహిత్ అడిగాడు.

"సారీ సర్. నేను ఎక్కువగా మాట్లాడను."

"ఓహో. నీకు పెళ్ళైందన్నమాట. ఎంతమంది పిల్లలు?"

"ఇద్దరు సార్."

వెంటనే పాణి చేత్తో టేబిల్ మీద బలంగా బాదుతూ ఏదో జోక్‌ని విన్నవాడిలా నవ్వసాగాడు.

"ఏమిటి?" రోహిత్ అడిగాడు.

"భగవంతుడు ఆడ, మగ జననేంద్రియాలని వేరువేరుగా పెట్టి రక్షించాడు. రెండూ ఒకే మనిషికి పెట్టి ఉంటే ఈ ప్రపంచ జనాభా ఎన్నో రెట్లు పెరిగిపోయి ఉండేది." పాణి మళ్ళీ విరగబడి నవ్వసాగాడు.

వాళ్ళు ఓ పెగ్ తాగగానే ఎలా ప్రవర్తిస్తారో తెలుసు కాబట్టి వెయిటర్ వెళ్ళిపోయాడు.

"నిజమే పాణి. దేవుడు రక్షించాడు. లేకపోతే బెజవాడ రైల్వే కేంటీన్‌లో టీ తాగించేవాణ్ణి ఆ దేవుడు గాడిని."

"ష్...తిట్టకు. దేవుడు వింటాడు."

"నిన్న రాత్రి నాకో తమాషా కల వచ్చింది సుబ్బారావు." పాణి చెప్పాడు.

"ఏమిటది?" రోహిత్ అడిగాడు.

"నేను మెలకువగా ఉన్నట్లుగా కల వచ్చింది. లేచి చూస్తే నేను గాఢ నిద్రలో ఉన్నాను."

"భలే. భలే." రోహిత్ మళ్ళీ టేబుల్ మీద బాదాడు.

ప్రొప్రయిటర్ వీళ్ళ గలభాకి దగ్గరికి వచ్చి చెప్పాడు.

"అరవకండి. మిగతా కస్టమర్స్‌కి ఇబ్బందిగా ఉంటుంది."

"ఏం నువ్వే తెలివిగలవాడినని అనుకుంటున్నావా? రోజుకి ఎనిమిది గంటల చొప్పున నిద్రపోయే మనిషి ఎనభై ఆరేళ్ళ జీవిత కాలంలో ఎన్ని వేల గంటలు నిద్రపోతాడో ఠక్కున చెప్పు చూద్దాం." పాణి అడిగాడు.

సమాధానం కోసం ఎదురు చూసి ఆయన మాట్లాడక పోవడంతో చెప్పాడు.

"చూసావా మరి? చెప్పలేకపోయావు. వెళ్ళు." పాణి గట్టిగా చెప్పాడాయనతో.

"ఎప్పుడొచ్చినా మీ ఇద్దరితో ఇదే గొడవ." ఆయన విసుక్కున్నాడు.

"మావాడు ఫుల్ డిప్రెషన్‌లో ఉన్నాడివాళ. వాడి ఫ్యూచర్ టోటల్ బ్లాంక్‌గా మారింది. పైగా స్వయానా నా అక్క- స్వయానా వాడి తల్లి కోమాలోంచి ఇంకా బయట పడలేదు. బాగా డిప్రెస్డ్ మేం ఇద్దరం." రోహిత్ చెప్పాడు.

పావుగంట తర్వాత బిల్లు చెల్లించి బయటికి వెళ్ళబోయే ముందు పాణి వెయిటర్‌తో చెప్పాడు.

"నువ్వింతగా బతిమాలుతున్నావు కాబట్టి నీమీది గౌరవంతో వెళుతున్నాం. వస్తాం."

ఇద్దరూ తూలుతూ బయటికి వచ్చారు. కొద్ది క్షణాల తర్వాత బార్ ముందు ట్రాఫిక్ అటూ ఇటూ ఆగిపోయింది. కార్ల వాళ్ళు, స్కూటర్ల వాళ్ళు హారన్ కొడుతున్నారు. పోలీస్ స్టేషన్‌కి ఫోన్ చేసారెవరో. కొద్దిసేపట్లో కానిస్టేబుల్ వెంకటస్వామి వచ్చాడు.

రోడ్డు మధ్య మోకాళ్ళ మీద కూర్చుని ఉన్న రోహిత్, పాణిలని చూడగానే అతని మొహంలో ఎంతో నిస్సహాయత ప్రవేశించింది. వాళ్ళ దగ్గరికి వెళ్ళి చెప్పాడు.

"లెండి. మీరిద్దరూ తాగి న్యూసెన్స్ చేస్తున్నందుకు పోలీస్ స్టేషన్‌కి పదండి."

"మేం తాగి న్యూసెన్స్ చేస్తున్నామా? లేదే? రోడ్డు మధ్య మోకాళ్ళ మీద కూర్చునుంటే తాగినట్లా?" పాణి అడిగాడు.

"కాదు. కాని మీ ఇద్దరు ఇందాకట్నించి రోడ్డు మధ్య గీసిన పసుపుపచ్చ డివైడర్ లైన్‌ని చుట్టి ఇంటికి తీసుకుపోవడానికి ప్రయత్నిస్తున్నారు. కాబట్టి తాగినట్లే. పదండి."

వెంకటస్వామి ఓ ఆటోలో ముద్దగా తడిసిపోయిన ఇద్దర్నీ ఎక్కించాడు.

"ఇదేమిటి? రోడ్డింజన్ ఎక్కించావు మా ఇద్దర్నీ?" రోహిత్ అడిగాడు.

పాణి కళ్ళు చికిలించి పోలీస్ వెంకటస్వామిని చూసి అడిగాడు.

"అరె! ఇందాక ఒక్కడివేగా? ఇప్పుడు ఇద్దరెలా అయ్యారు? మీరిద్దరూ కవలలా?"

'బార్ బార్ దేఖో...హజార్ బార్ దేఖో' అనే హిందీ పాట ముందు, తర్వాత వెంకటస్వామి వెంట ఆ పాట పాడుతున్న పాణి, రోహిత్‌లు పోలీస్ స్టేషన్‌లోకి వచ్చారు.

సర్కిల్ ఇన్‌స్పెక్టర్ చలపతిరావుని చూసి ఆ ఇద్దరూ సెల్యూట్ చేసి చెప్పారు.

"గుడీవినింగ్ సర్."

"మామూలేగా?" వెంకటస్వామిని సర్కిల్ చలపతిరావు అడిగాడు.

"మామూలే సార్."

"ఏమిటిది? ఎన్ని సార్లు చెప్పాలి మీ ఇద్దరికి..."

వాళ్ళ చూపులను బట్టి తను చెప్పేది వాళ్ళ బుర్రల్లోకి ఎక్కడం లేదని గ్రహించిన చలపతిరావు చిన్నగా నిట్టూర్చి వెంకటస్వామితో చెప్పాడు.

"మామూలేగా. లోపల పడెయ్, రేపు మాట్లాడుదాం."

ఆ ఇద్దర్నీ ఓ సెల్‌లో ఉంచి వెంకటస్వామి దానికి తాళం వేసాడు.

* * *

రోహిత్‌కి అర్థరాత్రి మెలకువ వచ్చింది. చలిగా ఉండడంతో దుప్పటి కోసం తడిమాడు. అది తగలకపోగా పాణి శరీరం చేతికి తగలటంతో కళ్ళు తెరిచి చూసాడు. అంతా చీకటిమయం. ఒకోటి గుర్తుకు వచ్చింది. బార్, వర్షం, రోడ్డు మీద పచ్చ గీత, పోలీస్ వెంకటస్వామి...వెంటనే మోచేత్తో పాణిని పొడిచి లేపాడు.

"కరెంట్ పోయిందా?" పాణి మెలకువ రాగానే అడిగాడు.

"ఇంట్లో కాదు.. చలపతిరావు అతిథిగృహంలో ఉన్నాం." రోహిత్ చెప్పాడు.

"హత్తెరికి. రాత్రి మళ్ళీ గొడవ చేసామా?"

"రేపు ఉదయం ఆయన మొహం చూడాలంటే చెడ్డ ఇబ్బందిగా ఉంటుంది. టైమ్ ఎంతైంది?" రోహిత్ గట్టిగా ఆవులించి అడిగాడు.

"రెండున్నర. ఆకలి దంచేస్తుంది."

"నాకూ అంతేరా అల్లుడూ. తెప్పించుకుందామంటే ఇంత రాత్రివేళ బయట హోటల్స్ కూడా ఉండవు."

"మనం ఇక్కడికి ఎప్పుడొచ్చామో నీకు గుర్తుందా?" పాణి అడిగాడు.

"టైం గుర్తు లేదు. రోడ్డింజను మీద వచ్చిన గుర్తు."

"ప్చ్! మా అమ్మకి అలా అవకపోతే మనం ఇలా తాగి ఉండే వాళ్ళం కాదు."

రోహిత్ కొద్దిసేపు ఆలోచించి చెప్పాడు.

"నాకో ఉపాయం తట్టింది."

"ఏమిటది?"

"కష్టపడి నిజాయితీగా డబ్బు సంపాదించే మార్గం ఎటూ లేని దేశం ఇది. కాబట్టి ఇంకో విధంగా సంపాదిద్దాం."

"ఇంకో విధంగా అంటే?" పాణి అడిగాడు.

"దొంగతనం."

"ఛ. దొంగతనమే?"

"అక్షరాలా దొంగతనమే."

"కాని మనం దొంగలం కాదుగా?"

"ఐతే అవుదాం. ఎవడూ పుట్టుకతోనే దొంగ కాడు. మనిషిని అవసరం దొంగగా మారుస్తుంది. ప్లానింగ్ అంతా నాది."

"పట్టుబడితే జైల్లో కూర్చోవాలి."

"పట్టుబడకుండా చక్కటి పథకం ఒకటి ఆలోచించాను. చాకచక్యంగా చేయచ్చు."

"నాకిష్టం లేదు." పాణి నిరాకరించాడు.

"ఈ ఒక్కసారికి నా మాట విను. ఎల్లుండి ఆదివారం ప్రయత్నించి చూద్దాం." .

"నాకిష్టం లేదు అన్నానా?" పాణి మళ్ళీ చెప్పాడు.

"మీ అమ్మ ప్రాణాలు కాపాడ్డానికి ఆ మాత్రం సాహసం చేయలేవా?"

"ఊహు."

"నువ్వు దొంగతనం చేయద్దు. ఊరికినే ధైర్యానికి నాపక్కనుండు. అంతే. ఒక వేళ పట్టుబడ్డా నీ తప్పేం లేదు. నేనే దొంగనంటాను." రోహిత్ చెప్పాడు.

ఆ విధంగా పోలీస్ స్టేషన్ సెల్‌లో రోహిత్ ఓ దొంగతనానికి పథకం ఆలోచించాడు. తెల్లరాక పోలీస్ వెంకటస్వామి వచ్చి సెల్ తలుపు తీసాడు.

"రాత్రి బాగా గొడవ చేసామా వెంకటస్వామి?"రోహిత్ అడిగాడు.

"ఏం చెప్పమంటారు? మీరు డ్రింక్ తాగితే తట్టుకోలేరు. ఐనా ఎందుకు తాగుతారో నాకు అర్థం కాదు. మందు కొట్టిన మీరు ఈ ఊళ్ళో ఎక్కడున్నా ఇట్టే తెలిసిపోతుంది నాకు." వెంకటస్వామి చెప్పాడు.

"ఎలా తెలుస్తుంది?"

"ఎవరో ఫోన్ చేసి చెప్తారు, ఇక్కడ రోడ్డు మీద ఇద్దరు ట్రాఫిక్‌ని కంట్రోల్ చేస్తున్నారనో, జేబులోని డబ్బు వచ్చే పోయే వాళ్ళకు పంచుతున్నారనో లేదా షాపుల్లోకి వెళ్ళి రాష్ట్రపతితో అర్జెంట్‌గా ఎస్.టి.డి. మాట్లాడాలని అంటున్నారనో. హైద్రాబాద్ మొత్తంలో ఈ రకంగా గొడవ చేసేది మీ ఇద్దరే."

"సారీ. వెంకటస్వామీ. ఈసారి మందు తీసుకుంటే మా కంట్రోల్‌లో మేం ఉండక పోతే చూడు."

"మీరు ప్రతిసారి చెప్పే మాటేగా ఇది. మీ ఇద్దరి జాతకాల్లో తాగిన రాత్రల్లా శ్రీకృష్ణ జన్మస్థానం రాసి పెట్టి ఉంది."

"ఇంకోసారి ఇలా జరగకుండా చూసుకుంటాంగా."

"అయ్యా తమరిద్దరు ఈ మాటనడం ఇది నాలుగోసారి. చలపతిరావుగారు ఉన్నంత కాలం సరే. ఆయనకి బదిలీ అయి ఇంకో సి.ఐ. వస్తే మాత్రం ఉంటుంది మీ పని."

"ఇంకోసారి ఇలా వస్తే ఒట్టు."

"నా మీద వేయకండి. పిల్లలు గలవాడ్ని." వెంకటస్వామి కంగారుగా చెప్పాడు.

"నిన్న రాత్రి మమ్మల్ని తీసుకొచ్చినప్పుడు చలపతిరావు గారు ఉన్నారా?" రోహిత్ అడిగాడు.

"ఆహా!"

"ఇంక ఆయన మొహం చూడాలంటే వారం దాకా సిగ్గుగా ఉంటుంది."

"ఎందుకు సిగ్గు? సిగ్గులేకుండా చూడండి. చూసి ఇళ్ళకి వెళ్ళండి." వెంకటస్వామి చెప్పాడు.

ఇద్దరూ కటకటాల తలుపు తెరుచుకుని బయటికి వస్తే ఎదురు బల్ల ముందు కుర్చీలో చలపతిరావు కూర్చుని ఉన్నాడు. వాళ్ళ మధ్య ఎలాంటి మాటలు లేవు. చలపతిరావు 'మీరిద్దరూ తాగి రోడ్డు మీద గొడవ చెయ్యడం సబబా?' అనే అర్థం వచ్చేలా అక్యూజింగ్‌గా చూసాడు. 'నిజమే! సబబు కాదు. సారీ' చూపులతో ఇద్దరూ సమాధానం చెప్పారు.

"ఇక వెళ్ళచ్చు." చలపతిరావు చెప్పాడు.

ఇద్దరూ తలలు వంచుకుని బయటికి నడిచారు.

"ఏమిటి పోలీస్ స్టేషన్ ముందు ముగ్గులేసారు?" పాణి రథం ముగ్గుని చూసి అడిగాడు.

"ఆడ పోలీసులు ఉన్న స్టేషన్ ఇది." పోలీసు వెంకటస్వామి చెప్పాడు.

ఇద్దరూ సరాసరి జూబ్లీ హిల్స్‌లోని కమలాకరం ఇంటికి చేరుకున్నారు.

"కమలాకరం వున్నారా?" పాణి గూర్ఖాని అడిగాడు.

"లేరు."

వెంటనే పాణి ఎగిరి గేటు మీంచి అవతలికి చూస్తే గూర్ఖా చెప్పాడు.

"లేరని చెప్పాగా."

"మీ బాస్ అలా చెప్పమని చెప్పావంతే కాని లేక కాదు. ఆయన కారు షెడ్డులోనే ఉందంటే బయటికి వెళ్ళలేదని అర్థం."

"మిమ్మల్ని లోపలికి రానివ్వద్దన్నారు. అలా చెప్పమన్నారు."

గూర్ఖా ఉన్న విషయం కుండ బద్దలుకొట్టినట్లు చెప్పడంతో వెంటనే పాణి, రోహిత్‌లు ఒకరి మొహాలు మరొకరు చూసుకున్నారు.

"మేం బయట ఇక్కడ వెయిట్ చేయకూడదనలేదుగా. ఆయన సినిమా షూటింగ్ జరుగుతోంది. షూటింగ్‌కి వెళ్ళేప్పుడు పట్టుకుంటాం." పాణి చెప్పాడు.

వాళ్ళు ఊహించినట్లుగానే పది నిమిషాల్లో హారన్ మోగింది. గూర్ఖా గేటు తెరిచాడు. కారు గేటులోంచి బయటికి రాగానే దారికి అడ్డంగా ఉన్న ఆ ఇద్దర్ని చూసి కారు ఆపి హారన్ కొట్టాడు.

పాణి కారు దగ్గరికి వెళ్ళాడు. తన వైపున్న అద్దాన్ని కమలాకరం కొద్దిగా దింపాడు.

"ఏమిటీ న్యూసెన్స్?" అడిగాడు.

"న్యూసెన్స్ కాదు. సెన్స్ ఉండే వచ్చాం. గతవారం హాస్పిటల్ బిల్ ఎందుకు కట్టలేదు మీరు?" పాణి గద్దించాడు.

"నువ్వు గ్రాడ్యుయేట్‌వే కదా." ఆయన అడిగాడు.

"అవును?"

"అయితే ఇంత చిన్న విషయం ఎందుకు అర్థం చేసుకోలేవు? ఎంతకాలం ఆ బిల్ కట్టాలి? ఆవిడ ఇంకో ఇరవై ఏళ్ళు బతుకుతుందనుకో. ఇరవై ఏళ్ళ పాటు వారానికి మూడువేల అయిదువందల చొప్పున కడుతూ పోవాలా?"

"తప్పు మీది కాబట్టి మీరు ఆ ఖర్చు భరించి తీరాల్సిందే. పైగా అలా భరించే శక్తి కూడా మీకుంది."

"నిజమే. నేను డబ్బున్నవాణ్ణే. ఒప్పుకుంటాను. కాని నేను కష్టపడి సంపాదించింది మీ అమ్మకి ఖర్చు చేయడానికి కాదు. నాకు పెళ్ళీడుకొచ్చిన ఓ అమ్మాయి ఉంది. ఇంకా అనేక బాధ్యతలు ఉన్నాయి. ఐ జస్ట్ కాన్ట్ హెల్ప్ ఎనీ మోర్. డ్రయివర్ పోనీ."

డ్రయివర్ లాఘవంగా కారుని ముందుకు పోనిచ్చాడు. వెళ్తున్న కారు వెనక డోర్ అద్దం కొద్దిగా కిందకి దిగింది. ఆ అద్దం వెనక నించి కళ్ళజోడు పెట్టుకున్న ఓ అమ్మాయి తన వంక చూడటం పాణి గుర్తించాడు. వెంటనే అతని గుండె మరో సారి లయ తప్పింది.

"ఏమిటి డేడీ?" ఆ స్మశానం సుందరి ముందుకు వంగి అడగడం పాణి విన్నాడు.

అద్దం మూసేయడంతో కమలాకరం ఆమెకేం సమాధానం చెప్పాడో పాణికి వినపడలేదు.

"ఏమిటి నా కన్నా ఎక్కువ షాక్ అయ్యావు?" రోహిత్ అడిగాడు.

"ఏం లేదు." పాణి గొణిగాడు.

"ఏమీ లేకపోవడమేమిటి? హాస్పిటల్ బిల్ ఇస్తానన్నాడా? లేదా?"

"లేదు."

"అబ్బ! ఎంత దిగులుగా ఉంది పాణి నీ మొహం? మీ అమ్మకేం కాకుండా చూసుకునే బాధ్యత నాది." రోహిత్ పాణి భుజం మీద ఆప్యాయంగా తట్టి చెప్పాడు.

పాణి దిగులు తన ప్రియురాల్ని చూసి అని రోహిత్‌కి తెలీదు.

* * *

లంచ్ అవర్‌లో పాణి కమలాకరం ఇంటికి ఫోన్ చేసాడు. ఎవరో రిసీవర్ ఎత్తారు.

"హలో. కమలాకరంగారు ఉన్నారా?" మృదుపాణి అడిగాడు.

"నాన్నగారా? ఉన్నారు. మీరెవరు?" ఓ తియ్యటి కంఠం అడిగింది.

అది తన స్మశాన సుందరి కంఠం అయి ఉండచ్చునుకుని పాణి వెంటనే చెప్పాడు.

"నా పేరు పాణి. మొన్న మనమోసారి కలిసాం."

"మీరెవరి కోసం ఫోన్ చేసారు? నాన్నగారి కోసమా? లేక నా కోసమా?" అడిగిందా కంఠం చురుగ్గా.

"ఫోన్ చేసింది మీ నాన్నగారి కోసమే. కాని ఇప్పుడు మాట్లాడాలనుకునేది మీతోనే. మీరు ఎంతో బావుంటారు." చెప్పాడు.

"అలాగా? ఆర్.ఎస్. ఆరా మీరు?"

"ఆర్. ఎస్. ఆర్. అంటే?" పాణి అడిగాడు.

"రోడ్డు సైడు రోమియోకి అబ్రివేషన్ లెండి. లైన్‌లో ఉండండి. నాన్నగార్ని పిలుస్తాను."

"హలో. ఏమండి. ఒక్క మాట."

పాణి మాటలకి బదులు రాలేదు. రిసీవర్‌ని పక్కనపెట్టి వెళ్ళిపోయిందని అనుకున్నాడు.

"హలో! ఎవరది?" వినిపించిందో బొంగురు కంఠం.

"గుడీవినింగ్ సర్. నన్ను పాణి అంటారండి."

"ఎవరంటారు?"

"మా అమ్మ. ఇంకా చాలామంది. కాని ప్రస్తుతం మా అమ్మ మాట్లాడే స్థితిలో లేదు. మీ కారు దయవల్ల కోమాలో ఉంది."

"పొద్దున నాతో మాట్లాడింది నువ్వేనా?"

"అవునండి. హాస్పిటల్‌లో బిల్లు కట్టకపోతే మా అమ్మని డిశ్చార్జ్ చేసేస్తారుట. మమ్మల్ని మీరే పెద్ద మనసుతో ఆదుకోవాలి."

"నా నిర్ణయం ఉదయం చెప్పాను. ఇంక దీన్ని గురించి నువ్వు కాని, రోహిత్ కాని నాకు ఫోన్ చేయకండి. నన్ను కలవకండి."

"అలా అంటే ఎలా సార్? ఈ లోకంలో మనిషి ప్రాణం కంటే విలువైంది ఏముంటుందండి?"

"నా టైం చాలా విలువైందండి. నీ ప్రశ్నకి సమాధానం ఇచ్చేందుకు కుదరదు."

"అది కాదండి..."

పాణి మాటలు పూర్తి కాకుండానే లైన్ కట్ అయింది.

"ఎవరు డేడీ?" కమలాకరాన్ని కూతురు అడిగింది.

"ఎవరో దౌర్భాగ్యుడు. తన తల్లి ప్రాణం మీదికి వచ్చిందని, సహాయం చేయమని నా ప్రాణాలు తోడేస్తున్నాడు."

"డబ్బు లేని వాళ్ళంతా మనం మూటలు పోసుకుని కూర్చున్నామనుకుంటారు నాన్నగారు." ఆ అమ్మాయి చిరాగ్గా చెప్పింది.

"ఉన్న మాట చక్కగా చెప్పావమ్మా. మనది సోషలిజం కంట్రీ కదా. ఇలాంటి ఫోన్ కాల్స్ తప్పవు."

ఆయన బయటకి వెళ్ళాక మరోసారి ఫోన్ మోగింది. రిసీవర్ అందుకుని అవతలి వైపు కంఠం గుర్తు పట్టగానే ఆ అమ్మాయి కోపంగా చెప్పింది.

"చూడండి మిస్టర్ పాణి. రాంగ్ నంబర్. సహాయం కోసం ఇంకెవరికైనా చేయండి." చెప్పి ఫోన్ పెట్టేసింది.

* * *

"రేపు ఆదివారం. మా ఇంటికి రారాదు?" వరవీణ పాణిని ప్రేమగా అడిగింది.

"దేనికి?" పాణి సిగరెట్ పాకెట్‌ని డ్రాయర్ లోంచి తీస్తూ అడిగాడు.

"ఐస్‌క్రీం చేస్తున్నాను. కలిసి తిందాం."

"వద్దు."

"చల్లగా, తియ్యగా బావుంటుంది కదండి. జస్ట్ ఫైవ్ మినిట్స్ రండి."

"ఐస్‌క్రీం తింటే నాకు జలుబు చేస్తుంది." పాణి చెప్పాడు.

"పోనీ మిరపకాయ బజ్జీలు చేస్తాను."

"నాకు నోరు పూసింది. కారం పడదు."

"పోనీ గులాబ్‌జామ్‌లు చేస్తాను."

"నూనెల్లో కల్తీ. స్వీట్స్ తినను."

అతని సమాధానాలకి వరవీణ మూతి ముడుచుకుంది.

"ఐతే మీరు రేపు ఏం చేస్తారు?" అడిగింది.

"ఇంట్లో బూజు దులిపి, బట్టలు ఉతుక్కుంటాను." పాణి చెప్పాడు.

"నేను సాయానికి రానా?" ఉత్సాహంగా అడిగింది.

"వద్దు. మా రోహిత్ ఉన్నాడుగా. వాడు వస్తాడు."

రోహిత్ అతని సీటు దగ్గరికి వస్తూ చెప్పాడు.

"నాకు నూరేళ్ళాయుష్షు. ఏమిటి నన్ను తలచుకుంటున్నారు?"

"ఏం లేదు. వరవీణ రేపు ఐస్‌క్రీం, మిరపకాయ బజ్జీలు, గులాబ్‌జామ్ చేస్తుందిట. నిన్ను వాళ్ళింటికి రమ్మని చెప్పడానికి సిగ్గు పడుతోంది." పాణి చెప్పాడు.

"ఓ.కే ఆ మాత్రం ఒకరికొకరు సాయం చేసుకోకపోతే ఎలా? తప్పక వస్తాను." రోహిత్ ఆనందంగా చెప్పాడు.

"అబ్బే. రేపు ఆదివారం కాదు. పై ఆదివారం." వరవీణ ఇబ్బందిగా చెప్పింది.

"నీకు కారు డ్రైవింగ్ వచ్చుగా?" ఇద్దరూ చెట్ల కిందకి వెళ్ళాక రోహిత్ అడిగాడు.

"వచ్చు. ఏం?"

"మనకో కారు దొరికింది. దాన్ని డ్రయివ్ చేసి పెట్టాలి. పద చెప్తా."

"సిగరెట్ పూర్తి కాని."

ఇద్దరూ బయటికి నడిచారు.

'ప్రేమించడం కన్నా ప్రేమించబడటంలోనే ఆనందం ఉందని, నేను అతన్ని ప్రేమిస్తున్నానని ఎప్పటికి గ్రహిస్తాడో కదా మహానుభావుడు' వెళ్తున్న పాణిని చూసి వరవీణ మనసులో అనుకుంది.

6

పాణి, రోహిత్ నారాయణగూడ లోని ఓ సూపర్ బజార్‌లోకి నడిచారు.

"మీ ఫ్రెండ్ కారేది?" పాణి అడిగాడు.

రోహిత్ అక్కడ ఆగి ఉన్న కార్లని పరీక్షగా చూసి ఓ బ్లూ కలర్ మారుతి దగ్గరికి వెళ్ళి చెప్పాడు.

"ఇదే."

రోహిత్ ఫ్రంట్ సీట్‌లో, పాణి డ్రైవింగ్ సీట్‌లో కూర్చున్నారు.

"ఇగ్నీషన్ కీ ఏది?" పాణి అడిగాడు.

రోహిత్ జేబులోంచి ఓ ఇగ్నీషన్ కీ తీసి ఇచ్చి చెప్పాడు.

"ఇది పనిచేస్తుందేమో చూడు."

దానికి ఆ కారు స్టార్ట్ అవలేదు. ఇంకోటి ఇచ్చి చెప్పాడు.

"ఇది చూడు."

"ఇన్ని తాళం చెవులేమిటి?" పాణి అడిగాడు.

కారు స్టార్టైంది. ఆ సూపర్ బజార్ ఆవరణ లోంచి పాణి కారుని బయటికి పోనించాడు.

"ఎక్కడికెళదాం?" పాణి డ్రయివ్ చేస్తూ అడిగాడు.

"మలక్ పేటకి." రోహిత్ అద్దంలో క్రాఫ్ చూసుకుంటూ చెప్పాడు.

"అక్కడికి దేనికి?"

"అబూబేకర్ కార్ కేర్ సెంటర్ ఉందక్కడ."

"ఈ కారు రిపేరుకివ్వాలా? బానే ఉన్నట్లుందే?" పాణి అడిగాడు.

"రిపేరుకి కాదు. అమ్మేయడానికి."

"అమ్మడానికా?" పాణి ఆశ్చర్యంగా అడిగాడు.

"అవును. ఏ పార్టుకా పార్టు విడదీసి అమ్మేస్తాను. కనీసం పదివేలైనా చేతిలో పడతాయి."

"ఇది ఎవరి కారు?" రోహిత్ వంక అనుమానంగా చూస్తూ అడిగాడు.

"ఫ్రెండ్‌ది."

"ఎవరా ఫ్రెండ్?"

"ఊరూ, పేరూ తెలీదు. వాడి కారు ద్వారా మనకి పది వేలు వస్తూంటే ఫ్రెండ్ అవుతాడు కానీ ఎనిమీ కాడుగా."

"అంటే ఈ కారుని నాతో దొంగతనం చేయించావన్న మాట?" పాణి కారుని స్లో చేస్తూ అడిగాడు.

"అవును. ఆ మాట ముందే చెప్తే ఒప్పుకోవు. నాకు డ్రయివింగ్ రాదు. అందుకని."

"ఛీ. ఛీ. మనం దొంగలం కాదు."

"అబూబేకర్ మన పేరు కాని, ఈ కారు ఊసు కాని బయటపెట్టడు. పార్ట్స్ దేనికి దానికి అమ్మేస్తాడు. వచ్చే డబ్బుని హాస్పిటల్‌కి కడదాం. ఓ నెల దాకా అక్కయ్య గురించి చింత ఉండదు."

"నో. నో. వెనక్కి తీసుకెళ్ళి అక్కడే పార్క్ చేద్దాం." పాణి కారుని ఆపి చెప్పాడు.

"ష్. పోనీ. ఈ కారుని దొంగిలించారని పోలీసులకి రిపోర్ట్ అంది వాళ్ళు దీని కోసం వెదకడం మొదలు పెట్టేలోగా మనం అబూబేకర్ దగ్గరు ఉండాలి."

"ఇది తప్పు. ఇందులో నాకు భాగం వద్దు."

"ఏడ్చావ్. వెనక్కి తీసుకెళ్ళి దీన్ని ఓనర్‌కి ఇచ్చి 'సారీ. మనసు మార్చుకుని మంచి వాడినైపోయాను' అంటే ఊరుకుంటాడా? మెడ పట్టి ఇద్దర్నీ పోలీసుల దగ్గరికి లాక్కెళ్తాడు. అబూబేకర్ ఇది దొంగ కారని తెలిసినా ఆ పని చేయడు." రోహిత్ చెప్పాడు.

"ఊహు. నా వల్ల కాదు."

"చూడు పాణి. దేవుడు పాలని ఇస్తాడు. కానీ బక్కెట్‌ని ఇవ్వడు. అది మనమే తెచ్చుకోవాలి. ఇదీ అలాంటిదే. డబ్బు ఎక్కడుందో చెప్తాడు. కాని దాన్ని ఎలా సంపాదించాలో చెప్పడు." చిన్న పిల్ల వాడికి 'సత్యమునే పలుకవలెను' అని టీచర్ పాఠం చెప్పే పద్ధతిలో రోహిత్ చెప్పాడు.

ఎదురుగా రెండు సైకిళ్ళ మీద ఇద్దరు పోలీసు కానిస్టేబుల్స్ వస్తూండడం చూసి పాణి తన చర్చని ఆపాడు. వెంటనే తనే ఆ కారు యజమానిగా నటిస్తూ, ఎంతో ధీమాగా కూర్చున్నాడు. ఇద్దరూ కారు దగ్గరకు వచ్చారు.

రోహిత్ దేని కోసమో వెదుకుతున్నట్లుగా నటిస్తూ డేష్ బోర్డు తెరిచాడు. అందులోని చిన్న టేప్ రికార్డర్‌ని తీసాడు.

ఆ ఇద్దరు కానిస్టేబుల్స్ కారు పక్కన ఆగారు. ఒకడు సైకిల్ దిగి దానికి స్టాండ్ వేసి వంగి పాణి వంక చూస్తూ అడిగాడు.

"ఇది చట్ట విరుద్ధం అని తెలియదా?"

"తెలుసు. అయినా ఇది మా కారే. మీరు పొరబడ్డారు." పాణి గంభీరంగా చెప్పాడు.

"లైసెన్స్, సి. బుక్ చూపించండి." రెండో కానిస్టేబుల్ అడిగాడు.

"లైసెన్స్ అంటే తెలుసు. సి బుక్కంటే ఏమిటి?" రోహిత్ అడిగాడు.

"నువ్వు మాట్లాడక" పాణి రోహిత్‌ని కసిరి కానిస్టేబుల్‌తో చెప్పాడు.

"ఆ రెండు ఇంటి దగ్గర ఉన్నాయి."

"ఐతే మొత్తం మూడు నేరాలు." కానిస్టేబుల్ జేబులోంచి చిన్న నోట్ బుక్ తీస్తూ చెప్పాడు.

"మూడేమిటి? రెండేగా? ఈ కారు మాదే." రోహిత్ చెప్పాడు.

"నో పార్కింగ్ సైన్ బోర్డు కిందే కారు ఆపడం నేరం." కానిస్టేబుల్ చెప్పాడు.

"ఐతే నిజం వీళ్ళకి తెలీదు." రోహిత్ ఆనందంగా చెప్పాడు.

"నిన్ను మాట్లాడద్దన్నానా?" పాణి కసిరాడు.

తర్వాత కానిస్టేబుల్ వంక నవ్వుతూ చూస్తూ చెప్పాడు.

"సారీ. ఇక నించి ఆ కాగితాలని కారులోనే ఉంచుతూంటాను. ఈ ఒక్క సారికి ఏం అనుకోకండి. 'నో పార్కింగ్' బోర్డు చూడలేదు నేను."

"ఎంతుంది నీ దగ్గర?" కానిస్టేబుల్ గొంతు తగ్గించి అడిగాడు.

"ఏభై దాకా ఉండచ్చు." పాణి చెప్పాడు.

కానిస్టేబుల్ నోట్‌బుక్‌ని జేబులో ఉంచుకుని చేతిని చాపాడు. పాణి చేసేది లేక జేబు లోంచి ఏభై రూపాయల నోటు తీసి కానిస్టేబుల్ చేతిలో ఉంచి కారు స్టార్ట్ చేసి ముందుకు పోనిచ్చాడు. ఫర్లాంగు దూరంలో కారు ఆపి పాణి డ్రైవింగ్ సీట్ పక్క తలుపు తెరుస్తూ చెప్పాడు.

"నేను వెళ్తున్నాను. నువ్వు వస్తావో రావో నీ ఇష్టం."

"ఆగు పాణి. అవతల మీ అమ్మ చావు బతుకుల మధ్య..."

"ఏది ఏమైనా కాని. దొంగతనం చేయడానికి నేను సినిమా హీరోని కాను."

"ఆగాగు. ఒక్క మాట."

అకస్మాత్తుగా ఓ పసికందు ఏడుపు వినిపించడంతో బయట ఉన్న పాణి, కారు దిగుతున్న రోహిత్ ఆగిపోయారు. రోహిత్ తలుపు వెనక్కి, పాణి వెనుక విండో గ్లాసులోంచి లోపలికి చూసారు.

వెనక సీట్లో నాలుగు నెలల పసికందు గుక్క పెట్టి ఏడుస్తోంది. ఆ ఇద్దరూ ఆ పసిపాప వంక చూసి తర్వాత, ఒకరి మొహం మరొకరు ఆశ్చర్యంగా చూసుకున్నారు.

"డేమిట్. వీడెవడు పానకంలో పుడకలా?" పాణి అసహనంగా అరిచాడు.

రోహిత్ ఆ పసికందుకు కట్టిన నేపీని విప్పతీసి చూసి మళ్ళీ కట్టేసి చెప్పాడు.

"తప్పు వీడు కాదు. ఇది. ఈ కారు ఓనర్ కూతురో, మనవరాలో."

"లింగం కాదు. ఇప్పుడు మనం ఆలోచించాల్సింది ఏం చేయాలా అని." పాణి అసహనంగా అరిచాడు.

"పశువులు, శిశువులు ఏడ్చేది రెండు సందర్భాల్లోనే. దెబ్బ తగిలితే లేదా ఆకలేస్తే, పాల టైం అయినట్లుంది." రోహిత్ చెప్పాడు.

క్రమక్రమంగా ఆ పసికందు ఏడుపు అధికం అవసాగింది. రోడ్డు మీద వెళ్ళే పాదచారులు ఆ ఇద్దరి మగాళ్ళ వంక, వెనక సీట్లో పడుకున్న పసిపిల్ల వంక చూసుకుంటూ వెళ్ళసాగారు. ఒక ముసలాయన ఆగి రోహిత్‌ని అడిగాడు.

"అంత పెద్దగా ఏడుస్తుంటే పసిపిల్లని పట్టించుకోరే?"

"మావాడి భార్య ఆ షాప్‌లోకి పాలడబ్బా కోసం వెళ్ళింది." రోహిత్ వెంటనే పాణి భుజం మీద చేయి వేసి చెప్పాడు.

పాణికి ఏడవాలో, నవ్వాలో తెలీనట్లుగా మొహం పెట్టాడు. ఆ ముసలాయన వెళ్ళాక చెప్పాడు రోహిత్.

"ఈ కారు దొంగిలించబడిందని లౌడ్ స్పీకర్‌లో చెప్పినట్లుగా ఉంది ఆ ఏడుపు. నీ దగ్గర పదుంటే వెళ్ళి ముందు పాలడబ్బా తీసుకురా."

"ఏభై నీ ముందేగా క్షవరమైంది. ఇంక లేదు."

"ఐతే ఓ పని చేద్దాం. మన పోస్ట్ మాస్టర్ గారి భార్యకి పోతపాలు పట్టే కూతురుందిగా. ఆవిడ దగ్గరికి తీసుకెళ్ళి ముందు పాలు పట్టమందాం."

పాణి కారు స్టార్ట్ చేసి తమ ఇంటికి పోనించాడు. అది నాలుగు పోర్షన్స్ గల ఇల్లు. ఓ దాంట్లో పాణి, రోహిత్‌లు, మరో దాంట్లో ఇంటివాళ్ళు, మూడో దాంట్లో పోస్ట్‌మాస్టర్ ఉంటున్నారు. ఆ పసికందుని రోహిత్ ఎత్తుకుంటుంటే పాణి చెప్పాడు.

"ఆగాగు. అలా కాదు. మెడ కింద చెయ్యి వేసి ఎత్తుకోవాలి."

పాణి పిల్లని ఎత్తుకోగానే అతని చొక్కాని తడిపేసింది.

"ఛ ఛ. ఈ రోజు పరమ దరిద్రమైన రోజు." పాణి విసుక్కున్నాడు.

ఇద్దరూ పోస్ట్ మాస్టర్ పోర్షన్‌లోకి వెళ్ళారు. ఆవిడ పాణి చేతిలోని పసికందుని చూసి ఆశ్చర్యంగా అడిగింది.

"ఎవరి పిల్ల నాయనా ఇది?"

"చెప్పు. ఆవిడ అడుగుతోందిగా. ఎవరి పిల్ల?" రోహిత్ పాణితో చెప్పాడు.

"నా ఫ్రెండ్ పిల్ల. ఆడుకుందామని తెచ్చుకున్నాను. లౌడ్ స్పీకర్‌తో పోటీ పడ్డట్టుగా ఏడుస్తోంది."

"ఐనా ఈ వయసు పిల్లని ఆ తల్లి ఎలా ఇచ్చింది? పాలు పట్టే తెచ్చారా?"

"ఊహు. మీ దగ్గర డబ్బా పాలున్నాయిగా. కాసిన్ని ఈ పిశాచానికి ఇచ్చి పుణ్యం కట్టుకోరు?" పాణి అభ్యర్థించాడు.

"దానికేం భాగ్యం?"

క్షణాల్లో ఆవిడ నీళ్ళు మరిగించి పాలు కలిపింది. రోహిత్ ఆ డబ్బాలోని పాలపొడి చిటికెడు నోట్లో వేసుకుని చెప్పాడు.

"ఎంత బావుందో. నాది పోతపాలు కాదు."

ఆవిడ పసికందుకి పాలుపట్టాక ఊరుకుంది.

"నువ్వెంత మంచివాడివి పాణి." ఇంటావిడ వచ్చి మెచ్చుకోలుగా చెప్పింది.

"వీడు ఎందుకు మంచి?" రోహిత్ ప్రశ్నించాడు.

"ఈ రోజుల్లో పెళ్ళి కాకుండా అమ్మాయిలని గర్భవతులని చేసి వాళ్ళ మానాన వాళ్ళని వదిలేస్తున్నారు. కాని ఇలా స్వంత బిడ్డల్ని ఎవరూ ఇలా పెంపకానికి తెచ్చుకోరు." ఆరాధనగా చూస్తూ ఆవిడ చెప్పింది.

పాణి నవ్వలేక నవ్వి చెప్పాడు.

"మీరు పొరపడ్డారు. నా స్వంత బిడ్డ కాదు."

"కాని నీకూ లెక్కల మేష్టారు గారి చెల్లెలికి సంబంధం ఉందని, నీ వల్ల ఆమెకి ఈ బిడ్డ పుడితే, లెక్కల మేస్టారు ఆమెని ఇంట్లోంచి తరిమేస్తే ఆమె గత శుక్రవారం టేంక్‌బండ్‌లోకి దూకి ఆత్మహత్య చేసుకుందని, నువ్వు ఈ బిడ్డని తెచ్చు..."

"ఇదంతా ఎవరు చెప్పారు?" పాణి ఆవిడ్ని ఆశ్చర్యంగా అడిగాడు.

"మనం సందులోని వాళ్ళు అనుకుంటున్నారు."

"మీరు అప్పుడే ఇంత కథ అల్లేసారా?" పాణి ఆశ్చర్యంగా అడిగాడు.

ఇన్‌స్పెక్టర్ చలపతిరావు భార్య వచ్చి ఇంటావిడకి చెప్పింది.

"సాయంత్రం శ్రావణ మంగళవారం నోము నోచుకుంటున్నాను. మీరు తప్పక రావాలి. ఫోర్ నాట్ టూని, ఫోర్ థర్టీ సిక్స్‌ని, త్రీ థర్టీ ఎయిట్‌ని పిలిచాను. పోతే సిక్స్ ఫార్టీ టూ ఊళ్ళో లేదట."

"వాళ్ళంతా ఎవరు?" రోహిత్ అడిగాడు.

"ఆడ పోలీసులు." చలపతిరావు భార్య చెప్పింది.

ఇద్దరూ బయటికి వచ్చి కారెక్కారు.

"ఇంకో నాలుగు గంటల దాకా ఈ పిల్ల లౌడ్ స్పీకర్‌ని ఆన్ చేయదు. ఈ లోగా స్పీకర్‌తో సహా దీని యజమానికి కారుని చేర్చాలి." పాణి కారు స్టార్ట్ చేసి చెప్పాడు.

"దీన్ని అబూబేకర్ దగ్గరికి తీసుకెళ్ళడం లేదా?" రోహిత్ నిస్పృహగా అడిగాడు.

"ఉహూ. అయింది చాలు."

"దీని యజమాని ఎవరో తెలుసుకోవడం ఎలా?" రోహిత్ అడిగాడు.

పాణి ఓ టెలిఫోన్ బూత్ దగ్గర కారుని ఆపి దిగి వెళ్ళి పోలీస్ స్టేషన్‌కి ఫోన్ చేసాడు.

"అయ్యా. చెకొస్లోవేకియా సూపర్ బజార్ ముందు దొంగిలించబడ్డ నీలం రంగు మారుతి కారు ఓనర్ పేరు, చిరునామా చెప్తారా?" అడిగాడు.

"మీరెవరు?" వెంటనే అవతలి నించి అడిగారు.

"ఆ కారు దొంగని."

"ఇవాళ ఏ సూపర్ బజార్ నించి కారు కాదు కదా, సైకిల్ కూడా పోయిందని మారు రిపోర్ట్ రాలేదు."

పాణి ఆ ఫోన్‌కాల్‌కి రూపాయి చెల్లిస్తూ 'ఇదో క్షవరం' అనుకున్నాడు.

కారెక్కిన పాణిని చూసి ఆ పసిపిల్ల నవ్వుతూ కేరింతలు కొట్టసాగింది.

"పెట్రోల్ ఎంప్టీకి వస్తున్నట్లుంది. ఓ అయిదు లీటర్లు కొట్టించు." రోహిత్ చెప్పాడు.

"ఇంక ఈ కారు మీద, ఈ ఆకలి రాక్షసి మీద ఒక్క పైసా కూడా ఖర్చు చేయను. వెధవ ప్లాను నీది. ఛస్తున్నాను." పాణి పళ్ళు పటపటా కొరికాడు.

"ఈ కారు ఇక్కడే వదిలేసి వెళ్తే నాలుగ్గంటల తర్వాత ఈ పసిపాప ఆకలితో మలమల మాడి చస్తే ఎలా? ఆ పాపం మనకి చుట్టుకోదూ?" రోహిత్ ప్రశ్నించాడు.

"నువ్వు నోరెత్తక. నన్ను కాసేపు ప్రశాంతంగా ఆలోచించుకోని." పాణి కసిరాడు.

కొద్ది నిమిషాలు ఆలోచిస్తూండగా దూరంగా రియర్‌వ్యూ మిర్రర్‌లో ఓ పోలీస్ వేన్ కనపడింది. అది వాళ్ళ వైపే వస్తోంది.

"రోహిత్. వెనకాల పోలీస్ వేన్ వస్తోంది." పాణి భయంగా చెప్పాడు.

ఆ వేన్ పైన ఉన్న స్పీకర్‌లోంచి మాటలు వినపడ్డాయి.

"నీలం రంగు మారుతి. ఆగు. కదలక."

కారుని బ్రేక్ వేసి ఆపాడు పాణి. వెనకాల నించి వస్తున్న పోలీస్ వేన్ దగ్గరయ్యే కొద్దీ ఆ మారుతిలోని పాణి గుండె కొట్టుకునే వేగం పెరగసాగింది.

ఇద్దరూ ప్రాణాలు ఉగ్గబట్టుకుని దగ్గరవుతున్న పోలీస్ వేన్ వంక పాలిపోయిన మొహాలతో చూడసాగారు.

"నాకు తెలీదు. నువ్వే ఈ కారు దొంగతనం చేసింది. నువ్వెక్కమంటే ఎక్కానంతే. నాకు డ్రయివింగ్ రాదు. గుర్తుంచుకో." చెప్పాడు రోహిత్ తాపీగా.

పాణి తల వెనక్కి తిప్పి పోలీస్ వేన్ వంక చూసాడు. అది అతను ఊహించినట్లుగా ఆ మారుతి కారు ముందో, వెనకాలో ఆగలేదు. ముందుకు దూసుకుపోయింది.

దాని వెనక ఓ వేన్ మీద బిగించబడ్డ కెమెరా వెనక నలుగురు నిలబడి ముందు వెళ్తున్న పోలీస్ వేన్‌ని చిత్రీకరిస్తూ ఆ పోలీస్ వేన్ వెనక వెళ్ళడం పాణి, రోహిత్ గమనించారు. వేన్ మీద కమలాకరం కూడా ఉన్నాడు.

"అమ్మయ్య. సినిమా షూటింగ్. నిజంగా పోలీసులు మన వెంట పడ్డారు అనుకున్నాను." పాణి బిగబట్టిన గాలి వదిలి చెప్పాడు.

పాణి కారు దిగి దగ్గరే ఉన్న జనరల్ స్టోర్స్‌కి వెళ్ళి ఓ క్రేయాన్‌తో, తెల్ల కాగితంతో వచ్చాడు.

"దేనికవి?" రోహిత్ అడిగాడు.

"నన్నో మెస్‌లోకి లాగావ్. దీంట్లోంచి ఎలా బయటపడతానో నువ్వే చూడు."

దగ్గర్లో ఉన్న ఓ పోలీస్ స్టేషన్‌కి పది గజాల దూరంలో కారు ఆపాడు. క్రేయాన్‌తో ఆ తెల్ల కాగితం మీద ఎడంచేత్తో రాసాడు.

"బేబీ అండ్ ది కార్ ఫర్ సేల్. కన్సల్ట్ పోలీస్ స్టేషన్."

ఐతే బేబీ, కార్‌ల బొమ్మలు గీసాడు కాని అక్షరాల్లో రాయలేదు. తర్వాత జేబులోంచి రుమాలు తీసి స్టీరింగ్ వీల్ మీద, హేండ్ గేర్ మీద ఇతర చోట్ల తన వేలి ముద్రలని తుడిచేసాడు. ఆ తెల్లకాగితాన్ని కారు ముందున్న వైపర్స్ కింద ఎగిరిపోకుండా గుచ్చాడు.

"పద." రోహిత్‌తో చెప్పాడు.

ఇద్దరూ దూరంగా ఓ బస్ స్టాప్ పక్కన నిలబడి చూడసాగారు. దాదాపు ఐదు నిమిషాల దాకా ఏం జరగలేదు. ఒకరిద్దరు ఆ కాగితం వంక చూసుకుంటూ వెళ్ళారు.

"ఎవరూ నమ్మరు. నీ ఐడియా పారలేదు." రోహిత్ చెప్పాడు.

మరో రెండు నిమిషాలు గడిచాయి. ఒకతను దాన్ని చదివి కొద్దిగా ముందుకెళ్ళి మళ్ళీ వెనక్కొచ్చి ఇంకోసారి చదివి కారులోకి తొంగి చూసాడు. పోలీస్ స్టేషన్ వైపు పదడుగులు వేసి, ఆగి బుర్ర గోక్కుని మళ్ళీ తన దారిన తాను వెళ్ళిపోయాడు.

"పోలీస్ స్టేషన్‌కి వెళ్ళాలంటే ఎవరికైనా భయమే. పోలీస్ స్టేషన్ కాకుండా కన్సల్ట్ జనరల్ స్టోర్స్ అని రాయి. అది బెటర్." రోహిత్ సలహా ఇచ్చాడు.

"అంతేనంటావా?" పాణి అడిగాడు.

"అంతే కాబట్టే అన్నాను. పద."

ఇద్దరూ కారు దగ్గరికి నడిచారు. సరిగ్గా పాణి కారు డోర్ హేండిల్ మీద చేతిని వేస్తుండగా సువేగా మీద పోలీస్ స్టేషన్ నించి వెళ్ళే ఓ పోలీస్ కానిస్టేబుల్ కళ్ళబడిందా కారుకి ముందు అద్దానికి ఉన్న ఆ కాగితం.

అతను వెంటనే సువేగా ఆపి కారు దగ్గరికి నడిచాడు. అది గమనించిన రోహిత్ పాణితో మెల్లగా చెప్పాడు.

"ష్... పద. పోలీస్."

వెంటనే రోహిత్, పాణి పేంట్ జేబుల్లో తమ చేతులని ఉంచుకుని చిన్నగా ఈల వేస్తూ తామా కారు ఉనికినే గ్రహించనట్లుగా కేజువల్‌గా దానికి దూరంగా నడిచారు.

కానిస్టేబుల్ కారులో వెనక సీట్‌లోని బేబిని గమనించి కారు చుట్టూ నడిచి చూసాడు. తర్వాత సువేగా దగ్గరకి వెళ్ళి, దాన్ని వెనక్కి తిప్పి మళ్ళీ పోలీస్ స్టేషన్‌కి వెళ్ళాడు.

పాణి, రోహిత్‌లు ఇద్దరూ మళ్ళీ బస్‌స్టాప్ దగ్గర నిలబడి జరిగేది చూడసాగారు. ఆ కానిస్టేబుల్ వెంట ఎస్.ఐ. ఇంకో కానిస్టేబుల్ వచ్చారు. ఎస్.ఐ. కారు చుట్టూ తిరిగి చూసాడు. వంగి ఓసారి కారు కింద కూడా చూసాడు. తర్వాత కారు వెనక తలుపు తెరిచి వెనుక సీట్‌లో పడుకున్న పసికందు వంక చూసాడు.

"ఇంక పద. కారు, బిడ్డ ఇద్దరూ వాటి ఓనర్స్ దగ్గరికి చేరతారు." పాణి చెప్పాడు.

ఇద్దరూ బస్‌స్టాప్‌లో ఆగిన ఓ బస్‌ని ఎక్కారు.

"నువ్వు కొను టిక్కెట్." పాణి రోహిత్‌తో చెప్పాడు.

రోహిత్ చిల్లర కోసం జేబులో చేతిని ఉంచితే అతని చేతికి టేప్ రికార్డర్ తగిలింది. ఇద్దరూ తర్వాతి స్టాప్‌లో దిగాక రోహిత్ చెప్పాడు.

"పద. ఓ ఇరానీ చాయ్ కొడదాం."

ఇద్దరూ దగ్గరే ఉన్న ఇరానీ రెస్టారెంట్‌లోకి దారి తీసారు. కూర్చుని టీ చెప్పాక రోహిత్ జేబులోంచి ఆ టేప్‌రికార్డర్‌ని తీసి ఆన్ బటన్ నొక్కాడు. పసిపాప ఏడుపు కెవ్వున వినిపించసాగింది. ఆ శబ్దానికి సిగరెట్ వెలిగించుకుంటున్న పాణి తల తిప్పి రోహిత్ వంక చూసి అడిగాడు.

"అరె! కార్లోని టేప్ రికార్డర్ కొట్టేసావా?"

"కొట్టేయలేదు. జేబులో ఉంచానంతే" రోహిత్ చెప్పాడు.

"ఛీ ఛీ. మొదట్నించీ నీ బుద్ధి ఇంతే. ఏది చెయ్యకూడదో అది చేస్తుంటావు." పాణి కోప్పడ్డాడు.

"అవసరం ఏ నేరానికైనా తల్లి అన్నాడు బెర్నార్డ్ షా. ఈ ఏడుపు వింటూంటే అచ్చం ఆ పిల్ల రాక్షసి పక్కనే ఏడుస్తూన్నట్లుగా లేదూ?" రోహిత్ అడిగాడు.

పాణి బదులు చెప్పలేదు. టేప్ రికార్డర్‌ని ఆఫ్ చేసాడు. రోహిత్ టీ తాగుతూ మౌనంగా ఆలోచించసాగాడు.

"దాన్ని ఎంతకి అమ్ముదామని నీ ఆలోచన?" పాణి రోహిత్‌ని అడిగాడు.

ఆ ప్రశ్నకి అతను జవాబు చెప్పలేదు. రోహిత్ మెదడులో ఓ కొత్త ఆలోచన మెరిసింది. టీ తాగాక రోహిత్ చెప్పాడు.

"పద. భారత్ బ్లేడ్ కొనుక్కుని ఇంటికెళదాం."

రోహిత్ టీ డబ్బు చెల్లించాక ఇద్దరూ బయటికి నడిచారు. ఇద్దరూ దగ్గర్లో ఉన్న 'సూపర్ నీడ్స్' సూపర్ బజార్‌లోకి వెళ్ళారు. రోహిత్ 'చిల్డ్రన్స్ సెక్షన్' అని రాసి ఉన్న వైపు నడిచాడు.

"ఇటెటు?" పాణి అడిగాడు.

"ఇది అడ్డదారి కాని పద."

ఆ సెక్షన్‌లోని ఓ పెరాంబులేటర్ (చిన్న పిల్లలని ఉంచే తోపుడుబండి)కి కట్టి ఉన్న పట్టీని చూసి దాన్ని అటు-ఇటు నడిపించి చూసాడు. నాలుగడుగులు వెనక్కి వేసి దాని వంక చూసి సంతృప్తిగా తల ఆడించి దాన్ని తోసుకువెళ్ళి ఓ టెడ్డి బేర్‌ని అందుకుని అందులో పడుకోబెట్టి, అది కనపడకుండా దాని మీద ఓ బ్లాంకెట్‌ని కప్పాడు.

"ఏమిటిది? నీకు పిచ్చా?" పాణి ఆశ్చర్యంగా అడిగాడు.

"జస్ట్. చూస్తూండంతే. నువ్వు మూగవాడివి. నీకు మాటలు రావు. కాబట్టి నోరెత్తక. మళ్ళీ మాట్లాడితే నువ్వు నా వెంట వస్తున్నా నీకు నాకు సంబంధం లేదు. నా వెనకే వచ్చి చూస్తూండు. ఇక్కడ ఓ లక్షకి తక్కువ సంపాదించను." రోహిత్ చెప్పాడు.

జేబులోంచి టేప్ రికార్డర్ తీసి రోహిత్ దాన్ని టెడ్డి బేర్‌ని కప్పిన బ్లాంకెట్ కింద ఉంచాడు.

'సూపర్ నీడ్స్' సూపర్ బజార్‌లోని జ్యూవెలరీ సెక్షన్‌లోకి ముందుగా టేప్ రికార్డర్ లోంచి ఆ బిడ్డ ఏడుపు, తర్వాత పెరంబులేటర్, ఆ తర్వాత దాన్ని తోసుకు వస్తున్న రోహిత్, అతనికి కొద్దిగా దూరంలో ఏదో కొనడానికి చూస్తూ వస్తున్నట్లుగా వస్తున్న పాణి ప్రవేశించారు.

కర్ణకఠోరంగా వినిపిస్తున్న ఆ ఏడుపుకి ఆ సెక్షన్‌లోని అన్ని తలలు రోహిత్ వైపు, ఆ తోపుడు బండి వైపు తిరిగాయి. కౌంటర్స్ వెనకాల ఉన్న సేల్స్ గర్ల్స్ కూడా చూసారని గ్రహించాక రోహిత్ ఆ తోపుడు బండిలోకి చూస్తూ చెప్పాడు.

"కూచి కూచి. ఏడవకమ్మా. కూచి కూచి కూ."

ఐనా ఏడుపు ఆపలేదు. అతని చెయ్యి టేప్ రికార్డర్ ఆఫ్ బటన్ కోసం తడుముతోంది.

"ఓళ్ వళ్వళ్వళ్వళ్వళ్వ హాయి. హాయి హాయి ఆపదలు కాయి."

టేప్ రికార్డర్ ఆఫ్ బటన్ నొక్కి ఆపేసాడు. వెంటనే ఠక్కున ఏడుపు ఆగిపోయింది. రోహిత్ తన వంక చూస్తున్న అందరి వంక అపాలజిటిక్‌గా చూసి ఓ కౌంటర్ దగ్గరికి వెళ్ళి సేల్స్ గర్ల్‌తో చెప్పాడు.

"చిన్న పిల్లలకి వేసే బంగారపు గొలుసులేవైనా ఉన్నాయా?"

"వయసు?"

"నాలుగు నెలలు."

ఆమె నాలుగైదు గొలుసులు తీసి చూపించి వాటి ధరలు చెప్పింది.

"అన్నీ కలిపి అరవై వేల రూపాయల చిల్లర."

"ఓసారి వేసి చూడచ్చా?" ఆమెని అడిగాడు.

"అలాగే."

ఆమె ఎదురు చూసినట్లుగా రోహిత్ తోపుడు బండి లోంచి పిల్లని బయటికి తీయకుండా, ఆ బండి దగ్గరికి వెళ్ళి దాన్ని వేసి చూస్తున్నట్లు నటించి మళ్ళీ ఆన్ బటన్ని నొక్కాడు. మళ్ళీ కెవ్వున ఏడుపు వినపడసాగింది.

"కూచి కూచి...ఓళ్ వళ్వళ్వళ్వళ్వ హాయి..."

ఏడుపు ఆగలేదు. వెంటనే రోహిత్ గొలుసుతో సేల్స్ గర్ల్ దగ్గరికి వచ్చి చెప్పాడు.

"మీజిల్స్. అందుకే ఏడుస్తోంది."

ఆమె సానుభూతిగా చూసి చెప్పింది.

"వంటిమీద మచ్చలు పడకుండా చూడండి."

"ఈ అయిదింట్లో ఇది బావుంది. దీన్ని పేక్ చేయండి." ఆమె పేక్ చేయబోతుండగా, అప్పుడే ఆ ఆలోచన వచ్చినట్లుగా చెప్పాడు.

"కెనరా బ్యాంక్ గోల్డ్ కార్డ్ ఏక్సెప్ట్ చేస్తారా?"

"ష్యూర్."

"మా ఆవిడ పక్కనే ఫర్నిచర్ సెక్షన్‌లో ఉంది. చూపించి వస్తాను. మీకు తెలుసుగా. హోం మినిస్టర్‌కి నచ్చాలి. వీటిలో ఏది బావుందో చెప్తుంది. పాపని చూస్తూ ఉండండి."

"అలాగేనండి." ఏమాత్రం సందేహించకుండా చెప్పిందా సేల్స్ గర్ల్.

నిజానికి ఆమెకి సందేహించాల్సిన అవసరం కలగలేదు. స్వంత బిడ్డని తోపుడుబండిలో ఉంచి ఎవరూ బంగారు నగలతో పారిపోరు.

"థాంక్సండి. క్షణాల్లో మా ఆవిడతో వస్తాను." చెప్పి రోహిత్ వెనక్కి తిరిగాడు.

రోహిత్ ప్లాన్ పాణికి అర్థం అయింది. రోహిత్ వంక చూసాడు. రోహిత్ కూడా పాణి వంక చూసాడు. ఇద్దరూ ఒకరికొకరు పరిచయం లేని వాళ్ళలా చూసుకున్నారు.

ముందు రోహిత్, వెనక పాణి బయటకి నడుస్తూండగా ఠక్కున టేప్ రికార్డర్‌లోని ఏడుపు ఆగిపోయింది. అకస్మాత్తుగా మధ్య నించి మొదలైంది ఘంటసాల పాట.

"ఆగమంటూ చెలియ అరమరికలెందుకే

నీ సొగసులన్నీ నాకు దక్కే గదా..."

క్షణకాలం అక్కడ గాలి స్తంభించింది. అంతా పెరాంబులేటర్ వంక 'ఇదేమిటి? ఇంత చిన్నపిల్ల ఘంటసాల గొంతుతో పాడుతుందేమిటా' అని ఆశ్చర్యంగా చూసారు. తర్వాత అంతా రోహిత్ వంక చూసారు. అతనికి ఏడవాలో, నవ్వాలో తెలీని పరిస్థితిలో ఆ రెండూ ఒకే సారి చేసాడు.

సరిగ్గా అదే సమయంలో పోలీస్ కానిస్టేబుల్ వెంకటస్వామి లోపలికి ప్రవేశించాడు. అతన్ని చూడగానే రోహిత్ బుర్రలో ఓ ఆలోచన మెరిసింది.

"చూషారా? మిమ్మల్ని మోషం చేస్తానని పండెం కాషా. గెలిచా." తాగి తూలుతున్నట్లుగా నడుస్తూ సేల్స్ గర్ల్ దగ్గరికి వెళ్ళి ఆ బంగారు నగలన్నీ తిరిగి ఇచ్చేసాడు. పాణితో చెప్పాడు.

"పాణి! బెట్ గెలిచా. పదహారణాలు ఇచ్చుకో."

సేల్స్ గర్ల్ బయటికి వచ్చి, తోపుడుబండి దగ్గరికి వెళ్ళి తొంగి చూసి ఎర్రబడ్డ మొహంతో పోలీస్ వెంకటస్వామితో చెప్పింది.

"ఇతను పచ్చి దొంగ. ఇప్పుడే గొలుసు దొంగతనం చేయబోయాడు."

"చూషావా మరి! సేల్స్ గర్ల్‌ని కూడా ఎలా బురిడీ కొట్టించానో. ఇచ్చుకో ఇంకో పదహారణాలు." రోహిత్ పాణితో చెప్పాడు.

చేసేది లేక పాణి కూడా తూలుడు నటిస్తూ పోలీస్ వెంకటస్వామి దగ్గరికి వెళ్ళి చెప్పాడు.

"తియ్ గురూ. పదహారణాల్తియ్యి."

"మీ ఇద్దరూ పగలే మందు కొట్టారన్నమాట. పదండి." వెంకటస్వామి కసిరాడు.

"కాదండి. వీళ్ళిద్దరూ దొంగతనం ప్లాన్‌తో వచ్చారు." సేల్స్ గర్ల్ చెప్పింది.

"అబ్బే. వీళ్ళకంత ధైర్యం ఎక్కడిదండి. మందు కొడితే ఈ ఇద్దరికీ ఏం చేస్తున్నారో తెలీదు. ఇవాళ ఇంకాస్త ఎక్కువగా అఘోరించినట్లున్నారు."

"మందు కొట్టలేదు. ఏం లేదు. ఇందాక లోపలికి వచ్చినప్పుడు బాగానే ఉన్నారు." ఓ కస్టమర్ చెప్పాడు.

"కూచి కూచి కూ... ఓళ్ వళ్వళ్వళ్వళ్వ..." రోహిత్ తూలుతూ చెప్పాడు.

పోలీస్ వేంకటస్వామి తల అడ్డంగా ఊపి చెప్పాడు.

"అబ్బెబ్బె. వీళ్ళిద్దరి గురించి నాకు బాగా తెలుసు. ఒక్క పెగ్ పైన చిన్న చుక్క కడుపు లోకి వెళ్ళినా వీళ్ళని పట్టలేం. మొన్నో రాత్రి మందు కొట్టి ఓ షాపులోంచి రాష్ట్రపతికి ట్రంక్‌కాల్ బుక్ చేసారు. అదృష్టం. సమయానికి నేను చూసాను. లేకపోతే ఆ పెద్దాయనతో ఏం మాట్లాడి ఉండేవారో. ఇంకోసారి మందెక్కువయ్యాక రిక్షావాడ్ని రిక్షాలో కూర్చోపెట్టి ఒకడి తర్వాత ఒకడు అరగంట సేపు రిక్షా తొక్కారు. వీళ్ళ సంగతి నేను చూస్తాగా. పదండి."

ఇద్దరూ అతని వెంట తూలుతున్నట్లు నటిస్తూ బయటికి నడిచారు. రోడ్డు మీదకి వచ్చాక ఇద్దర్నీ స్టేషన్‌కి తీసుకెళ్ళడానికి చూసాడు. ఓ రిక్షాని ఆపి స్టేషన్‌కి రిక్షా మాట్లాడి చూస్తే పాణి రోహిత్‌లు ఇద్దరూ కనపడలేదు.

'ఇంతలో వీళ్ళిద్దరూ ఎక్కడికి వెళ్ళారు చెప్మా?' అనుకుని వెంకటస్వామి మళ్ళీ వాళ్ళ కోసం వెతకడానికి 'సూపర్ నీడ్స్'లోకి వెళ్ళాడు. వెళ్ళగానే ఆగి ఉన్న అంబాసిడర్ కారు చాటు నించి బయటికి వచ్చి గబగబా ఇద్దరూ జనంలో కలిసిపోయారు.

"అందుకే తెలీని వ్యాపారం జోలికి వెళ్ళకూడదంటారు. చూసావా? కొద్దిలో రెండు సార్లు జైలుకెళ్ళే ప్రమాదం తప్పింది. సమయానికి వెంకటస్వామి రాకపోతే వాళ్ళు పోలీసుల్ని పిలిచేవారు. నీకు శిక్ష పడేది." పాణి కోపంగా రోహిత్‌ని మందలించాడు.

"ఏం చెయ్యను? అక్కయ్య ప్రాణం ముఖ్యం కదా. ఇంతదాకా నాకు ఉద్యోగమే రాని ఈ దేశంలో ఇంతకంటే ఇంకేం చేయగలను? పోనీ ఇంకో ప్లాన్ చెప్పనా?"

"వద్దు. ఇంక క్రిమినల్ ఆలోచనలు ఇంతటితో ఆపు." పాణి చెప్పాడు.

7

హైద్రాబాద్‌లో అతి చవకగా ఇళ్ళు దొరికే ప్రదేశాలు కొన్ని ఉన్నాయి. వాటిలో ఒకటి మల్లికార్జున నగర్. 'ఇన్ని ఇళ్ళు కట్టినా మునిసిపాలిటీ వాళ్ళు రోడ్డు

వేయలేదెందుకో?' అనిపించే రోడ్డు గల కాలనీ అది. కొత్తగా కట్టే ఇళ్ళు, ఇంకా కట్టాల్సిన ఖాళీస్థలాలు అనేకం కనిపించే మల్లికార్జున నగర్‌లో మెయిన్ రోడ్ మీది అది ఓ చిన్న డాబా ఇల్లు. ఆ ఇంటికి ఇంకా బయట ప్లాస్టింగ్ కాకపోవడంతో ఎర్రటి ఇటుకలు కనిపిస్తూంటాయి. ముందు గదులు రెండు అద్దెకిచ్చి వెనకాల మూడు గదుల్లో ఉంటున్నాడు రైల్వేలో పని చేసే ఆ ఇంటాయన.

ఆ ముందు రెండు గదులని అద్దెకి తీసుకున్నది సింహం అండ్ బ్రహ్మం. వాళ్ళ పూర్తి పేర్లు నరసింహం, పరబ్రహ్మం. కాని సింపుల్‌గా సింహం అండ్ బ్రహ్మంగా మారారు.

ఆ ఇంటి బయట ఓ బోర్డు వేలాడుతోంది. దాని మీద 'సింహం అండ్ బ్రహ్మం ప్రయివేట్ ఇన్వెస్టిగేటర్స్, సెక్యూరిటీ కన్సల్‌టెంట్స్ అండ్ లైసెన్స్‌డ్ డిటెక్టివ్స్' అని ఇంగ్లీషులోను, తెలుగులో 'మీ భర్త మీద/ భార్య మీద అనుమానం ఉన్నా, మీ ఇంట్లో దొంగలు పడ్డా, మీ మీద హత్య కేసు బనాయించబడ్డా ఇచ్చట సంప్రదించండి. ధరలు సరసం. ఫలితం విజయం' అని రాసి ఉంది.

ముందు గదిలో నాలుగు పేము కుర్చీలు, పేము టీపాయ్, దాని మీద ఓ దినపత్రిక, ఆంధ్రప్రదేశ్ పోలీస్ పత్రిక సురక్ష, అబిడ్స్ సెంటర్‌లో ఆదివారాలు రోడ్డు పక్కన అమ్మే విదేశీ డిటెక్టివ్ పత్రికలు ఉన్నాయి.

ముందు గదిలో సింహం అసిస్టెంట్ బ్రహ్మం కూర్చుని ఉంటాడు. వెనక గది తలుపు మీద 'మిస్టరీ డిటెక్టివ్ సింహం' అనే బోర్డు ఉంటుంది. ఆ గదిలో సింహం కూర్చుని గోళ్ళు గిల్లుకుంటూంటాడు.ఆ గదిలో టెలిఫోన్ కోసం వెయ్యి రూపాయలు డిపాజిట్ కట్టిన రసీదు ఓ ఫ్రేములో, డిటెక్టివ్ ప్రాక్టీస్‌కి ప్రభుత్వం ఇచ్చిన లైసెన్స్ ఇంకో ఫ్రేమ్‌లో గోడకి వేలాడుతూంటాయి. షెర్లాక్ హోమ్స్, జేమ్స్ బాండ్‌గా నటించిన సీన్ కానరీ, డర్టీ హేరీ సినిమాలోని క్లింట్ ఈస్ట్‌వుడ్ కలర్ ఫొటోలు గోడలకి మూడుపక్కలా మూడు వేలాడుతున్నాయి.

సింహం కూర్చున్న కుర్చీ ఎదురుగా టేబుల్ మీద స్కూళ్ళల్లో సెకండ్ ఫారమ్ సోషల్ క్లాసుల్లో పిల్లలకి చూపించడానికి ఉద్దేశింపబడ్డ భూగోళం ఒకటి ఉంది. రెండు దీపావళి పిస్తోళ్ళు ఇంటూ ఆకారంలో సింహం వెనుక గోడ మీద బిగించబడి ఉన్నాయి.

సింహం, బ్రహ్మంల గురించి ప్రత్యేకంగా చెప్పనవసరం లేదు. వాళ్ళున్న ప్రదేశం వర్ణించబట్టి, మిగతా విషయాలు పాఠకులే అర్థం చేసుకోగలరు.

ముందు గదిలోని బ్రహ్మం సీరియస్‌గా జాన్ రస్సెల్ టైలర్ రాసిన "హిచ్" అనే పుస్తకంలో నూట నలభై నాలుగో పేజీ చదువుతున్నాడు. ఆ పుస్తకం అట్ట మీద 'ది ఆథరైజ్‌డ్ బయోగ్రఫీ ఆఫ్ ఆల్‌ఫ్రెడ్ హిచ్‌కాక్' అని కూడా ఉంది.

అకస్మాత్తుగా ఆ గదిలోకి ఓ ముసలాయన వచ్చాడు. బ్రహ్మం తలెత్తి చూసేసరికి ఇంకొకాయన కూడా వచ్చాడు. క్షణకాలం బ్రహ్మం ఆ ఇద్దరి వంకా తేరిపార చూసాడు. ఇద్దరూ అచ్చు గుద్దినట్లుగా ఒకేలా ఉన్నారు. వాళ్ళు వేసుకున్న పేంట్, షర్ట్ ఒకేలా ఉన్నాయి. ఇద్దరి ఎత్తు, బరువు కూడా సమానం.

బ్రహ్మం తన చేతిలోని పుస్తకంలో చదివే పేజీ ఓ మూల త్రికోణం ఆకారంలో కోసి ఉన్న కవరుని గుచ్చాడు. అందువల్ల ఆ పేజీని మడవాల్సిన అవసరం లేదు.

"రండి." ఇద్దర్నీ ఆహ్వానించాడు.

ఒకే సారి ఇద్దరూ బ్రహ్మంతో చెప్పారు.

"మాదో కేసు పరిశోధించి పెట్టాలి."

"అలాగే." బ్రహ్మం తన టేబుల్‌కున్న డ్రాయర్‌ని బయటికి లాగుతూ చెప్పాడు.

"ఇలాంటి కేసు పరిశోధించగలరో లేదో?" ఒకాయన అనుమానంగా అడిగాడు.

"తప్పకుండా. అలాంటి వాటిలో స్పెషలైజ్ చేసాం. రండి. మా మాస్టర్ డిటెక్టివ్ ముందు చెప్పరు గాని."

బ్రహ్మం డ్రాయర్ లోంచి ఓ కార్డు తీసి పట్టుకుని సింహం గదిలోకి దారి తీసాడు. ఆ ఇద్దరు ముసలాళ్ళు అతని వెంట గదిలోకి వెళ్ళారు. చేతి వేళ్ళ నీడలతో గోడ మీద కుందేలు బొమ్మని వేయడానికి ప్రయత్నిస్తున్న సింహం తల తిప్పి వాళ్ళ వంక చూసాడు. వెంటనే అతని మొహం పాలిపోయింది. గబగబా కళ్ళజోడు తీసి పెట్టుకుని ఇద్దరి వంకా చూసి చిన్నగా నిట్టూర్చి చెప్పాడు.

"అమ్మయ్య. ఫర్వాలేదు."

"ఎందుకు ఫర్వాలేదు?" అడిగాడో ముసలాయన.

"మీరు ఒక్కరు ఇద్దరుగా కనపడితే ఐ సైట్ పెరిగి ఉంటుందనుకుని కంగారు పడ్డాను. మీరు నిజంగా ఇద్దరే అని తెలిసాక ఫర్వాలేదనిపించింది. కూర్చోండి." చెప్పాడు.

ఆ ఇద్దరు కూర్చున్నాక వాళ్ళ వంక పరీక్షగా చూసాడు. ఒకే రంగు చొక్కా, ఇద్దరి కళ్ళజోళ్ళ ఫ్రేములు కూడా ఒకటే. ఒకరికి, ఇంకొకరికి తేడా లేనే లేదు.

"మీరిద్దరూ కవలలు. అవునా సుబ్బారావు గారూ?" సింహం అడిగాడు.

"అవును." ఒకాయన చెప్పాడు.

"ఏదైనా ఇట్టే కనిపెట్టేస్తాను. డిటెక్షన్ నా ఊపిరి." సింహం సగర్వంగా చెప్పాడు.

"మీరో సంగతి ఇన్వెస్టిగేట్ చెయ్యాలి." రెండో ముసలాయన కోరాడు.

"తప్పకుండా రామారావుగారు" సింహం చెప్పాడు.

తర్వాత విజయగర్వంగా చూసి అడిగాడు.

"మీ పేర్లు మీరు చెప్పకుండానే ఎలా కనుక్కున్నానో అని ఆలోచిస్తున్నారా? మేజిక్ కాదు. విప్పి చెప్పే దాకా క్వశ్చన్ మార్క్. చెప్పాక ఈజీ అనిపిస్తుంది. ఇట్స్ జస్ట్ ఏ మేటర్ ఆఫ్ కామన్‌సెన్స్."

తర్వాత తన అసిస్టెంట్ బ్రహ్మం వంక చెప్పమన్నట్లుగా చూసాడు.

"మీ ఇద్దరి చేతి వేళ్ళకి ఉన్న ఉంగరాల మీద ఎనామిల్‌తో ఎస్.ఆర్. అన్న ఇంగ్లీష్ అక్షరాలు ఉన్నాయి. తెలుగు వాళ్ళలో ఆ పేరు కామన్ కాబట్టి 'ఎస్' సుబ్బారావుగా పోల్చుకున్నారు మా బాస్. కవలలు కాబట్టి సుబ్బారావు, రామారావు అన్న పేర్లు పెట్టి ఉంటారని 'ఆర్'ని రామారావుగా ఊహించారు. "

"కరెక్టేనా?" సింహం చిరునవ్వుతో అడిగాడు.

ఆ ఇద్దరు ఒకరి మొహం వంక మరొకరు కొద్ది క్షణాలు చూసుకున్నారు. తర్వాత ఎస్ చెప్పాడు.

"కాదు. నా పేరు కోదండరాం, ఇతను పట్టాభిరాం."

"డిటెక్టివ్‌లకి ఒక్కొక్కసారి ఇలాగే అవుతుంటుంది పట్టాభిరాం గారు. మీకు కీళ్ళవాతం ఉంది. సికింద్రాబాద్ స్టేషన్ నించి మీ ఇద్దరు ఇక్కడికి వచ్చారు. అక్కడికి షోలాపూర్ నించి వస్తున్నారు. మీరిద్దరికి చారంటే ఇష్టం. అవునా?" సింహం అడిగాడు.

ఇద్దరూ ఒకేసారి తమ కళ్ళజోళ్ళ తీసి ఒకరు కుడి కంటి అద్దం, ఇంకొకరు ఎడం కంటి అద్దం ఒకేసారి తుడుచుకున్నారు. మళ్ళీ ఒకేసారి కళ్ళజోళ్ళు పెట్టుకున్నారు.

"మేజిక్ కాదు. ఎలా కనుక్కున్నానో విప్పి చెప్పే దాకా క్వశ్చన్ మార్క్. చెప్పాక ఈజీ. అంతే. మీ చేతిలో కీళ్ళవాతానికి సంబంధించిన పుస్తకం ఉంది కాబట్టి మీకు ఆ రోగం ఉందని, దాన్ని గురించి తెలుసుకోడానికి అది కొన్నారని అర్థం చేసుకున్నాను. కరెక్టా?" సింహం అడిగాడు.

"నాక్కాదు. మా కోదండానికుందా జబ్బు. చేతికీళ్ళు నొప్పిగా ఉందని, పుస్తకం పట్టుకోమని ఇచ్చాడు." పట్టాభిరాం చెప్పాడు.

"ఆ పుస్తకంలో చదువుతున్న పేజీ గుర్తుంచుకోడానికి బస్ టిక్కెట్‌ని ఉంచారు. సికింద్రాబాద్ నించి ఇక్కడికి రావడానికి ఎంతివ్వాలో ఆ మొత్తం బస్ టిక్కెట్ మీద ఉంది. టిక్కెట్ రంగుని బట్టి ఆ సంగతి గ్రహించాను. అవునా? మీరిద్దరూ ఈ గదిలోకి రాగానే మీ కాళ్ళకున్నవి షోలాపూర్ చెప్పులని గ్రహించాను. సో మీరు షోలాపూర్ నించి వస్తున్నారని పసిగట్టేసాను."

"మాది ఈ ఊరే. ఈ షోలాపూర్ చెప్పులు అబిడ్స్‌లోని ఓ చెప్పుల షాపులో కొన్నాం. మా ఇద్దరికీ చారంటే ఇష్టం అని ఎలా కనిపెట్టారు?"

"సింపుల్. మీ ఇద్దరి చొక్కాలకి చారు మరకలున్నాయి కాబట్టి."

"అవి చారు మరకలు కాదు. బీర్ మరకలు. మా ఇద్దరికీ బీరంటే మహా ఇష్టం." కోదండరాం చెప్పాడు.

"అయితే అది బ్లాక్ లేబిల్ బీర్." సింహం చెప్పాడు.

ఆ ఇద్దరూ ఒకరి వంక ఒకరు ఆశ్చర్యంగా చూసుకుని అడిగారు.

"ఇదెలా కనిపెట్టగలిగారు?"

"మేజిక్ కాదు. విప్పి చెప్పేదాకా క్వశ్చన్ మార్క్. చెప్పాక ఈజీ. ఆ బ్రాండ్ బీర్ అంటే నాకూ ఇష్టం. గాల్లోకి ఓ రాయి విసిరాను. కరెక్టైంది. ఇకపోతే మీరు ప్రింటింగ్ ప్రెస్ ఒకటి నడుపుతున్నారు పట్టాభిరాం గారు. మీరు మెడికల్ రిప్రెంటేటివ్‌గా పని చేసి రిటైరయ్యారు కోదండరాం గారు. యామై కరెక్ట్?" సింహం అడిగాడు.

"కరెక్ట్. ఎలా కనిపెట్టారు?" ఆశ్చర్యంగా అడిగారు.

"సింపుల్ పట్టాభిరాం గారు. మీ చేతివేళ్ళ కొసలకి పైన ఇంకు మరకలు కొద్దిగా ఉన్నాయి. ఐతే మీరు ఉద్యోగస్థులుగా ఉండే వయసు కాదు కాబట్టి పెన్షనరై ఉంటారని ఊహించాను."

"మరి నా సంగతి ఎలా గ్రహించారు?" కోదండరాం అడిగాడు.

"వెరీ సింపుల్. మీ బ్రదర్ కన్నా హుందాగా, నీట్‌గా కనపడే డ్రస్ వేసుకున్నారు. ఇంత ట్రిమ్‌గా ఉండే ఉద్యోగస్థులు మెడికల్ రిప్రజెంటేటివ్స్ మాత్రమే. అలా గ్రహించాను." సింహం గర్వంగా చెప్పాడు.

"మా కేసుని మీరు పరిష్కరించగలరన్న నమ్మకం ఏర్పడింది నాకు." కోదండరాం వెంటనే ఉత్సాహంగా చెప్పాడు.

"నాక్కూడా." పట్టాభిరాం కూడా సంతృప్తిగా చెప్పాడు.

"ఇప్పుడు విషయానికి రండి. మీ కేసేమిటి?" సింహం అడిగాడు.

"అదీ మీరే చెప్పండి. మేజిక్ కాదు. విప్పి చెప్పే దాకా క్వశ్చన్ మార్క్, చెప్పాక ఈజీగా." పట్టాభిరాం కోరాడు.

"తెలిసినా అన్నీ మేం చెప్పకూడదు. మీరే చెప్పండి." అంతదాకా నిశ్శబ్దంగా ఉన్న బ్రహ్మం వెంటనే చెప్పాడు.

"నువ్వు చెప్పు." కోదండరాం పట్టాభిరాంతో చెప్పాడు.

"కాదు. నువ్వు చెప్పు. నీకేగా ఆ అనుమానం వచ్చింది." పట్టాభిరాం చెప్పాడు.

కోదండం గొంతు సర్దుకుని చెప్పాడు.

"మా తల్లితండ్రులు ఓ ఘోరమైన పొరపాటు చేసారని నా అనుమానం. మా ఇద్దరిలో ముందు పుట్టిన వాళ్ళకి పట్టాభిరాం అని, తర్వాత పుట్టిన వారికి కోదండరాం అని నామకరణం చేసారు. ఆ ప్రకారం నా పక్కన మీ ఎదురుగా కూర్చున్న మా అన్నయ్యకి పట్టాభిరాం అని, నాకు కోదండరాం అని పేర్లు పెట్టారు. ఇంత దాకా ఈజీగా అర్థమైందిగా?"

"ఎస్.ఈజీ." సింహం చెప్పాడు.

"నా అనుమానం ఎక్కడో పొరపాటు జరిగిందని." కోదండరాం బాధగా చెప్పాడు.

"ఏం పొరపాటు?" బ్రహ్మం అడిగాడు.

"నాకు పట్టాభిరాం అనే పేరు, వీడికి కోదండరాం అనే పేరు పెట్టే బదులు, నా పేరైన పట్టాభిరాం అనే పేరు వీడికి పెట్టి, నాకు పెట్టాల్సిన పేరైన పట్టాభిరాం బదులు వీడి పేరైన కోదండరాం అనే పేరు నాకు పెట్టారన్న అనుమానం కలిగింది. ఈజీ?" కోదండరాం అడిగాడు.

"నాట్ ఈజీ. ఏదీ? మళ్ళీ చెప్పండి."

"నాకు పట్టాభిరాం అనే పేరు పెట్టాల్సింది పోయి వీడికి పట్టాభిరాం అనే నా పేరు పెట్టి, వీడికి కోదండరాం అనే పేరు పెట్టే బదులు నాకు పెట్టాల్సిన పేరైన పట్టాభిరాం పెట్టి వీడి పేరైన కోదండరాం అనే పేరు నాకు పెట్టారన్న అనుమానం కలిగింది. ఈజీ!"

'ఒక్క క్షణం' అని సింహం చూపుడు వేలుతో ఇద్దరి వంక మార్చి మార్చి చూపిస్తూ 'కోదండరాం పట్టాభిరాం, పట్టాభిరాం కోదండరాం' అనుకున్నాక చెప్పాడు.

"ఈజీ- మీ తల్లితండ్రులు అలా ఒకరి పేర్లు మరొకరికి పెట్టారంటారు?"

"ఖచ్చితంగా అలా పెట్టారని నేనడంలేదు. అది కేవలం నా అనుమానమే. నా అనుమానంలో నిజం ఉందో, లేదా అబద్ధం ఉందో మీరు తేల్చాలి."

"మీ వయసెంత?" సింహం అడిగాడు.

"అరవై మూడు. వీడు నాకన్నా రెండు నిమిషాలు చిన్న." పట్టాభిరాం చెప్పాడు.

"ఈ అరవైమూడో ఏట మీకిలాంటి అనుమానం ఎందుకు కలిగింది?" బ్రహ్మం అడిగాడు.

"అరవై మూడో ఏట కలిగిన అనుమానం కాదండి. నా పన్నెండో ఏటే వచ్చింది."

"మరి అప్పుడే ఎందుకు ఈ అనుమానం తీర్చుకోలేదు?" సింహం అడిగాడు.

"అప్పటికి తీర్చే మా తల్లితండ్రులు చచ్చారు కనుక."

"అప్పటి నించి ఇంతదాకా మాకు చదువులతో, ఉద్యోగాలతో, పిల్లలతో, మనవలతో తీరిక చిక్కలేదు. ఇప్పుడు టైం దొరికింది కాబట్టి వచ్చాం." పట్టాభిరాం చెప్పాడు.

"ఇది తెలుసుకోవడం వల్ల మీకు కలిగే లాభం? మీ అమ్మా నాన్న 'ఫలానా ఆస్తి పెద్ద కొడుకైన పట్టాభిరాంకి, ఫలానా ఆస్థి చిన్న కొడుకైన కోదండరాంకి అని వీలునామా రాసారా?" సింహం అడిగాడు.

ఇద్దరూ తలలు అడ్డంగా ఊపారు.

"అలాంటిదేం లేదు."

"మరి?"

"మా పేర్లు మావో కావో క్లియర్ చేసుకోడానికి." పట్టాభిరాం చెప్పాడు.

"అవును. మీరు విప్పి చెప్పే దాకా ఇది మాకు క్వశ్చన్ మార్కే. ఈజీ కాదు." కోదండరాం బాధగా చెప్పాడు.

సింహం, బ్రహ్మం ఒకరి మొహాలు మరొకరు చూసుకున్నారు.

"సింపిల్. నిజంగా నేను ముందు పుట్టి ఉంటే, నా పేరు కోదండరాం బదులు పట్టాభిరాం అని పెట్టి ఉండేవారు." కోదండరాం చెప్పాడు.

"అప్పుడు నా పేరు పట్టాభిరాం బదులు కోదండరాం అని పెట్టి ఉండేవారు." పట్టాభిరాం చెప్పాడు.

"నా అనుమానం నిజమైతే పట్టాభిరాం బదులు నేను కోదండరాం అయ్యాను" కోదండరాం చెప్పాడు.

"కోదండరాం బదులు నేను పట్టాభిరాం అయ్యాను. దాంతో కోదండరాం పెళ్ళి చేసుకోవాల్సిన అమ్మాయిని నేను పట్టాభిరాంగా చేసుకోవాల్సి వచ్చింది. అలాగే కోదండరాం చేయాల్సిన ఉద్యోగం పట్టాభిరాంగా నేను చేసాను." పట్టాభిరాం చెప్పాడు.

"అదే నిజమైతే పట్టాభిరాంకి పుట్టాల్సిన పిల్లలు కోదండరాంగా నాకు పుట్టారు. కోదండరాంగా అతను జీవించాల్సిన జీవితాన్ని నేను జీవిస్తున్నాను. ఇది ఘోరమైన తప్పు." కోదండరాం చెప్పాడు.

"కాబట్టి మా తల్లితండ్రులు పొరపాటు పడి ఒకరికి పెట్టాల్సిన పేర్లు ఇంకొకరికి పెట్టారేమో మీరు ఇన్వెస్టిగేట్ చేసి నిజం ఏమిటో నిగ్గు తేల్చాలి." పట్టాభిరాం చెప్పాడు.

"ఈజీ?" కోదండరాం అడిగాడు.

"మాకు అన్నీ ఈజీనే. అలాగే వెంటనే మా ఇన్వెస్టిగేషన్‌ని మొదలుపెడ్తాం. అయితే నాకు కొంత..."

"...అడ్వాన్స్ ఇవ్వాలి." సింహం వాక్యాన్ని బ్రహ్మం పూర్తి చేసాడు.

సింహం తన వాక్యాన్ని ఆపకుండా తన పద్ధతిలో పూర్తి చేసాడు.

"సమాచారం కావాలి. మీరు ఏ హాస్పిటల్‌లో పుట్టారు? ఇంట్లో పుడితే ఏ ఊర్లో? ఎక్కడ? మంత్రసాని ఎవరు? ఆమె బతికుండి తీరాలి. మీ తల్లితండ్రుల పేర్లేమిటి? వాళ్ళలో ఎవరైనా కవలలా? మీరు పుట్టగానే మొదటగా చూసింది ఎవరు? మీ నామకరణం జరిపిన పురోహితుడి ఎడ్రస్. ఎట్సెట్రా."

కోదండరాం, పట్టాభిరాం లేదా పట్టాభిరాం ఉరఫ్ కోదండరాం లేదా కోదండరాం ఉరఫ్ పట్టాభిరాం వారికి కావలసిన సమాచారం ఇచ్చారు.

"అడ్వాన్స్‌గా ఓ వెయ్యి రూపాయలు కావాలి." బ్రహ్మం చెప్పాడు.

"అలాగే. మీ అడ్రస్‌కి పోస్ట్ ద్వారా చెక్ పంపుతాం. మల్లికార్జున నగర్‌లో మా ఫ్రెండ్సుంటే చూడటానికి వెళ్తూ, మీ బోర్డ్ చూసి లోపలికి వచ్చాం."

"అయితే మీ చెక్ కోసం ఎదురు చూస్తూంటాం." బ్రహ్మం చెప్పాడు.

వాళ్ళిద్దరూ బయటికి వెళ్ళాక బ్రహ్మంతో సింహం చెప్పాడు.

"ఇది స్పష్టమైన కేసులా కనిపించే అతి క్లిష్టమైన కేసు. దీనికి జాగ్రత్తగా బుర్ర ఉపయోగించి టేకిల్ చేయాలి. ఆ ముసలి వాళ్ళిద్దరి సమస్యని పరిష్కరించాలి. లేకపోతే పట్టాభిరాం పోతే, నిజానికి కోదండరాం పేరుతో పట్టాభిరాం బతికే ఉన్నా లోకంలో అంతా పట్టాభిరాం మరణించాడని అనుకుంటారు. అలాగే కోదండరాం అనుభవించే కీళ్ళ జబ్బు పట్టాభిరాంది అయి ఉండచ్చు. కాబట్టి త్వరగా ఇది తేల్చాలి."

"అవును." బ్రహ్మం ఒప్పుకున్నాడు.

బయట ఓ కారు ఆగింది. అందులోంచి ఓ వ్యక్తి లోపలికి వచ్చి సింహానికి ఓ కవర్ అందించాడు.

"ఇది ఇన్విటేషన్. బహుశ బర్త్‌డేది అయి ఉంటుంది. నైన్‌టీ పర్సెంట్ కమలాకరం గారి అమ్మాయి పుట్టినరోజు అయి ఉంటుంది. అవునా?" కార్డు చదవకుండానే సింహం దాన్ని తెచ్చిన వ్యక్తిని అడిగాడు.

"అవును. ఎలా తెలుసుకున్నారు?" అతను ఆశ్చర్యంగా అడిగాడు.

"మేజిక్ కాదు. విప్పి చెప్పేదాకా క్వశ్చన్ మార్కే. చెప్తే ఈజీ. ఇది పెళ్ళిళ్ళ సీజన్ కాదు కాబట్టి పెళ్ళి కార్డు కాదు. పెళ్ళి తర్వాత సినిమా వాళ్ళు అచ్చు వేసేది గృహప్రవేశానికి. కమలాకరం గారికి స్వంతిల్లు ఏడిసింది కాబట్టి పుట్టినరోజే. కూతురిది అని జస్ట్ గాల్లోకి ఓ రాయి విసిరాను. తగిలింది. ఇటీవల కమలాకరం గారు మా ఇన్వెస్ట్‌గేషన్ పవర్స్‌ని వినియోగించుకో లేదని చెప్పండి."

"అమ్మయ్య. చాలా కాలానికి కేసు వచ్చింది చెక్ రాగానే ఇంటివాళ్ళకి అద్దె కట్టచ్చు" అతను వెళ్ళాక సింహం చెప్పాడు.

"అద్దె కన్నా ముందు కరెంట్ బిల్ కట్టాల్సి ఉంది" బ్రహ్మం గుర్తు చేసాడు.

8

ఆ రోజు ఉదయం రోహిత్ పేపర్‌ని తిరగేస్తూంటే ఓ ప్రకటన అతన్ని ఆకర్షించింది. సినిమా నిర్మాత కమలాకరం తన కూతురు పుట్టినరోజు సందర్భంగా ఆమెకి తన శుభాకాంక్షలు తెలియచేస్తూ ఇచ్చిన ప్రకటన అది. ఆ రాత్రి ఫైవ్ స్టార్ హోటల్ షెరాటన్‌లో బర్త్ డే పార్టీ ఇస్తున్నట్లు, ఇన్విటేషన్ కార్డ్స్ అందిన వారంతా దానికి రావాలని కోరుతూ ఇచ్చిన ప్రకటన అది.

రోహిత్ ఓ పబ్లిక్ ఫోన్ బూత్‌కి వెళ్ళి కమలాకరానికి ఫోన్ చేసాడు. ఆయన లైన్‌లోకి రాగానే కోపంగా అడిగాడు.

"మీ కూతురు పుట్టినరోజుకి జరిపే పార్టీ ఖర్చు ఏభై వేలై ఉంటుందిగా?"

"దాని బాబు బిచ్చగాడు అనుకుంటున్నావా? లక్ష." కమలాకరం నవ్వాడు.

"వృధా ఖర్చు. మా అక్కయ్య హాస్పిటల్ ఖర్చుకి ఆ లక్ష సంవత్సరం దాకా వస్తుంది. తమ దయవల్ల ఆవిడ హాస్పిటల్ పాలైంది కాబ..."

కమలాకరం అవతలి వైపు ఫోన్ కట్ చేసేసాడు. రోహిత్‌కి చెప్పలేనంత ఉద్రేకం వచ్చింది. ఓ నిండు ప్రాణం ముఖ్యమా లేక ఓ పిచ్చి ఖర్చా?

మళ్ళీ ఫోన్ చేసి కమలాకరంతో చెప్పాడు.

"మాట్లాడుతుంటే మధ్యలో లైన్ కట్ చేయడం అంటే మొహం మీద తలుపేసినట్లే?"

"చూడు బాబూ. నీకు ఎక్స్‌ప్లనేషన్ చెప్పాల్సిన అవసరం లేకపోయినా చెప్తున్నాను. లక్ష ఖర్చు చేసి ఈ పార్టీ ఎందుకు ఇస్తున్నానంటే పది లక్షలు గిఫ్ట్‌లుగా వచ్చాయని బ్లాక్ మనీని వైట్ చేసుకోడానికి. బహుమతుల మీద నేను పైసా ఇన్‌కంటేక్స్ కట్టక్కర్లేదు. లేకపోతే దాంట్లో సగం టేక్స్ కట్టాలి. ఇప్పుడు ఏం చెప్పావ్?" అడిగాడు.

"మాట్లాడుతుంటే మధ్యలో లైన్ కట్..."

కమలాకరం మళ్ళీ లైన్ కట్ చేసేసాడు.

రోహిత్ మధ్యాహ్నం దాకా ఆ విషయం గురించి కూల్‌గా ఆలోచిస్తూనే ఉన్నాడు. తర్వాత ఓ నిర్ణయానికి వచ్చాడు. సరాసరి సిటీ బస్‌లో హైదరాబాద్ శివార్లలో వస్తున్న ఓ కొత్త కాలనీకి చేరుకున్నాడు. ఓ ఇంట్లోకి వెళ్ళాడు. రంగులు వేస్తున్నారు. లక్కీగా ఆ ఇంటి యజమాని అక్కడే ఉన్నాడు.

"మనకి ఆ మధ్య ఎల్లైసీలో పరిచయమైంది. మీ ఇంటిని గురించి చెప్పారు..."

"మీరు గుర్తున్నారు. ఏమిటిలా వచ్చారు?"

"ఓ నెల కోసం నాకో ఇల్లు కావాలి. ఇక్కడెక్కడయినా..."

"దేనికి?"

"డ్రామా రిహార్సల్స్‌కి."

"డ్రామా రిహార్సల్స్‌కయితే ఇంకెవరిదో ఎందుకు? మా ఇల్లే ఉంది. గృహప్రవేశ ముహూర్తానికి ఇంకా రెండు నెలల టైముంది. పొయ్యి పెట్టకపోతే మీరుండచ్చు."

"పొయ్యిపెట్టం. వంట చెయ్యం." రోహిత్ హామీ ఇచ్చాడు.

"ఓసారి ఇల్లు చూస్తారా?"

ఇల్లు చూపిస్తూ ఇంటాయన చెప్పాడు.

"ఈ ఇంటికో గొప్ప అడ్వాంటేజ్ ఉంది. గాలి ఎట్నించి వస్తుందో తెలుసుకోవచ్చు."

"ఎలా?" రోహిత్ అడిగాడు.

"ఈ కాలనీకి తూర్పున రంగుల ఫేక్టరీ, పశ్చిమాన కెమికల్ ఫేక్టరీ, ఉత్తరాన ధనియాలాడించే మిల్లు ఉన్నాయి. వాసన్ని బట్టి గాలి ఎట్నించి వస్తోందో ఇట్టే పట్టేయచ్చు."

"అర్థమైంది. అసలే వాసనే లేకపోతే దక్షిణ గాలన్నమాట." రోహిత్ చెప్పాడు.

"సూక్ష్మాన్ని ఇట్టే పట్టేసారు." ఆ ఇంటాయన మెచ్చుకున్నాడు.

"సాయంత్రం ఆరున్నరలోగా వచ్చి అడ్వాన్స్ చెల్లిస్తాను." రోహిత్ చెప్పాడు.

"ఇంతకీ డ్రామా పేరు చెప్పనేలేదు?" ఆయన అడిగాడు.

"నీ మొగుడు నాకే స్వంతం." రోహిత్ చెప్పాడు.

* * *

ఎంత సిన్సియర్‌గా ఆఫీసులో పని చేసే వాళ్ళకైనా 'త్వరగా ఇంటికి వెళ్తే బావుణ్ణు' అనే సందర్భం ఉద్యోగస్థులకి ఒకో సారి వస్తూంటుంది. కాని అలాంటి సందర్భం అందరికీ సమానంగా వచ్చే రోజు జీతాలు ఇచ్చే రోజు.

మధ్యాహ్నం రెండున్నర నించి సాయంత్రం నాలుగు లోగా ఎప్పుడు జీతం రాళ్ళు చేతిలో పడితే అప్పుడు, వెంటనే ఇంటికి వెళ్ళాలనిపిస్తూంటుంది. కాని కొంతమంది ఆఫీస్ టైం అయే దాకా వెళ్ళలేరు. ఆఫీస్ లోంచి బయట పడే దాకా వారి మనస్థితి అత్యంత బాధాకరంగా ఉంటుంది.

పాణి మనసు సరిగ్గా అలానే ఉంది. కాని నెలాఖరు కాబట్టి ఇన్‌వర్డ్ అవుట్‌వర్డ్ రిజిస్టర్స్‌ని అప్‌డేట్ చేసి వాటి ఎరియర్స్ రిపోర్ట్‌ని తయారు చేయమని అతని సెక్షన్ ఆఫీసర్ రామారావు అడగడంతో పాణి పే పాకెట్ జేబులోఉండగా తన సీట్లో అతుక్కుపోయాడు.

వరవీణ అతని దగ్గరికి వచ్చి ఎదురు సీట్లో అతని బల్ల ముందు కూర్చుంది.

"ఏమిటి చేస్తున్నారు?" అడిగింది.

తను చేసే పని గురించి విసుగ్గా చెప్పాడు.

"రేపు చేయచ్చుగా?"

"మన సెక్షన్ ఆఫీసర్ ఇప్పుడే చేయమన్నారు. చేసి తీరాలి. ఇవాళ ఆ పని పూర్తి కాకపోతే పాకిస్థాన్, చైనా కలిసి మన మీదకి దండెత్తవు. మనల్నెవర్నీ పోలీసులు పట్టుకెళ్ళరు. ప్రధానమంత్రి మారడు. ఏమిటో ఈ ముసలాయన పిచ్చి. ఇంటికెళ్ళి వెచ్చాలు తెచ్చుకోక తను కూర్చుని, నన్ను కూర్చోపెట్టి ఎందుకో ఈ హింస?" పాణి చెప్పాడు.

"నేను సహాయం చేయనా?" వరవీణ అడిగింది.

పాణి తలెత్తి ఆమె వంక చూసి చిరునవ్వు నవ్వి చెప్పాడు.

"చేస్తావా?"

"ఓ... ఎంచక్కా పని ముగించి సినిమాకి వెళ్దామా? ఇంటికి ఆలస్యంగా వస్తానని ఫోన్ చేసి చెప్పనా?" ఆశగా అడిగింది.

"ఈ పని పూర్తి చేసాక సినిమాకి వెళ్ళచ్చు. కాని చిన్న సవరణతో. నువ్వు ఒక్క దానివే వెళ్దువు గాని. నాకు వేరే పనుంది." పాణి చెప్పాడు.

"ఏం పని?"

"జీతాల రోజు మందు కొట్టాలని ఉండదేమిటమ్మా?"

"నాకు మందు కొట్టే భర్త రావాలని పానకాలస్వామికి మొక్కుకున్నాను." వరవీణ చెప్పింది.

"మే పానకాలస్వామి బ్లెస్ యు. నేను మాత్రం పెళ్ళయ్యాక మందు మానేయ దలచుకున్నాను."

"నా వైన్ గ్లాసులని నీ ముద్దులతో నింపు. ఇక వైన్ జోలికి వెళితే ఒట్టు' అని ఒమర్ ఖయ్యాం అన్నట్లుగా నా భర్త చేత అలా వైన్ మానేయడం నాకూ ఇష్టమే. వరవీణ, మృదుపాణి ఎప్పుడూ కలిసే ఉంటారు. సంగీతంలో కాని. జీవితంలో కాని."

"ఈ ఎరియర్స్ రిపోర్ట్ నువ్వు చేసిపెడతావా? నేను అర్జెంటుగా వెళ్ళాలి."

"ఊహు. నాకు చేత కాదు బాబు."

ఆమె ఉద్దేశం 'సరే' అంటే అతను వెళ్ళిపోతాడని. ఆమె కోరుకునేది పాణి సాన్నిహిత్యం.

"తేలికే. అవుట్ వర్డ్‌లోని లెటర్స్‌ని ఇన్ వర్డ్‌లోని లెటర్స్‌కి లింక్ చేయాలి. ఎలాగంటే..."

"వయసులో ఉన్న ఓ అమ్మాయి మనసు ఓ అబ్బాయి మనసుతో లింక్ కోరుకునేటట్లుగా?" అడిగింది.

"హలో. నువ్వివాళ ఎంత బావున్నావురా?" అన్న మాటలు విని ఇద్దరూ తలలు తిప్పి చూసారు.

రోహిత్.

"జీతం వచ్చిన రోజు అంతా బానే ఉంటారు." వరవీణ చిన్నగా నవ్వి చెప్పింది.

"జీతం ముట్టినట్లేనా? లేక ఆలస్యం ఉందా?"

"తీసుకున్నారు." వరవీణ పాణి తరపున జవాబు చెప్పింది.

"ఐతే నాకో మూడు వేలు సర్దాలి నువ్వు." రోహిత్ కోరాడు.

"మూడు వేలే? దేనికి?" పాణి అడిగాడు.

"దేనికో ఓ దానికి. వచ్చే నెల పంట డబ్బులు రాగానే సర్దేస్తాను. నువ్వు ముందు పద చెప్తాను."

"నాక్కొంచెం పనుంది. కూర్చో."

అరగంట సేపు వరవీణ, రోహిత్ పిచ్చాపాటి మాట్లాడుకుంటూంటే పాణి ఎరియర్స్ రిపోర్ట్ పూర్తి చేసాడు. అతను ఆ రెండు రిజిస్టర్స్‌ని రామారావుకి ఇచ్చాక వరవీణ అడిగింది.

"మన సినిమా మాటేం చేసారు?"

"ఇంకోసారి."

"మాటన్నారు. గుర్తుంచుకోండి. ఇంకోసారి 'నో' అనకూడదు."

"అలాగే."

పాణి, రోహిత్, వరవీణ ఆఫీస్ లోంచి బయటికి వచ్చారు. వరవీణ బస్ స్టాప్ వైపు నడిచింది. పాణి స్కూటర్ కిక్ కొట్టాడు. వెంటనే స్టార్ట్ కాకపోవడంతో దాన్ని కుడి వైపు కొద్దిసేపు వంచి మళ్ళీ కిక్ కొట్టాడు. ఈసారి స్టార్టైంది. రోహిత్ వెనక కూర్చున్నాక పాణి దాన్ని పోనించాడు.

ఇద్దరూ హాస్పిటల్‌కి వెళ్ళి కోమాలోనే ఉన్న జలంధరని చూసారు.

"మిమ్మల్ని డాక్టర్ ఓసారి కలుసుకోమన్నారు." నర్స్ చెప్పింది.

బయటికి రాగానే డాక్టర్ గది వైపు వెళుతున్న పాణిని ఆపి రోహిత్ చెప్పాడు.

"వద్దు. వెళ్తే డబ్బు అడుగుతాడు. అతన్ని కలవకపోతే ఏ గొడవా ఉండదు."

"అంతేనంటావా?"

"అంతే. మనం ఇప్పుడే రింగ్ రోడ్డుకి వెళ్తున్నాం."

"అక్కడ ఎవరు ఉన్నారు?"

"చెప్తాగా. పద"

ఇద్దరూ హాస్పిటల్ నించి సరాసరి హైదరాబాద్-విజయవాడ హైవే నించి వేసిన రింగ్ రోడ్డు చేరుకున్నారు. ఉప్పల్ దాకా వెళ్ళే ఆ రింగ్ రోడ్‌కి అటు, ఇటు కొత్తగా అనేక కాలనీలు వెలుస్తున్నాయి. ఓ కాలనీలో నెల క్రితమే పూర్తైన ఓ ఇంటి ముందు రోహిత్ స్కూటర్‌ని ఆపించాడు.

ఇంటికి రంగు వేయడం ఆ రోజుతో పూర్తైంది. రంగుల వాళ్ళకి లెక్క చూసి, డబ్బు చెల్లిస్తున్న ఇంటాయన రోహిత్‌ని చూసి గుర్తు పట్టినట్లుగా పలకరింపుగా నవ్వాడు.

"వచ్చారా? మీకోసమే చూస్తున్నాను."

"అడ్వాన్స్ తెచ్చాను....పాణి, భువనైకరావు అని ఈయన ఎల్లైసీలో పని చేస్తున్నారు. ఈ ఇల్లు వీరిదే."

"నమస్తే." పాణి చెప్పాడు.

"నమస్తే. ఓసారి ఇల్లు చూసుకుంటారా?" భువనైకరావు అడిగాడు.

"అక్కర్లేదు పాణి. వీరికి ఇందాక నేను చెప్పిన మూడు వేలు ఇవ్వు."

"ఈ ఇల్లు ఎవరికి?" పాణి ఆశ్చర్యంగా అడిగాడు.

"మనకు తెలిసిన వాళ్ళకే కాని డబ్బివ్వు."

"మీరిస్తే రంగుల వాళ్ళకి ఇవ్వాలి." భువనైకరావు త్వరగా ఇవ్వమన్నట్లుగా అర్థం స్ఫురించేలా చెప్పాడు.

పాణి మారు మాట్లాడకుండా ఆ డబ్బు ఆయన చేతిలో ఉంచాడు. డబ్బు లెక్క పెట్టుకుని, ఆయన జేబు లోంచి తాళం తీసి రోహిత్ చేతిలో ఉంచి చెప్పాడు.

"ఇది ఈ ఇంటికి వేసే తాళం కప్ప డూప్లికేట్. మీ ఇష్టం. మంచిరోజు చూసుకుని ఎప్పుడైనా ప్రవేశించవచ్చు. కాని రెండు నెలల తర్వాత ఖాళీ చేసెయ్యాలి."

"అలాగే." రోహిత్ చెప్పాడు.

మళ్ళీ స్కూటర్ మీద ఇద్దరూ ఆ కాలనీలోని మట్టి రోడ్డు నించి రింగు రోడ్డు మీదకి చేరుకున్నాక స్కూటర్ ఆపి, పాణి దిగి చెప్పాడు.

"దిగు."

రోహిత్ దిగాక స్టాండ్ వేసి అడిగాడు.

"ఇప్పుడు చెప్పు. ఎవరికా ఇల్లు?"

"మనకే."

"నీకు పిచ్చా? ఊరికి ఇంత దూరంలో?"

"సమయం వస్తుంది. రాగానే చెప్తా కాని పద."

ఇద్దరూ మళ్ళా స్కూటర్ ఎక్కారు.

"ఎటు?" రోహిత్ అడిగాడు.

"మధు సేవకి."

"ఇదీ ఖర్చుంటే." రోహిత్ తృప్తిగా చెప్పాడు.

పాణి ముప్పావు గంట తర్వాత స్కూటర్ని బార్ ముందు ఆపాడు. ఇద్దరూ లోపలికి వెళ్ళి ఓ టేబుల్ ముందు కూర్చున్నారు. వెయిటర్ రాగానే రోహిత్ చెప్పాడు.

"ఓ క్వార్టర్ రమ్. రెండు సోడా. చిప్స్."

అతను వెళ్ళి ఆ బార్ ప్రొప్రయిటర్ చెవిలో ఏదో చెప్పాడు. వెంటనే ఆయన వచ్చి ఆ ఇద్దరితో చెప్పాడు.

"సారీ. రైట్స్ ఆఫ్ అడ్మిషన్ రిజర్వ్డ్."

"అలాగా. ఈ టేబుల్ రిజర్వ్ ఐతే ఇంకో టేబుల్కి మారతాం." రోహిత్ చెప్పాడు.

"అంటే మీరు ఇక ముందు ఎప్పుడూ ఈ బార్కి రావద్దని చెప్పానన్నమాట." ఆయన వివరించాడు.

"ఏమిటీ! ఈ బార్కి మేం రావద్దా?" పాణి ఉలిక్కిపడి అడిగాడు.

"అవును. పెన్లో ఇంకంత తాగితే చాలు. మీరిద్దరూ మనుషులు కారు. అందుకని రైట్స్ ఆఫ్ అడ్మిషన్ రిజర్వ్డ్."

"ఇంతదాకా మాతో ఎవరూ ఇంత మాటనలేదు." రోహిత్ రోషంగా చెప్పాడు.

"ఎందుకంటే ఇంతదాకా మీరు ఇక్కడికే తప్ప ఇంకే బార్కి వెళ్ళలేదు కాబట్టి. లేవండి."

"ఇక నించి రాం. ఇవేళే ఆఖరు సారి. అలవాటైన బార్." పాణి బతిమాలాడు.

"కుదరదు." బార్ యజమాని మొండిగా చెప్పాడు.

"అంతేనంటారా?" రోహిత్ అడిగాడు.

"అంతే."

"ఇదే ఆఖరు మాటా?"

"అవును. అదే ఆఖరు మాట."

"సరే. నా ఆఖరు మాట నువ్వు విను. అరగుడ్డు ఆమ్లెట్ నాయాలా! మేము చస్తే ఇక మీ బార్‌లోకి అడుగు పెట్టం." రోహిత్ చెప్పి లేచి కుర్చీ చప్పుడయ్యేలా తోసాడు.

ఇద్దరూ అవమానంతో ఎర్రబడ్డ మొహాలతో బయటకి వచ్చారు.

"మన పోలీస్ వెంకటస్వామి, చలపతుల కుట్రేమైనా ఇందులో ఉందంటావా?" రోహిత్ అడిగాడు.

"ఉండచ్చు. అది వాళ్ళ తప్పు కాదు. ఇప్పుడే బార్‌కి వెళదాం?" పాణి అడిగాడు.

"ఆరు కిలోమీటర్ల దూరంలోని ఏ బార్‌కి వెళ్ళినా రైట్స్ ఆఫ్ అడ్మిషన్ రిజర్వ్‌డ్ మనకి. కొత్త బారు కనిపెట్టాలి."

"మన పోలీస్‌స్టేషన్ జ్యూరిస్‌డిక్షన్‌లో అయితే బెటర్. కొత్త ఏరియాకి వెళ్తే అక్కడ చలపతి ఉండడు! మనల్ని చితకబాదినా బాదచ్చు." పాణి భయంగా చెప్పాడు.

"అదీ పాయింటే." రోహిత్ వప్పుకున్నాడు.

ఇద్దరూ కొద్దిసేపు ఆలోచించారు. వాళ్ళిద్దర్నీ అప్పుడు చూసిన ఒకరిద్దరు క్షణకాలం 'భూలోకానికి, ఓజోన్ పొరకి సంబంధించిన విషయం మీద సీరియస్‌గా ఆలోచిస్తున్నారు' అని అనుకున్నారు కూడా.

"ఐడియా" రోహిత్ చెప్పాడు.

"ఏమిటి?"

"ఈ బార్‌లకి ఇంతేసి పోయటం దేనికి?"

"అమ్మో! ఈరోజు ఇంట్లో తాగామనుకో. రేపు ఇల్లు ఖాళీ చేయాల్సి వస్తుంది." పాణి భయంగా చెప్పాడు.

"మనింటికి కాదెహె. పద చెప్తాను."

పాణి స్కూటర్‌ని వైన్ షాప్ ముందు ఆపాడు. రోహిత్ షాపులోకి వెళ్ళి ఓ క్వార్టర్ వైట్ రమ్ కొన్నాడు. దాన్ని ఓ హాఫ్ బాటిల్ లోకి వంచి ఆ సీసా నిండా నీళ్ళు నింపించాడు.

"ఎంగిలి కాకుండా ఎత్తెత్తి తాగుదాం పద." పాణితో చెప్పాడు.

ఇద్దరూ ఎదురుగా ఉన్న పార్క్‌లోకి దారి తీసారు. ఓ సిమెంట్ బెంచీ మీద కూర్చుని ఓ రూపాయి వేరుశెనగకాయల్ని కొనుక్కుని వాటిని ఇద్దరి మధ్య పోసి ఒకో కాయ వలుచుకుని తింటూ ఇద్దరూ ఆ సీసాలోని ద్రవాన్ని ఒకో గుక్క తాగసాగారు.

మరోసారి మూడో ప్రపంచ యుద్ధం మొదలవబోతోంది.

రోహిత్, పాణిలు రెగ్యులర్‌గా వెళ్ళే బార్ యజమాని 'పెన్‌లో ఇంకంత తాగితే చాలు. మిమ్మల్ని అదుపు చెయ్యలేం' అన్న మాటలో ఎంత మాత్రం అతిశయోక్తి లేదు. పార్క్‌లో సిమెంట్ బెంచీ మీద కూర్చుని మందు తాగుతున్న ఆ ఇద్దరిలో క్రమక్రమంగా చలనం రాసాగింది.

"టైమెంతయిందో తెలుసా?" పాణి కాళ్ళాడిస్తూ అడిగాడు.

"తెలుసు." రోహిత్ చెప్పాడు.

"గుడ్." పాణి కాళ్ళాడిస్తూనే చెప్పాడు.

మరి కొద్ది సేపయ్యాక రోహిత్ అడిగాడు.

"కమలాకరం గాడు ఎలక్షన్లలో నిలబడితే వాడికి నువ్వు ఓటు వేస్తావా?"

"వేస్తాను." పాణి చెప్పాడు.

"నువ్వు?" పాణి కాద్దిసేపాగి అడిగాడు.

"నేనూ వేస్తాను." రోహిత్ చెప్పాడు.

తమ శత్రువైన కమలాకరంకి వాళ్ళిద్దరూ ఎన్నికల్లో ఓటు వేస్తామని చెప్పడంలో ఓ విశేషం ఉంది. అది వాళ్ళ ఒంట్లోని అల్కహోల్. చాలామంది రాజకీయ నాయకులకి ఈ విశేషం తెలిసే, దుర్మార్గులైన తమకి ఓట్లు పడే ఏకైక మార్గం అదేనని తెలిసి, ఎలక్షన్స్ అప్పుడు ధారాళంగా సారాని ఓటర్లకి ఉచితంగా పంపిణీ చేస్తూంటారు.

మరికొద్దిసేపు గడిచింది. బాటిల్‌లో సగం మందు పూర్తైంది. వేరుశనక్కాయలు పూర్తిగా అయిపోయాయి.

"ఈ పార్క్‌లో ఓ తమాషా గమనించావా?" రోహిత్ అడిగాడు.

"అందరూ కవలలే రావడమా?" పాణి అడిగాడు.

"అవును."

బాగా తాగిన వాళ్ళకి ఒకరు ఇద్దరుగా కనిపించడం మామూలే.

"మన పోలీస్ వెంకటస్వామి కవలల్లోని ఒకడనుకుంటాను?" పాణి అడిగాడు.

"ఏం?"

"అరుగో. ఇద్దరు పోలీసు వెంకటస్వాములు వస్తున్నారు." పాణి చెప్పాడు.

దూరంగా నిలబడి లాఠీని విలాసంగా తిప్పుతున్న పోలీసు వెంకటస్వామి రోహిత్ కళ్ళకి కూడా ఇద్దరుగా కనిపించాడు.

"మనని చూస్తారేమో?"

"చూడనీ. మనం గొడవేం చేయడం లేదుగా."

పోలీసు వెంకటస్వామి ఆ ఇద్దర్నీ చూసి వాళ్ళ దగ్గరికి వచ్చాడు. చిన్నగా నవ్వుతూ అడిగాడు.

"ఏమిటిది చిత్రంగా ఉంది? జీతాలొచ్చిన రోజు ఈ టైంలో బార్‌లో కూర్చోకుండా ఇక్కడ తిష్టవేసారేంటి తమ్ముళ్ళూ?"

"మందు మానేసాం." పాణి చెప్పాడు.

"అవును. ఇందాకే." రోహిత్ కూడా చెప్పాడు.

వారి మాటలు ముద్దగా రావడంతో తాగి ఉన్నారని వెంకటస్వామి గ్రహించాడు.

"తాగాక ఇలా యోగి వేమనలా మీరిద్దరూ కూర్చోగలగడం చిత్రంగా ఉంది!"

"ఎన్నికల గురించి ఆలోచిస్తున్నాం." పాణి చెప్పాడు.

పోలీసు వెంకటస్వామి దృష్టి పాణి చేతిలోని హాఫ్ బాటిల్ మీద పడింది. అందులోని ద్రవం ఆల్కహాల్ కలిపిన నీళ్ళుగా గుర్తించాడు.

"మీరు ఇక్కడ తాగుతున్నారా? బహిరంగ ప్రదేశంలో తాగడం నేరం. తాగితే బార్‌లో లేదా ఇంట్లో. పోలీస్ స్టేషన్‌కి నడవండి." అతను చెప్పాడు.

"మేం తాగడం లేదు." పాణి చెప్పాడు.

"మరి చేతిలో ఆ బాటిల్ ఏమిటి? అందులోది రమ్ కదూ?" అడిగాడు.

"కాదు." రోహిత్ చెప్పాడు.

"కాకపోతే ఉట్టి నీళ్ళా? నేన్నమ్మను."

పాణి రోహిత్ వంక చూసి పకపకా నవ్వి చెప్పాడు.

"పాపం పిచ్చి పోలీసు వెంకటస్వామి. ఈ సీసాలోది రమ్ అనుకుంటున్నాడు."

"ఇట్లా ఇవ్వండి. వాసన చూస్తాను." వెంకటస్వామి కోరాడు.

పాణి మళ్ళీ పకపకా నవ్వి బాటిల్‌ని అందిస్తూ చెప్పాడు.

"కావాలంటే తాగి కూడా చూడు. తర్వాత నన్నని లాభం లేదు. అది మొరార్జిన్."

"మొరార్జిన్నా? అంటే?" వెంకటస్వామి అడిగాడు.

"అంటే యూరిన్. తెలుగులో చెప్పాలంటే మూత్రం."

"మూత్రమా?" వెంకటస్వామి అదిరిపడ్డాడు.

"అందులో సందేహం లేదు. పైగా స్వచ్ఛమైనది. షుగర్ కంప్లయింట్ ఉందని మా ఇంటాయన టెస్ట్ చేయించమని ఇచ్చాడు. తీసుకెళ్తూ కాసేపు వార్తలు విందామని పార్క్‌లో కూర్చున్నాం." రోహిత్ చెప్పాడు.

"కావాలంటే మొత్తం తాగి చూడు. రేపు మళ్ళీ పోయించుకుంటాం." పాణి సీసా మూత తెరిచి ఇస్తూ చెప్పాడు.

అసహ్యంగా ముఖం పెట్టి వెంకటస్వామి వెళ్తుంటే రోహిత్ అరిచాడు.

"స్వామీ! కనీసం వాసన చూడకుండా వెళ్తున్నారే? నిజం చెప్పామో లేదో చూసి వెళ్ళండి స్వామి."

అతనికి వాళ్ళని పోలీస్ స్టేషన్‌కి తీసుకెళ్ళాల్సిన అవసరం కనిపించక పోవడంతో వెనక్కి తిరిగాడు. అతను వెళ్ళాక వాళ్ళిద్దరు ఒకరికొకరు షేక్‌హేండ్ ఇచ్చుకుని పగలబడి నవ్వుకున్నారు. మరో పావుగంటలో వాళ్ళు ఆల్కహాల్‌ని పూర్తి చేసి లేచారు.

చేతిలో చిన్న పిల్లాడితో వస్తున్న ఒకతన్ని చూసి పాణి చెప్పాడు.

"అతను ఎత్తుకున్న అబ్బాయి అతని అన్నయ్యని పందెం."

"కాదని పందెం. అతని తమ్ముడు తప్ప అన్న కాదని పందెం." రోహిత్ చెప్పాడు.

"కావాలంటే అడిగి చూడు."

"పందెం ఓడిపోతావ్." రోహిత్ హెచ్చరించాడు.

"ఊహు. ఓడను."

ఆ వచ్చే అతన్ని ఆపి రోహిత్ అడిగాడు.

"మిస్టర్! నీకు సిస్టర్స్ ఎంతమంది? బ్రదర్స్ ఎంతమంది?"

"ఎందుకు?"

"చెప్పు చెప్తా."

"ఇద్దరు బ్రదర్స్, ఓ సిస్టర్." అతను చెప్పాడు.

"గుడ్. మీ సిస్టర్‌కి ఎంత మంది బ్రదర్స్?"

"ఇద్దరు బ్రదర్స్."

"ఎంత మంది సిస్టర్స్?" పాణి అడిగాడు.

"లేరు."

"నిజం చెప్పు. ఇందాకే చెప్పావుగా. నీకు ఇద్దరు బ్రదర్స్, ఒక సిస్టర్ అని. ఆమెకి కూడా ఇద్దరు బ్రదర్స్ ఓ సిస్టర్. తెలిసిందా? లేదా నిన్ను లెక్కలు రాని దద్దమ్మంటారు. ఇంకెక్కడా ఇలా అనక. వెళ్ళు." రోహిత్ తూలుతూ చెప్పాడు.

తాగుబోతులతో ఎందుకని అతను అక్కడ్నించి వేగంగా వెళ్ళిపోయాడు.

"సార్. టైమెంత?" పాణి నడుస్తుంటే ఎవరో అడిగారు.

"సారీ. నేను ఈ ఊరికి కొత్తవాణ్ణి." పాణి చెప్పాడు.

పార్క్‌లోంచి ఇద్దరూ బయటకు వచ్చారు. దారినపోయే ఒకతన్ని ఆపి పాణి అడిగాడు.

"ఎక్స్‌క్యూజ్ మి సర్. నేనెక్కడున్నానో చెప్పగలరా?"

"బేంక్ స్ట్రీట్‌లో."

"వివరాలు అనవసరం. ఊరు పేరు చెపితే చాలు." పాణి తూలుతూ చెప్పాడు.

రోహిత్ అతన్ని మళ్ళీ అడిగాడు.

"ఈ రోడ్డుకి అవతలి వైపు ఏది?"

"అటు వైపు." చేత్తో చూపించి వెళ్ళిపోయాడు.

ఆ ఇద్దరు ఒకరి చేతిని ఇంకొకరు పట్టుకుని రోడ్డు క్రాస్ చేస్తూంటే అనేక కార్ల హారన్‌లు మోగాయి. అకస్మాత్తుగా బ్రేక్ వేసి ఆపినట్లుగా టైర్లు కీచుమన్నాయి. అటూ ఇటూ ట్రాఫిక్ ఆగిపోయింది. అది గమనించని వాళ్ళు రోడ్డు దాటి అవతలి వైపుకి వెళ్ళారు.

"ఎక్స్‌క్యూజ్ మీ. ఈ రోడ్డుకి అవతలి వైపు ఇదే కదా?" రోహిత్ ఓ పాదచారిని అడిగాడు.

"కాదండి అటు వేపు." అతను చేత్తో చూపించాడు.

రోహిత్ గుడ్లెర్ర చేసి అరిచాడు.

"ఏం ఆటలుగా ఉందా? ఇందాకతను ఇదేనని చెప్తేనేగా రోడ్ క్రాస్ చేసి వచ్చాం."

"కాదదామా?" పాణి అడిగాడు.

మరుక్షణం ఆ పాదచారి అక్కడ్నించి మాయమయ్యాడు. ఇద్దరూ ఎదురుగా ఉన్న ఓ టెలిఫోన్ బూత్ దగ్గరికి వెళ్ళారు.

"ఫోన్ చేయాలి." చెప్పాడు రోహిత్ అతనితో.

"అలాగే. ఏ నెంబర్‌కి?" బూత్ యజమాని అడిగాడు.

"నంబరు తెలీదు. న్యూఢిల్లీలో ఉంటారాయన."

"నంబర్ చెప్పాలి." అతను కోరాడు.

"ఐతే ట్రంకాల్ బుక్ చెయ్. ప్రధానమంత్రితో అర్జెంట్‌గా మాట్లాడాలి." రోహిత్ చెప్పాడు.

"ప్రధాన మంత్రితోనా?" బూత్ యజమాని అదిరిపడ్డాడు.

"అవును. ఇక్కడ రోడ్ల మీద గుంటలు చాలా ఉన్నాయి. వాటి గురించి మాట్లాడాలి."

"ఏమిటి? ఆయనతో రోడ్ల మీది గుంటల గురించి మాట్లాడాలా?" ఆశ్చర్యంగా అడిగాడు.

"అవును."

"ఆయన మీకు బంధువా సార్?"

"ఊహు. ఓ భారత పౌరుడిగా రోడ్ల మరమ్మత్తు గురించి పి. యం. తో మాట్లాడే హక్కుని వినియోగించుకోకూడదా నేను?"

"సారీ సర్. ట్రంకాల్ చేయడానికి కుదరదు."

"ఎందుకు కుదరదు? నా వాక్ స్వాతంత్ర్యాన్ని భగ్నం చేయడం అంటే, భారత పౌరుడిగా రాజ్యాంగం నాకు ఇచ్చిన హక్కుని నువ్వు రద్దు చేస్తున్నట్లే! వెంటనే కాల్ బుక్ చెయ్యి. రోహిత్ మాట్లాడాలనుకుంటున్నాడని పి. యం.తో చెప్పి, ఆయన లైన్‌లోకి రాగానే పిలు. ఈలోగా ఆ బండి దగ్గర టీ తాగుతూంటాం. అర్థమైందా?"

"కుదరదండి."

"పిస్తోలుంటే నిన్ను కాల్చేసేవాడ్ని. మనం విదేశాలకి ఒక లక్ష అరవై రెండు వేల కోట్ల రూపాయలు అప్పున్నాం అని పొద్దున్న పేపర్‌లో చదివాను. అంటే తలకి రెండు వేల రూపాయల చొప్పున మన దేశ జనాభా మీద ఆ అప్పు పడింది. నేను ఓటు వేసి గెలిపించిన వారు అంత సొమ్ము అప్పు చేసి నా భాగం రెండు వేలతో ఏం ఖర్చు చేసారో తెలుసుకుందామని." పాణి చెప్పాడు.

"కుదర్దండి."

"పోనీ వీడ్నీ దెబ్బెయ్యానా? ఓ పనైపోతుంది." పాణి రెండు అరచేతులు రుద్దుకుంటూ అడిగాడు.

దూరంగా వెళ్తున్న పోలీసుని చూసి అతను వెంటనే గట్టిగా అరిచాడు.

"పోలీస్... హెల్ప్... పోలీస్."

మరుక్షణం పోలీసు వెంకటస్వామి అక్కడ ప్రత్యక్షం అయ్యాడు.

"ఏమిటి? వీళ్ళిద్దరూ పి.యం. కి ట్రంకాల్ బుక్ చెయ్యమన్నారా? లేకపోతే తంతామన్నారా?" పాణి, రోహిత్‌లని ఓరకంట గమనిస్తూ వెంకటస్వామి అడిగాడు.

"నిజం. పండగకి చక్కెర కోటా పెంచే విషయం మాట్లాడాలి." పాణి తూలుతూ చెప్పాడు.

"ఐతే నాతో రండి. స్టేషన్ నించి ఫ్రీగా మాట్లాడుదురు గాని."

"మాకేం భయమా? ఎక్కణ్ణించైనా మాట్లాడతాం. మాకు వాక్స్వాతంత్రం ఉంది."

ఇద్దర్నీ రిక్షా ఎక్కించి వెనక లూనా మీద వాళ్ళని ఫాలో అవసాగాడు.

"ఎంకటసామి." పాణి పిలిచాడు.

"ఏమిటి?" అతను అడిగాడు.

"నువ్వొట్టి వెధవ్వి."

"డ్యూటీలో ఉన్న పోలీసుని అవమానించడం నేరం." పోలీసు వెంకటస్వామి కోపంగా చెప్పాడు.

"అది నేన్నమ్మను." రోహిత్ చెప్పాడు.

"నేనూ నమ్మను." పాణి చెప్పాడు.

"ఆపు." రోహిత్ రిక్షాని ఆపించాడు.

రిక్షా తొక్కేవాణ్ణి దింపి, బలవంతంగా రిక్షాలో కూర్చోపెట్టి చెప్పాడు.

"ఇంతమందిని నువ్వు రిక్షాలో కూర్చోపెట్టి లాగుతూంటావ్. ఏ వెధవైనా ఒక్కసారైనా ఇలా నిన్ను రిక్షా ఎక్కించుకుని గౌరవించాడా? లేదు. కాని నేనున్నాను చూడు."

'వద్దు బాబుగారు. తమరు ఇలాంటి పని చేయకూడదు' అని రిక్షావాడు గోల పెడుతున్నా వినకుండా పోలీస్ స్టేషన్ దాకా రోహిత్ ఆపసోపాలు పడుతూ రిక్షా తొక్కాడు.

మృదుపాణి ఆనందంగా 'బార్ బార్ దేఖో' అనే పాటని అందుకున్నాడు.

ఇన్‌స్పెక్టర్ చలపతి వాళ్ళని చూడగానే మొహం విసుగ్గా పెట్టాడు. ఆ ఇద్దరూ కుడి కాలు నేల మీద ఎత్తి కొట్టి మిలటరీ సెల్యూట్ చేసారు.

"మామూలేనా?" చలపతి అడిగాడు.

"మామూలేనండి." వెంకటస్వామి చెప్పాడు.

చలపతి లేచి ఇద్దరి దగ్గరికి వచ్చి చెప్పాడు.

"ఫుల్ బాటిల్ తాగి కూడా తాగని వాళ్ళకి మల్లే నిబ్బరంగా ఇంటికెళ్ళే వాళ్ళున్నారు. మీరు టీ స్పూనుడు తాగితే గొడవ చేస్తామని తెలిసీ ఎందుకు తాగటం ఆపరు."

"వెరీ సారీ. ఇంకెప్పుడూ తాగం." పాణి చెప్పాడు.

"మీలాంటివాళ్ళని చూసే అనుకుంటా, బూజర్స్ ఆర్ లూజర్స్ అన్నారు. అసలు ఎందుకు తాగుతారయ్యా?" చలపతి అడిగాడు.

"నేను రోహిత్ ఆరోగ్యానికి." పాణి వెంటనే చెప్పాడు.

"నేను పాణి ఆరోగ్యం కోసం... మొదటి చుక్క తాగబోయే ముందు 'ఫర్ యువర్ హెల్త్' అంటాను." రోహిత్ చెప్పాడు.

"ఇంకొకరి ఆరోగ్య కోసం తాగితే, వాళ్ళ ఆరోగ్యం సంగతెలా ఉన్నా, తాగేవాళ్ళ ఆరోగ్యం పాడవుతుంది తెలుసా? నువ్వు ఆల్కహాల్‌ని తాగితే అది నిన్ను తాగుతుంది తెలుసా?" చలపతి స్కూల్లో మోరల్ క్లాస్‌లో విద్యార్థులకి చెప్పే రీతిలో చెప్పాడు.

"అది నిజం కాదు. వృద్ధులైన తాగని వాళ్ళ కన్నా ముసలివాళ్ళైన తాగుబోతులే ఈ లోకంలో అధికంగా ఉన్నారు." రోహిత్ చెప్పాడు.

పోలీసు వెంకటస్వామి వాళ్ళని సెల్ లోకి లాక్కెళ్ళాడు.

9

ప్రైవేట్ డిటెక్టివ్ సింహం ఆ రోజు ఉదయం దినపత్రికలో, హోటల్ షెరాటన్‌లో కమలాకరం కూతురి బర్త్ డే ఫంక్షన్ సాయంత్రం ఏడున్నర నించి తొమ్మిదిన్నర దాకా జరుగుతుందన్న వార్త చదివాడు.

అసిస్టెంట్ బ్రహ్మం ఓ ఏడేళ్ళ కుర్రాడితో లోపలికి వచ్చి ఉత్సాహంగా చెప్పాడు.

"గ్రేట్ సక్సెస్ సర్. వరదరాజన్ తప్పిపోయిన కొడుకుని ఇరవై నాలుగ్గంటల్లో వెదికి పట్టుకున్నాను."

వెంటనే సింహం ఆయనకి ఫోన్ చేసి చెప్పాడు.

"ఇంకో పావుగంటలో వస్తారు. గ్రేట్ సక్సెస్. ఈ రాత్రి ఫిలిం ప్రొడ్యూసర్ కమలాకరం కూతురి బర్త్‌డే పార్టీకి వెళ్ళాలి మనం. గుర్తుందిగా. అక్కడికి చాలామంది పెద్దవాళ్ళు వస్తారు. నన్ను 'నా క్లాస్ మేట్' అని కమలాకరం ఎవరికి పరిచయం చేసినా వాళ్ళకి నువ్వు మన విజిటింగ్ కార్డులు ఇవ్వాలి. వాటిని తీసుకు రావడం మర్చిపోవద్దు."

"అలాగే బాస్." బ్రహ్మం చెప్పాడు.

సరిగ్గా ఇరవై నిమిషాల తర్వాత బయట ఓ కారు ఆగింది. అందులోంచి ఓ ఏభై ఆరేళ్ళాయన, ఆయన భార్య దిగారు. ఇద్దరూ ఆదుర్దాగా లోపలికి వచ్చారు. వాళ్ళ మొహాల్లో ఆనందం తాలూకు ఛాయలు కనిపిస్తున్నాయి.

"ఎంగె? నమ్మ పొణ్ణు ఎంగె?" లాంటి సౌండింగ్ గల డైలాగ్ చెప్పిందావిడ.

"ఉళ్ళ." బ్రహ్మం గర్వంగా చెప్పాడు.

ఆ ఇద్దరూ ముందు గదిలోంచి డిటెక్టివ్ సింహం గదిలో కెళ్ళారు.

"వేరీజ్ మై సన్?" వరదరాజన్ ఆదుర్దాగా అడిగాడు.

"ఇదుగో. వీడే" వేరుశెనక్కాయలు తినే ఏడేళ్ళ కుర్రాడిని సింహం చూపించాడు.

ఆ ఇద్దరు దంపతులు ఒకరి వంక మరొకరు ఆశ్చర్యంగా చూసుకున్నారు.

డిటెక్టివ్ సింహం లేచి అటు ఇటు గంభీరంగా పచార్లు చేస్తూ చెప్పాడు.

"గోదావరి పుష్కరాలకి మీరు రాజమండ్రి వెళ్ళినప్పుడు తప్పిపోయిన మీ అబ్బాయి ఈ కుర్రాడే. ఈ కుర్రాడి మాతృభాష తమిళం. పేరు పొణ్ణుస్వామి. రెండూ సరిపోయాయి."

"కాని ఈ కుర్రాడు కాదు మా కొడుకు."

"మీ కొడుకు కాకపోవడం కుదరదు. పన్నెండేళ్ళు దాటింది కాబట్టి గుర్తు పట్టలేకపోతున్నారు. ఏరా కుర్రాడా? మీ నాన్న పేరేమి?" డిటెక్టివ్ సింహం అడిగాడు.

"వరదరాజన్."ఆ కుర్రాడు చెప్పాడు.

"విన్నారుగా. వివరాలన్నీ కరెక్టుగా సరిపోయాయి. ఫీజిచ్చి మీ కొడుకుని మీ ఇంటికి తీసుకెళ్ళండి."

"పన్నెండేళ్ళ క్రితం ఏడేళ్ళ కొడుకు తప్పిపోతే ఇప్పుడు వాడి వయసు పంతొమ్మిదేళ్ళు ఉంటాయి. మీరు వెతకాల్సింది పంతొమ్మిదేళ్ళ పొన్నుస్వామిని."

వెంటనే సింహం వరదరాజన్ వంక ఆరాధనగా చూస్తూ చెప్పాడు.

"మీరు కరెక్టే సుమా. నా నోట్ బుక్‌లో 'కుర్రాడి వయసు ఏడు" అని రాసుకోబట్టి ఏడేళ్ళ వాడి కోసం గాలించాను. పంతొమ్మిదేళ్ళని తట్టనేలేదు నాకు."

"అప్పాడియమ్మ! నా కొడుకు కనిపించాడని ఎంత సంతోషపడ్డాను!" ఆవిడ బాధగా చెప్పింది.

"ఏం బాధపడకండి. పంతొమ్మిదేళ్ళ పొన్నుస్వామిని రేపటికల్లా పట్టుకొచ్చి మీకు అప్పచెప్తాను." డిటెక్టివ్ సింహం చెప్పాడు.

వాళ్ళిద్దరూ వెళ్ళాక సింహం బ్రహ్మన్ని పిలిచి తిట్టాడు.

"వాళ్ళు నాకు డిటెక్షన్ రాదనుకున్నారు. నిన్ను అసిస్టెంట్‌గా ఎందుకు పెట్టుకుంటున్నట్లు? ఆ కుర్రాడి వయసు ఇప్పుడు పంతొమ్మిదేళ్ళు ఉంటాయని నువ్వు నాకు ఎందుకు గుర్తు చేయలేదు?"

"మొదటి నించి నేను లెక్కల్లో పూర్ బాస్." బ్రహ్మం చెప్పాడు.

10

హైదరాబాద్‌లోని హోటల్ షెరాటన్. షహెంషా హాల్. దాదాపు ఐదు వందల మంది పట్టే ఆ హాల్‌లో సీలింగ్ నించి వేలాడే ఖరీదైన ఇటాలియన్ షేండ్లియర్లలో బల్బులు వెలుగుతున్నాయి.

హాల్లో పరిచిన మెత్తటి కార్పెట్ మీద టేబిల్స్. వాటి మీద ఖాళీ గ్లాసులు, లిక్కర్ బాటిల్స్, షార్ట్ ఈట్స్. వాటి వెనుక వాటిని సర్వ్ చేయడానికి యూనిఫాంలో ఉన్న హోటల్ స్టాఫ్. మూడు వందల మంది దాకా చేరారు.

ద్వారం దగ్గర నిలబడ్డ హోటల్ స్టాఫ్ కొత్త మొహాలైతే ఇన్విటేషన్ చూసి లోపలికి పంపుతున్నారు. సినీనటులు, నగరంలోని ప్రముఖుల మొహాలు గుర్తు పట్టచ్చు కాబట్టి వాళ్ళని కార్డు అడగడం లేదు. కమలాకరం అక్కడే నిలబడి రిసీవ్ చేసుకుంటున్నాడు.

సరిగ్గా ఎనిమిందిం పావుకి కమలాకరం కూతురు దాదాపు పది కిలోల బరువున్న కేక్‌ని కట్ చేసింది. ఆ కేక్ మీద పంతొమ్మిది కేండిల్స్ అమర్చి ఉన్నాయి. ఆ కేండిల్స్‌ని ఆమె ఆర్పగానే 'హేపీ బర్త్ డే టు యూ' అనే పాట పాడారు.

ఓ పెద్ద పథకంతో వచ్చిన రోహిత్ షెరాటన్ హోటల్‌లోని సెల్లార్ కారు పార్కింగ్‌కి రహస్యంగా చేరుకున్నాడు. అతని కళ్ళు కమలాకరం కారు కోసం వెదకసాగాయి. రోహిత్ ఊహించినట్లుగానే ఆ కారు దగ్గర డ్రయివర్ లేదు. గాలి కోసం బయటికి వెళ్ళి ఉంటాడు.

రోహిత్ తన షర్ట్ జేబులోంచి చిన్న ఇనుప తీగని తీసి, దాన్ని 'వి' ఆకారంలో వంచి, ఆ కారు తలుపు అద్దం లోంచి పోనించి లోపల లాక్ చేసిన కారు తలుపు హేండిల్‌ని లాగాడు. క్లిక్ అన్న శబ్దంతో ఆ కారు తలుపు 'అన్‌లాక్' ఐంది.

రోహిత్ తన వేలిముద్రలు పడకుండా హేండిల్ మీద కర్చీఫ్‌ని పరిచి ఆ కారు తలుపు తెరిచాడు. లోపలకి ఎక్కి తలుపు మూసి వెనక సీట్లోకి వెళ్ళి వెయిట్ చేయసాగాడు.

* * *

"మీరు తీస్తున్న 'పన్నీరు-కన్నీరు' సినిమా ఎంతదాకా వచ్చింది?" ఓ ఫిలిం డిస్ట్రిబ్యూటర్ కమలాకరాన్ని అడిగాడు.

"పన్నీరు భాగం పూర్తైంది. కన్నీరు పార్టే మిగిలింది." కమలాకరం చెప్పాడు.

డిటెక్టివ్ సింహం, అసిస్టెంట్ బ్రహ్మం లోపలికి రాగానే వాళ్ళని కమలాకరం సాదరంగా రిసీవ్ చేసుకున్నాడు.

"నీ తెలివితేటల గురించి అప్పుడప్పుడు వింటున్నానురా." కమలాకరం చెప్పాడు.

"అదేం లేదు." సింహం మొహమాటంగా చెప్పాడు.

డిటెక్టివ్ సింహాన్ని కమలాకరం ఆ ఫిలిం డిస్ట్రిబ్యూటర్‌కి పరిచయం చేయగానే అసిస్టెంట్ బ్రహ్మం ఆయనకి తమ విజిటింగ్ కార్డు ఇచ్చాడు.

"డిటెక్టివ్ నవలల్లో లాగా ఇక్కడేదైనా నేరం జరగచ్చుని తెలిసి వచ్చారా?"

"మేం ఉన్న చోట నేరం జరగడమే? అసాధ్యం." సింహం చెప్పాడు.

"ఏమండి! స్కాచ్ డ్రింక్ ఎక్కడ సర్వ్ చేస్తున్నారు?" ఓ ముప్ఫై ఏళ్ళ యువతి వాళ్ళని అడిగింది.

"మీరు ఎప్పటి నించి స్కాచ్ విస్కీ తాగుతున్నారు?" కమలాకరం ఆశ్చర్యంగా అడిగాడు.

"ఈమె తాగదు. తన భర్త కోసం వెదుకుతూ అలా అడిగింది. ఈమె భర్త స్కాచ్ చూస్తే పీకల దాకా తాగి కాని ఊరుకోడు." డిటెక్టివ్ సింహం వెంటనే చెప్పాడు.

"మీకెలా తెలుసు?" ఆ యువతి ఆశ్చర్యంగా అడిగింది.

అభివాద పూర్వకంగా తల వంచి సింహం ఆమెకి తన విజిటింగ్ కార్డు ఇచ్చాడు.

"నిజం నిప్పులాంటిది. వేడి, పొగ లేకుండానే ఆ నిజాన్ని కనిపెట్టగలగడమే మా వృత్తి" బ్రహ్మం చెప్పాడు.

"వాటే నైస్ సర్‌ప్రయిజ్! నేను ఇంతదాకా డిటెక్టివ్‌ల గురించి చదవడమే తప్ప ఎన్నడూ కంటితో చూడలేదు. నిజం నిప్పులాంటిదన్నారు. మరి అబద్ధం?" ఆ అమ్మాయి సంభ్రమంగా చెప్పింది.

"అబద్ధం అప్పు లాంటిది." బ్రహ్మం జవాబు చెప్పాడు.

"మేం మీరు చూసే దృష్టితో చూడం. ఓ ప్రత్యేక పరిశీలనా దృష్టితో చూస్తాం. కాబట్టి నిజాలు ఇట్టే కనిపెట్టేస్తూంటాం. ఉదాహరణకి ఈ ఫిలిం డిస్ట్రిబ్యూటర్ ఇంటి నించి ఈ పార్టీకి వస్తూ తన భార్యతో తగాదా పడ్డాడు. అవునా?" సింహం అడిగాడు.

"అవును. ఎలా తెలుసు?" అతని భార్య ఆశ్చర్యంగా అడిగింది.

"అంతే కాదు. ఆ సమయంలో మీ వారు బూట్లు తొడుక్కుంటున్నారు."

"అబ్బ. చూసినట్లు అంత కరెక్టుగా ఎలా చెప్పగలిగారు?" ఇంకాస్త ఆశ్చర్యంగా అడిగింది.

"అంతే కాదు. మీ వారికి ఆకుపచ్చ రంగు మీద నీలం గీతల సాక్స్ జత, నీలం రంగు మీద ఆకుపచ్చ గీతల సాక్స్ జత కూడా ఉన్నాయి."

"నిజమే. ఇవన్నీ మీకెలా తెలుసు?" ఆ ఫిలిం డిస్ట్రిబ్యూటర్ ఆశ్చర్యంగా అడిగాడు.

"సింపుల్. మీరు బూట్లు తొడుక్కుంటున్నప్పుడు మీ ఆవిడతో పోట్లాడారు. కోపంతో బుర్ర సరిగ్గా పని చేయదు కాబట్టి మీరు ఓ కాలికి నీలం రంగు మీద ఆకుపచ్చ గీతల సాక్స్, ఇంకో కాలికి ఆకుపచ్చ రంగు మీద నీలం గీతల సాక్స్ తొడుక్కున్నారు." డిటెక్టివ్ సింహం చెప్పాడు.

"యు ఆర్ ఏ బ్రిలియంట్ డిటెక్టివ్." అంతా సింహాన్ని మెచ్చుకున్నారు.

ఆ మెచ్చుకోలు విన్న కమలాకరానికి ఓ ఆలోచన స్ఫురించింది. వెంటనే కమలాకరం డిటెక్టివ్ సింహాన్ని పక్కకి తీసుకెళ్ళి చెప్పాడు.

"నీకో కేసు అప్పగిస్తే చేయగలవా?"

"ఎలాంటి కేసైనా చేయగలను. కావాలంటే అప్పగించి చూడు."

"మరేం లేదు. ఇన్‌కంటేక్స్ డిపార్టుమెంట్‌లోని వాళ్ళకి నా దగ్గర నల్ల డబ్బుందని అనుమానంగా ఉన్నట్లు నాకు అనుమానంగా ఉంది! వాళ్ళు మా ఇంటికి రెయిడ్‌కి వచ్చే పక్షంలో నువ్వు ముందే తెలుసుకుని నాకు చెప్పగలవా?"

"అసలు ఆ అనుమానం నీకెలా కలిగింది మిత్రమా?" సింహం అడిగాడు.

"వారం క్రితం నేను మద్రాస్ నించి ఓ బ్రీఫ్‌కేస్‌తో వస్తున్నాను. అందులో పది లక్షల కేష్ ఉంది. హైద్రాబాద్ ఎయిర్‌పోర్టులోకి రాగానే ఇన్‌కంటేక్స్ వాళ్ళు ఆ నల్ల డబ్బుని స్వాధీనం చేసుకోడానికి నన్ను చుట్టుముట్టారు. ఐతే నన్ను తీసుకెళ్ళడానికి వచ్చిన డ్రైవర్ వాళ్ళ మాటలు విని సంగతి గ్రహించి దూరం నించే వాళ్ళని నాకు చూపించి కన్ను కొట్టాడు. దాంతో ఆ బ్రీఫ్ కేస్‌ని వదిలేసాను. ఆ నల్ల డబ్బు నా దగ్గర వాళ్ళకి దొరికితే చచ్చే చావు అయ్యేది."

"ఇంతకీ ఆ డబ్బు ఏమైంది?" అసిస్టెంట్ బ్రహ్మం అడిగాడు.

"మర్నాడు పేపర్‌లో చదవలా ఎవరో పది లక్షల రూపాయల బ్రీఫ్‌కేస్‌ని ఎయిర్ పోర్ట్‌లో మర్చిపోయారని? అది నాదే." కమలాకరం చెప్పాడు.

"ఆల్‌రైట్. ఇక మీదట ఆ పని మీద ఉంటాను. అయితే నాకు కొంత సమాచారం కావాలి." సింహం కోరాడు.

"అలాగే. రేపు మధ్యాహ్నం మా ఇంటికి రా."

"ఫీజు విషయం కూడా అప్పుడే మాట్లాడుకుందాం." బ్రహ్మం చెప్పాడు.

షెహంషా హాలు పక్క లాన్స్‌లో ఇంకొకరి పార్టీ జరుగుతోంది. అది మద్యపాన నివారణ గురించి జరిగిన కాన్ఫరెన్స్‌లో పాల్గొనడానికి వచ్చిన డాక్టర్లకి వీడ్కోలు విందు.

వెరైటీగా ఉంటుందని కమలాకరం పుచ్చకాయ ముక్కలని స్కాచ్ విస్కీలో నానేసి సర్వ్ చేయమని షెరాటన్ హోటల్ వారికి రిక్వెస్ట్ చేసాడు. ఐతే మద్యపాన నివారణ డాక్టర్స్ మెనూలో కూడా పుచ్చకాయ ముక్కలు ఉన్నాయి.

హోటల్ స్టాఫ్‌ని అజమాయిషీ చేసే వ్యక్తి ఆ పొరపాటుని కొద్దిగా ఆలస్యంగా కనుక్కున్నాడు. స్కాచ్‌తో తడిసిన పుచ్చకాయ ముక్కలు డాక్టర్లకి, మామూలువి కమలాకరం పార్టీకి వచ్చిన వారికి సరఫరా చేయబడ్డాయి. ఆ సూపర్‌వైజర్ దృష్టికి ఆ పొరబాటు రాగానే అతను వెయిటర్స్‌తో చెప్పాడు.

"అర్జెంటుగా ఆ డాక్టర్ల పార్టీలోని పుచ్చకాయ ముక్కలని తీసేయండి."

కాని అప్పటికే ఆలస్యం అయి, ఆ ముక్కల్లో ముప్పాతిక భాగం డాక్టర్లు తినేసారు.

"ఆ డాక్టర్లేం ఫిర్యాదు చేయలేదా?" సూపర్‌వైజర్ వెయిటర్‌ని అడిగాడు.

"లేదు. కాని ఆ డాక్టర్లంతా పుచ్చకాయ గింజలని తమ జేబుల్లో నింపుకుంటున్నారు." ఆ వెయిటర్ చెప్పాడు.

రాత్రి పదిన్నరకి కమలాకరం తన కూతురితో చెప్పాడు.

"అమ్మాయ్! పార్టీ రాత్రి ఒంటి గంట దాకా జరుగుతుంది. నువ్వు ఇక ఇంటికెళ్ళు."

"అలాగే డేడీ. గుడ్ నైట్." చెప్పింది.

సెల్లార్ పార్కింగ్ లోని స్పీకర్ లోంచి కార్ నంబర్ వినపడింది. వెంటనే యూనిఫాంలోని డ్రైవర్ కమలాకరం కారు దగ్గరికి నడిచాడు. తలుపు తాళం తీసి డ్రైవింగ్ సీట్లో కూర్చున్నాడు. తయారుగా ఉండి, అందుకోసం ఎదురు చూస్తున్న రోహిత్ వెంటనే వెనక నించి ఓ కర్చీఫ్‌లోకి నీళ్ళలాంటి ద్రవాన్ని వంచి దాన్ని ఆ డ్రైవర్ ముక్కుకి ఉంచి అదిమాడు. అట్టే సేపు ప్రతిఘటించకుండా డ్రైవర్ ఆ తియ్యటి వాసనకి తల వాల్చేసాడు.

రోహిత్ డ్రయివర్‌ని కారులోంచి కిందకి లాగి ఓ మూల పడుకోబెట్టి తను డ్రయివింగ్ సీట్లో కూర్చున్నాడు. ఇప్పుడతని ఒంటి మీద స్పృహ తప్పిన డ్రయివర్ యూనిఫాం లాంటి యూనిఫామే ఉంది. రోహిత్ హెయిర్ స్టైల్ కూడా అలాగే ఉంది.

కారు స్టార్ట్ చేసి ముందుకి పోనించాడు. అది షెహంషా హోల్ ఎంట్రన్స్‌లో ఆగగానే దర్వాన్ కారు తలుపు తెరిచాడు. వెంటనే కమలాకరం కూతురు వెనక సీటులో కూర్చుంది.

తనని ఎవరైనా కనిపెడతారేమోనని రోహిత్ గుండెలు కొట్టుకుంటున్నాయి. ఎవరైనా ప్రశ్నించినా అందుకు తగ్గ సమాధానం ఉంది.

"మీ డ్రైవర్‌కి కడుపు నొప్పి వచ్చి హాస్పిటల్‌కి వెళ్ళాడు. నన్ను డ్యూటీ చేయమన్నాడు."

అతన్ని ఎవరూ గుర్తించలేదు. కారు ముందుకు పోనిచ్చాడు. కొద్ది దూరం వెళ్ళాక ఆ అమ్మాయి అడిగింది.

"కారు ఎటు వెళ్తోంది?"

రోహిత్ మౌనంగా ఉండడంతో వెనక సీట్ లోంచి ఆమె మళ్ళీ అడిగింది.

"డ్రైవర్. నిన్నే. ఎక్కడికి తీసుకెళుతున్నావు నన్ను?"

అతను నెమ్మదిగా బ్రేక్ వేసి ఆ కారుని ఆపాడు. డేష్ బోర్డు తెరచి అందులోంచి చిన్న సీసా తీసాడు. దాని మీద 'క్లోరోఫాం' అన్న అక్షరాలు ఉన్నాయి. వెనక్కి తిరిగి ఆమె జుట్టు పట్టుకుని తలని ముందుకి వంచాడు. ఆమె భయంగా కెవ్వున అరిచింది.

దాన్ని తన ముక్కు దగ్గర ఉంచుతూంటే అరిచిందా అమ్మాయి.

"ఏయ్. వదులు. ఎవరు నువ్వు?"

అరుస్తూనే ఆమె సీసాలోంచి బయటకు వచ్చే ఆ తియ్యటి వాసన చూసింది. అది క్లోరోఫాం అని అర్థం అయింది ఆమెకి. షూటింగ్‌లో పాముని చచ్చిపడిన పాములా చూపడానికి అలాంటి క్లోరోఫామే వాడటం ఆమెకి గుర్తొచ్చింది. తనని ఎవరో కిడ్నాప్ చేస్తున్నారని కూడా ఆమెకి అర్థమైంది.

రోహిత్ లోపల లైటు వెలిగించి చూసి ఆమె నిజంగా స్పృహ తప్పిందని, నటన కాదని రూఢి చేసుకున్నాక డ్రైవింగ్ సీట్‌లో కూర్చుని కారుని ముందుకు పోనిచ్చాడు.

రోహిత్‌కి కారు డ్రైవింగ్ రాదనుకోడం పొరపాటు. గతంలో సూపర్ మార్కెట్ ఎదురుగా ఉన్న కారుని దొంగిలించడానికి పాణి సహాయం తీసుకున్నప్పుడు తనకి డ్రైవింగ్ రాదని అబద్ధం ఆడాడు. వచ్చుంటే పాణి కారు అక్కడే ఆపి వెళ్ళిపోయి ఉండేవాడు. కమలాకరం కూతుర్ని కిడ్నాప్ చేయడంలో పాణి సహాయం తీసుకోకపోవడానికి కారణం, అందుకు పాణి ఒప్పుకోకపోగా అడ్డు పడతాడని.

రోహిత్ హుషారుగా ఈల వేస్తూ డ్రైవ్ చేయసాగాడు. కారు కొద్దిసేపట్లో రింగ్ రోడ్ లోంచి ఓ కాలనీ లోకి ప్రవేశించింది. ఇంకా ఆ కాలనీకి కరెంట్ కానీ, వీధి దీపాలు కాని రాకపోవడంతో చీకటిగా ఉంది. రోహిత్ కారు దిగి తను అద్దెకి తీసుకున్న, కొత్తగా రంగులు వేసిన ఇంటి తలుపు తాళం తీసాడు. జేబు లోంచి పెన్ టార్చి తీసి వెలిగించి లోపలికి వెళ్ళి ముందు గదికి, వెనక గదికి మధ్య తలుపు గొళ్ళెం తీసి దాన్ని బార్లా తెరిచాడు. ఆ గది కిటికీ తలుపులు తెరవకుండా ప్రత్యేకంగా బిగించిన కొక్కేలకి తాళాలు వేసాడు. బయటికి వచ్చి ఓసారి చుట్టూ చూసాడు. అంతా చీకటి.

కారు వెనక తలుపు తెరిచి సీటు లోని ఆ అమ్మాయిని ఎత్తుకుని ఇంట్లోకి మోసుకెళ్ళి, వెనక గదిలోని కొబ్బరి పీచుతో చేసిన పరుపు మీద ఆమెని పడుకోబెట్టాడు. తాడుతో ఆమె చేతుల్ని వెనక్కి విరిచి బలంగా కట్టాడు. మడమల నించి, మోకాళ్ళ దాకా తాడు బిగించి కట్టాడు. అరవడానికి వీల్లేకుండా నోటి మీద ప్లాస్టర్ అతికించాడు.

ఆ గది తలుపు మూసి, బయట గొళ్ళెం పెట్టి ఇంటి ప్రధాన ద్వారానికి తాళం వేసి కారులో కూర్చుని, దాన్ని స్టార్ట్ చేసి వెనక్కి తిప్పి పోనించాడు. దాన్ని విజయవాడ వెళ్ళే ట్రంక్ రోడ్డు మీద ఓ తోపులోకి తీసుకెళ్ళి ఆపాడు. తన వేలిముద్రలన్నీ శుభ్రంగా తుడిచేసి తాళం వేసాడు. తాళం చెవిని కారు కింద భాగంలో నల్లటి ఇన్‌స్లేటింగ్ టేప్‌తో అతికించాడు.

* * *

నిద్ర మత్తులో ఉన్న పాణి తలుపు చప్పుడు విని లేచి తలుపు తెరిచి అడిగాడు.

"ఇంతాలస్యం చేసావేమిటి? సెకండ్ షోకి వెళ్ళావా?"

"అవును. పడుకో." రోహిత్ చెప్పాడు.

రోహిత్ పడుకున్నా అతను చేసిన సాహసానికి ఓ పట్టాన నిద్ర పట్టలేదు. తనో పెద్ద సాహసం చేసాడు. చికిత్సకి డబ్బు అందితే ఇక తన అక్కయ్య ప్రాణానికి ఎలాంటి ప్రమాదం ఉండదు.

రోహిత్‌కి తను పట్టుబడచ్చున్న ఊహే రాలేదు.

* * *

మర్నాడు ఉదయం రోహిత్ నిద్ర లేచేసరికి బారెడు పొద్దెక్కింది. పాణి ఆఫీస్‌కి వెళ్ళిపోయాడు. గబగబ లేచి పోస్ట్ మాస్టర్ పోర్షన్‌కి వెళ్ళి పేపర్ అడిగి తీసుకుని చదివాడు.

అతను ఊహించినట్లుగా ఎక్కడా కమలాకరం కూతురు కిడ్నాప్ గురించిన వార్త లేదు. ఆ వార్త అందినా అప్పటికి దినపత్రిక ప్రింటింగ్ అయిపోయి వుంటుంది అనుకున్నాడు.

కాలకృత్యాలు తీర్చుకుని సిటీ బస్సెక్కి రింగ్ రోడ్‌లో దిగి, ఆ కాలనీలోకి నడిచాడు. కూలీలు ఇటుకలు, ఇసుక మోస్తున్నారు. మేస్త్రీలు ఇళ్ళు కడుతున్నారు. అంతా ఎవరి పనుల్లో వాళ్ళున్నారు.

ఆ ఇంటి తలుపు తాళం తీసి లోపలికి వెళ్ళాడు. కళ్ళ దగ్గర బిల్లులు చేసిన ఓ బ్రౌన్ సంచీని తల మీద తొడుక్కుని లోపలి గది గొళ్ళెం తీసి తలుపు తోసాడు.

గదిలోకి ఎవరో వచ్చారని గుర్తించగానే ఆమె గట్టిగా మూలిగింది. రోహిత్ కుడి చేతి చూపుడు వేలుని నాలిక మీద ఉంచుకుని చెప్పాడు. అతని ఉచ్ఛారణ మారింది.

"అరవక. అరిచినా ఇది సౌండ్ ప్రూఫ్ గది. కంఠశోష తప్ప ప్రయోజనం ఉండదు."

వంగి ఆమె నోట మీది ప్లాస్టర్ని తీసేసాడు. ఆమె అరవలేదు.

"దాహం." చెప్పింది.

ఓ మూల ఇసక మీద ఉంచిన కూజాలోంచి నీటిని గాజు గ్లాసులోకి వంచి ఆమె నోటికి అందించాడు. రెండు గ్లాసులు నీళ్ళు తాగాక చెప్పింది.

"ఆకలి."

"నిన్న పార్టీలో తిన్నది చాలదా?"

"ఎవరు నువ్వు? నన్నెందుకు ఎత్తుకొచ్చావు?"

"నేను ఎవరో చెప్పను. కిడ్నాప్. మీ నాన్న ఐదు లక్షలు ఇస్తే కాని నిన్ను ప్రాణాలతో విడిచిపెట్టను. నాకా డబ్బు కావాలి."

"మా నాన్న అయిదు లక్షలు కాదు కదా. లక్ష కూడా ఇచ్చుకోలేరు."

"ఏం? అంత పిసినారా?"

"కాదు. స్కూల్ టీచర్‌గా రిటైరైన వ్యక్తి దగ్గర ఎంతుంటుందని అనుకుంటున్నావు?"

"స్కూల్ టీచర్‌గా చేసి రిటైరయ్యారా? అబద్ధం. మీ నాన్న కోటీశ్వరుడు."

"నువ్వు ఎవరి గురించి మాట్లాడేది?" ఆ అమ్మాయి కొద్ది క్షణాల తర్వాత అడిగింది.

"కమలాకరం గురించి."

పకపక నవ్వింది.

"సినిమా నిర్మాత కమలాకరం గురించా? ఆయన మా నాన్న కాదు."

"బుకాయించక. నిన్న మీ నాన్న నిన్ను స్వయంగా కారెక్కించారు కదా?"

"నువు పొరబడ్డావు. కమలాకరం కారు ఎక్కించిన మాట వాస్తవమే కాని, నేనాయన కూతురు మాత్రం కాదు."

"నీ పేరు?"

"ఊహ."

"ఊహా? స్వప్న కాదా?"

"స్వప్న కమలాకరం కూతురి పేరు. నేను, స్వప్న ఫ్రెండ్స్. నన్ను విడిచి పెట్టడానికి కమలాకరం నీకు కనీసం ఐదు రూపాయలు కూడా ఇవ్వడు." చిన్నగా నవ్వి చెప్పింది.

"నువ్వు చెప్పేది అబద్ధం."

"నిజం నిలకడ మీద నీకే తెలుస్తుంది."

"నీ అబద్ధాన్ని నమ్మి నిన్ను విడిచి పెడతాననుకోకు. ఆ తండ్రికి తగ్గ కూతురివి అని అనిపించుకున్నావ్. నేనేం అమాయకుడ్ని కాను."

బదులుగా ఊహ పకపకా నవ్వింది.

రోహిత్ మళ్ళీ ఆమె నోటికి టేప్ అతికించాడు. అందుకు నిరసనగా ఊహ గట్టిగా మూలిగింది.

"సాయంత్రం వస్తాను."

రోహిత్ ఆ గదిలోంచి బయటికి వచ్చి ఆ గదికి గొళ్ళెం పెట్టాడు. ఇంట్లోంచి బయటికి వచ్చి ఇంటి తలుపు తాళం వేసాడు. బస్ స్టాప్‌కి వెళ్ళి బస్‌లో కోఠీకి చేరకున్నాడు.

ఓ పబ్లిక్ ఫోన్ బూత్ నించి కమలాకరం ఇంటికి ఫోన్ చేసాడు. అవతలి వైపు ఎవరో ఫోన్ ఎత్తారు. కర్చీఫ్‌ని రిసీవర్‌కి అడ్డంగా ఉంచి చెప్పాడు.

"కమలాకరంతో మాట్లాడాలి."

"ఎవరు మీరు?"

"ఆయన ఫ్రెండ్‌ని. ఆయనతో అత్యవసరంగా మాట్లాడాలి."

"భోజనం చేస్తున్నారు. ఓ అరగంట తర్వాత ఫోన్ చేయండి."

అవతలి వైపు ఫోన్ పెట్టేసారు. ఓ ఇరానీ రెస్టారెంట్‌లో టీ తాగుతూ, ఆ అరగంటా తనకి డబ్బు ఎక్కడ, ఎలా అందచేయాలో ఇంకోసారి ఆలోచించాడు.

అరగంట తర్వాత మళ్ళీ ఫోన్ చేసాడు. ఈసారి కమలాకరమే ఫోన్ ఎత్తాడు.

"నా పేరు మిస్టర్ ఎక్స్." రోహిత్ చెప్పాడు.

"మీ తల్లితండ్రులు పొదుపైన పేరు పెట్టారన్నమాట. ఏం కావాలి?"

"ఐదు లక్షలు. లేదా నీ కూతుర్ని ప్రాణాలతో విడిచిపెట్టం."

"జోక్ చేయాలంటే నా నెంబరుకే ఫోన్ చేయాలా?"

"చెప్పేది శ్రద్ధగా విను. మళ్ళీ మళ్ళీ చెప్పను. సఫారి మీడియం బ్రౌన్ కలర్ సూట్‌కేస్ సరికొత్తది ఒకటి కొను. అర్థమైందా?"

"ఐంది." కమలాకరం ఎగతాళిగా చెప్పాడు.

"అందులో వంద రూపాయల కట్టలు ఏభై ఉంచు. ఒక్కో కట్టలో ఖచ్చితంగా పది వేలు ఉండాలి. మొత్తం ఐదు లక్షలవుతాయి. వాడేసిన వంద రూపాయల నోట్ల కట్టలు తప్ప కొత్తవి కాదు. అర్థమైందా?"

"ఐంది."

"రేపు ఉదయం పన్నెండింటికి మళ్ళీ ఫోన్ చేస్తాను. డబ్బుని నాకెలా అందించాలో చెప్తాను ఆ డబ్బు ఇవ్వకపోతే మీ అమ్మాయి స్వప్న మీకు ప్రాణాలతో దక్కదు."

అవతల నించి గలగలా నవ్వు వినిపించింది.

"ఇంకా?" కమలాకరం అడిగాడు.

"ఈ సంగతి పోలీసులకి కానీ, పేపర్ వాళ్ళకి కానీ చెప్తే వెంటనే మీ అమ్మాయి శవం ఎక్కడుందో ఫోన్ చేసి చెప్తాను. అండర్‌స్టుడ్?"

వెంటనే ఫోన్ క్లిక్‌మంది. 'అవును, కాదు' ఏదీ చెప్పక పోవడంతో రోహిత్ కోపంగా మళ్ళీ అతని నంబర్ డయల్ చేసాడు. అవతల రిసీవర్ ఎత్తగానే అరిచాడు.

"అర్థమైందా నేను చెప్పింది?"

"ఇంది! ఈ జోక్ ఇంకెవరి మీదైనా ప్రయోగించు. గుడ్ బై." ఓ ఆడపిల్ల కంఠం వినిపించింది.

"నువ్వెవరు?"

"మా అమ్మా నాన్న నాకు పెట్టిన పేరు స్వప్న."

మళ్ళీ లైన్ కట్ అయింది. రోహిత్ ఆశ్చర్యంగా రిసీవర్ వంక చూసాడు. ఎక్కడో ఏదో పొరపాటు జరిగిందని అతనికి అనిపించింది. కానీ అదేమిటో క్లియర్‌గా తెలీలేదు.

* * *

పాణి కొలీగ్స్ లోని కొందరు కలిసి నెలకి తలో పది రూపాయలు వేసుకుని, అలా పోగైన డబ్బుతో వివిధ వారపత్రికలు కొంటూంటారు. వాటిని ఇంటికి పట్టుకెళ్ళి చదువుతుంటారు. ఆర్నెల్లకో సారి వాటిని తూకానికి అమ్మి అలా వచ్చిన డబ్బుని వాళ్ళలో వాళ్ళు సమానంగా పంచుకుంటారు.

ఈ మొత్తం వ్యవహారాన్ని చూసే బాధ్యత వరవీణ తీసుకుంది. కొన్ని వారపత్రికలకి మిగతా వాటికన్నా డిమాండ్ అధికంగా ఉంటుంది. అలాంటప్పుడు చీటీలు వేసి లాటరీలో ఎవరి పేరు తగిలితే ముందు వారికి దాన్ని ఇస్తుంటుంది. సాధారణంగా సినిమా వారపత్రికలకి పెద్దగా డిమాండ్ ఉండదు.

ఆ రోజు సాయంత్రం వరవీణ అలా చీటీలు వేస్తే డిమాండ్‌లో ఉన్న ఓ వారపత్రిక పాణికి వచ్చింది. సినిమా వారపత్రిక వచ్చిన సెక్షన్ ఆఫీసర్ రామారావు పాణికి అదిచ్చి, అతని వంతైన వార పత్రికని పట్టుకెళ్ళాడు. పాణికి పర్మిషన్‌లు ఇచ్చేది, సెలవు సేంక్షన్ చేసేది ఆయనే కాబట్టి ఆయనకి 'నో' చెప్పలేదు.

పాణి సాయంత్రం ఫైల్స్ కట్టేస్తుంటే రోహిత్ వచ్చాడు.

"నీతో అర్జెంటుగా మాట్లాడాలి." చెప్పాడు.

ఇద్దరూ ఇరానీ రెస్టారెంట్‌లో టీ తాగుతుండగా రోహిత్ చెప్పాడు.

"నిన్న రాత్రి నేనో సాహసం చేసాను."

"ఏమిటది?" పాణి అడిగాడు.

"కమలాకరం కూతుర్ని కిడ్నాప్ చేసాను." గొంతు తగ్గించి నెమ్మదిగా చెప్పాడు.

"అలాగా?... ఏం చేసావు?"

"కమలాకరం కూతురు స్వప్నని కిడ్నాప్ చేసాను."

"దేనికి?"

"ఐదు లక్షలకి... మీ అమ్మని బతికించుకోడానికి."

"ఎంత ధైర్యం నీకు?"

"అవసరం ఎంత ధైర్యాన్నైనా ఇస్తుంది."

"ఉద్యోగం సద్యోగం లేక ఖాళీగా ఉన్న నీ బ్రెయిన్, ఐడిల్ మేన్స్ బ్రెయిన్ ఈజ్ డెవిల్ వర్క్ షాప్‌లా తయారయింది. ఇప్పుడెక్కడుందా అమ్మాయి?"

"మనం మొన్న అద్దెకు తీసుకున్న ఇంట్లో."

"అందుకా ఆ ఇల్లు అద్దెకు తీసుకుంది?" పాణి అదిరిపడ్డాడు.

"అవును. అందుకే."

"ఆ ఇంటాయన నన్ను చూసాడు!" పాణి భయంగా చెప్పాడు.

"కిడ్నాప్ అంటే మాటలా? పట్టుబడితే ఏడేళ్ళ జైలు శిక్ష తప్పదు."

"ఇందులో నన్ను ఇరికించకు. నాకు, నీ కిడ్నాప్‌కి ఎలాంటి సంబంధం లేదు."

"అలా అంటే ఎలా బ్రదర్? ఆ అమ్మాయిని మనిద్దరం ఓ పథకం వేసి కిడ్నాప్ చేసాంగా." రోహిత్ నెమ్మదిగా చెప్పాడు.

"అబద్ధం. ఇప్పుడే నాకా సంగతి తెలిసింది."

"కానీ ఇది బయటికి వస్తే నువ్వు ఇంటికి అడ్వాన్స్ ఇచ్చిన రోజే ఆ సంగతి నీకు తెలుసు అని పోలీసులు అనుకుంటారు." రోహిత్ చెప్పాడు.

"అంటే నువ్వు కావాలని నన్ను ఇరికించటానికి వేసిన పథకం అన్నమాట అది." పాణి పళ్ళు పటపట కొరికాడు.

"దీంట్లో నీకూ భాగస్వామ్యం ఉంది. నీకు అమ్మ, నాకు అక్క. అవిడ్ని కాపాడుకోడానికి కదా నా శ్రమంతా. నా స్వార్థం కోసం కాదుగా. నేను చెప్పేది విను."

"వినను." పాణి రెండు చెవులు మూసుకుని చెప్పాడు.

"చిన్న పిల్లాడిలా మాట్లాడకు. మనిద్దరం ఏడేళ్ళ జైలు శిక్షకి దగ్గరగా ఉన్నాం. అంతా సవ్యంగా జరిగి మనం తెలివిగా బయట పడటానికి నీ సహకారం కావాలి."

పాణి తన వంతుగా వచ్చిన సినీ వారపత్రికలోని ఓ ఫోటో చూడగానే చెప్పాడు.

"ఈమే నా స్మశాన సుందరి."

"ఈమెనే నే కిడ్నాప్ చేసి తెచ్చింది."

"నువ్వు కిడ్నాప్ చేసి తెచ్చింది ఈ అమ్మాయినా?"

"అవును. పైగా తను కమలాకరం కూతుర్ని కాదని వాదించింది."

"నాకు తెలిసి ఈమె కమలాకరం కూతురే. అలా ఎందుకు అబద్ధం చెప్పింది?" పాణి ఆశ్చర్యంగా అడిగాడు.

"మనం ఎల్. కె. జి. చదువుతున్నాం అనుకుని. తన మాటలు నమ్మి విడిచి పెడతాం అనుకుని అలా చెప్పింది."

రోహిత్ ఆ ఫోటో కింద రాసిన వాక్యాలని బయటికి చదివాడు.

'తెలుగు చలన చిత్ర చరిత్రలో శ్రీ కమలాకరానికి నిర్మాతగా విశిష్ట స్థానం ఉంది. ఆయ నిర్మించిన ప్రతీ చిత్రం హిట్. గోల్డెన్ సిల్వర్ జూబ్లీలు చేసుకున్న చిత్రాలు ఎన్నింటినో ఆయన తెలుగు, తమిళ భాషలలో నిర్మించారు.

ఆయన నిర్మించే తాజా చిత్రం గత నెల శ్రీకాకుళంలో ప్రారంభమైంది. ఇంకా పేరు పెట్టని ఈ ప్రేమ కథా చిత్రంలో 'ఊహ' అనే కొత్త హీరోయిన్‌ని పరిచయం చేస్తున్నారు. ఒకే సారి తెలుగు, తమిళం, హిందీలలో నిర్మించబడే ఈ చిత్ర కథ మీద కమలాకరానికి ఎంతో నమ్మకం ఉండబట్టే ఇలా ఒకే సారి మూడు భాషలలో నిర్మిస్తున్నారు. కమలాకరం ఏకైక కూతురు స్వప్న ఈ చిత్ర ముహూర్తానికి స్విచ్ ఆన్ చేసింది.

రోహిత్ ఆ పత్రిక అందుకుని ఊహ బొమ్మని మరోసారి చూసి విచారంగా చెప్పాడు.

"అంటే ఊహ చెప్పినట్టు ఆమె కమలాకరం కూతురు కాదన్నమాట. మనం కిడ్నాప్ చేసింది ఇంకొకరినన్న మాట!"

"మనం కాదు. నువ్వు." పాణి మండిపడ్డాడు.

"పార్టనర్‌షిప్‌లో ఏ ఒక్క పార్ట్‌నర్ తప్పు చేసినా దాని బాధ్యత మిగతా పార్టనర్స్‌ది కూడా. ఇక మనిద్దరం ఆలోచించి ఏం చేయాలో నిర్ణయించాలి." రోహిత్ చెప్పాడు.

"ఇంకేం ఆలోచించాలి? ఊహకి సారీ చెప్పి విడిచిపెట్టాలి." పాణి చెప్పాడు.

"వెనకటికి నీలాంటి వాడొకడు ఉపాయం చెప్పమంటే ఉరి తాడు తెచ్చుకో అన్నాడట." రోహిత్ చికాగ్గా చెప్పాడు.

"మనం వదిలి పెడితే ఊహ పోలీసులకి మన గురించి చెప్తుందంటావా?"

"చెప్పక? నిన్ను, నన్ను ముద్దెట్టుకుంటుందా?"

"నిన్ను గుర్తు పడుతుంది కాని నన్ను గుర్తు పట్టదుగా? అప్పుడు పోలీసులు నిన్నే అరెస్ట్ చేస్తారు." పాణి ధైర్యంగా చెప్పాడు.

"ఊహ నన్ను చూడకుండా జాగ్రత్తపడ్డాను. మొహానికి పేపర్ బేగ్ తొడుక్కున్నాను."

"అయితే ఇంకేం? ఆమెని విడిచిపెడదాం." పాణి ఉత్సాహంగా చెప్పాడు.

"కిడ్నాప్‌కి నాకు ఆరు వందల చిల్లర ఖర్చైంది. ఆ ఖర్చు ఎవరు ఇస్తారు?"

"వ్యాపారంలో నష్టాలనేవి కూడా ఉంటాయనుకోవాలి." పాణి నచ్చచెప్పబోయాడు.

"నేనొప్ప. నేనొల్ల." రోహిత్ చెప్పాడు.

"ఐతే ఒంటి మీద ఉన్న నాలుగూ వలుచుకుని వదిలిపెట్టు."

"ఎప్పుడో చూసాను. అన్నీ గిల్టు నగలు."

"ఆ నష్టాన్ని ఫిఫ్టీ-ఫిఫ్టీ చేసుకుందాం. మూడొందలు నీకు ఇస్తాను."

"అలా అన్నావు బాగుంది" రోహిత్ ఒప్పుకున్నాడు.

"గుర్తుంచుకో. చట్ట వ్యతిరేకంగా నువ్వు చేసే ఏ వ్యాపారంలో ఐనా ఇక మీదట నా భాగస్వామ్యం ఉండదు. కారు దొంగిలించేలా చేసావు. సూపర్ బజార్‌లో పోలీసుల చేతిలో చిక్కేలా నగలు దొంగిలించబోయావు. ఇప్పుడు ఏకంగా ఓ మనిషినే కిడ్నాప్ చేసేసావు. రేపు ఎవర్నైనా హత్య చేసినా చేయగల సమర్ధుడివి నువ్వు."

పాణి టీకి డబ్బు చెల్లించి బయటపడ్డాడు.

"ఓ ఏభై ఉంటే సర్దు." రోహిత్ అడిగాడు.

"దేనికి?"

"నిన్న రాత్రి నించి ఆ అమ్మాయికి భోజనం లేదు. బ్రెడ్ ముక్క తీసుకెళ్ళి పెడదామని."

"ఓరి అప్రాచ్యుడా! ఆ అమాయకురాల్ని మాడ్చి చంపుతున్నావా?" పాణి అరిచాడు.

"పరిస్థితులు." రోహిత్ గొణిగాడు.

వెంటనే పాణి జేబులోంచి వంద నోటు తీసిచ్చి చెప్పాడు.

"పాపం పుల్లారెడ్డి స్వీట్స్‌లో బాదం హల్వా, జీడిపప్పు కొనుక్కెళ్ళి పెట్టు."

"నీ డబ్బు, నీ ఇష్టం. నన్నడిగితే కిడ్నాప్ చేసి తెచ్చిన వార్ని అలా గౌరవించకూడదు"

"నేను చెప్పినట్లు చెయ్. నా ఊహని మాడ్చకు."

"నీ డబ్బు. నీ ఇష్టం. కాని నువ్వా ఆ అమ్మాయిని పెళ్ళి చేసుకోగలవని అనుకోకు. ఓ పెగ్గేసుకుందామా?" రోహిత్ అడిగాడు.

"ఈ రాత్రికి వద్దు. మనం ఊహ సంగతి ఊరంతా చాటింపు వేసేస్తాం. చలపతి అన్నట్లు పెన్‌లో ఇంకంత విస్కీ తాగితే చాలు. మనకు ఒళ్ళు తెలియదు." పాణి చెప్పాడు.

11

కమలాకరం పార్టీ నించి ఇంటికి వచ్చేసరికి అర్ధరాత్రి దాటడంతో పక్క మీదకి చేరాడు. మర్నాడు బయటకి వెళ్ళాలని చూస్తే కారు రాత్రి నించి రాలేదని తెలిసింది. అప్పుడు గుర్తొచ్చింది కమలాకరానికి రాత్రి తాగిన మత్తులో ఉన్న తనని, తన కారు లేకపోవడంతో ఎవరో అతిథులు ఇంటి దగ్గర దింపి వెళ్ళారని.

ఆ కారులో బయలుదేరిన ఊహ కూడా రాత్రి ఇంటికి చేరుకోలేదని తెలిసాక, ఊహని తన కూతురుగా భావించి ఎవరో కిడ్నాప్ చేసారని కమలాకరానికి స్పష్టమైంది. వెంటనే ఓ నంబర్ డయల్ చేసాడు.

"హలో...నేను....కమలాకరాన్ని...ఏం లేదు. మీ అమ్మాయి ఊహ మీ ఊరు కాని వచ్చిందా?...ఏమిటి? రాలేదా?...రాత్రి అమ్మాయి బర్త్‌డే పార్టీ తర్వాత కారులో నేనే స్వయంగా దగ్గరుండి పంపాను. కారు రాలేదు. మీ అమ్మాయి కూడా రాలేదు. మీరేం కంగారుపడకండి. అలాగే...ఫోన్ చేస్తాలెండి... మీ అమ్మాయికి లవ్ అఫైర్స్ లాంటివేమైనా ఉన్నాయా?... లేవన్నమాట సరే...అలాగే."

కమలాకరం పెట్టేసి ఇంకో నంబర్ డయల్ చేసి చెప్పాడు.

"సర్కిల్ గారితో మాట్లాడాలి. నా పేరు కమలాకరం."

కొద్ది క్షణాల్లో ఇన్‌స్పెక్టర్ చలపతి కంఠం వినపడగానే కమలాకరం చెప్పాడు.

"నమస్తే. కమలాకరాన్ని. మీరోసారి మా ఇంటికి రాగలరా?"

"దేనికి?" అడిగాడు చలపతి అవతలనించి.

"నా కారు పోయింది. అందులో ఎక్కిన ఊహ కూడా మిస్సింగ్. ఇందాక ఎవరో ఫోన్ చేసి మా అమ్మాయిని కిడ్నాప్ చేసామని ఐదు లక్షలిస్తే కాని వదలమని చెప్పారు."

"ఊహ మీ అమ్మాయా?" చలపతి అడిగాడు.

"కాదు. స్వప్న మా అమ్మాయి. ఊహనే స్వప్నగా భావించి ఎవరో కిడ్నాప్ చేసి ఉంటారు." కమలాకరం చెప్పాడు.

"ఐతే వస్తున్నాను." చలపతి అవతలి నించి చెప్పాడు.

ఐదు నిమిషాల తర్వాత కమలాకరం కారు డ్రయివర్ వచ్చాడు.

"కారేది? ఊహేది?" కమలాకరం వెంటనే అడిగాడు.

"రాత్రి కార్లో నా వెనక నించి ఎవరో నా ముక్కు మీద ఏదో ఉంచి నాకు స్పృహ పోయేలా చేసారు సార్. ఇందాక మెలకువ వచ్చి చూస్తే షెరాటన్ పార్కింగ్‌లో ఓ మూల పడుకుని ఉన్నాను." డ్రయివర్ భయంగా చెప్పాడు.

"రాత్రి తాగి పడుకుని పైగా అబద్ధాలాడుతున్నావా?" కోపంగా అడిగాడు.

"లేదు సార్. తాగలేదు. డ్యూటీలో ఉండగా తాగద్దని మీరు చెప్పాక ఇంతదాకా ఒక్కసారైనా తాగానా సార్?"

"పోలీసులొస్తున్నారు. ఉండు." కమలాకరం చెప్పాడు.

"పోలీసులు ఎందుకు సార్?" డ్రయివర్ భయంగా అడిగాడు.

"కారెత్తుకుపోయారు. అందులో ఊహని ఎవరో కిడ్నాప్ చేసారు."

నుదుట బొట్టు, తల్లో పూలతో చూడటానికి ముత్తైదువులా ఉండే కమలాకరం విధవ చెల్లెలు విశాలాక్షి బయట నించి వచ్చింది.

"ఊహ సంగతేమైనా తెలిసిందా?" అడిగింది.

"ఇంకా లేదు. వాళ్ళ ఊరు వెళ్ళలేదట."

"ఫోనైనా చేయకుండా ఈ పిల్ల ఉన్న పళాన ఎక్కడికి వెళ్ళినట్లు?"

"ఏమో? ఆ సంగతి పోలీసులు కనుక్కుంటారు...సినిమా ఎలా ఉంది?" అడిగాడు.

"వెధవ సినిమా. ఏ సినిమా చూడు సెక్స్. రెండర్థాల డైలాగ్స్. ఏభై రెండు కట్స్ చెప్పాను." గర్వంగా చూస్తూ చెప్పింది.

"ఏభై రెండు కట్సే? అంటే రీలుకి నాలుగైదు కట్ల చొప్పున చెప్తే ఇంక సినిమా ఏం మిగులుతుంది చెల్లెమ్మా?" తన కన్నా ఐదేళ్ళు చిన్నయిన ఆవిడని అడిగాడు.

"ఆడవాళ్ళని అవమానించడం, అశ్లీలం, అసభ్యత, హింస, రక్తపాతం, సెక్స్... వీటిలో దేన్నీ నేను సహించను." ఆవిడ ఉద్రేకంగా చెప్పింది.

"సర్లే కాని అన్నంపెట్టు. ఆకలేస్తోంది." కమలాకరం చెప్పాడు.

'పెట్టు' అన్న మాట వినగానే విశాలాక్షిలో గొప్ప మార్పు వచ్చింది. కళ్ళు పెద్దవి చేసింది. కాసేపు ఊపిరి బిగబట్టింది. తర్వాత కమలాకరం మీద అరిచింది.

"ఏమిటా వెధవ భాష? పెట్టు ఏమిటి అసహ్యంగా? అన్నం వడ్డించు అనలేవా? ఛీ. ఛీ. వెధవ సినిమాలు... భాష కల్తీ అయి రెండర్థాల మాటలు జనాలకి ఇట్టే పట్టేస్తున్నాయి... పెట్టుట, పెట్టు." గొణుక్కుంటూ విశాలాక్షి లోపలికి వెళ్ళిపోయింది.

ఆవిడ వెళ్ళిన కొద్ది క్షణాలకి ఫోన్ మోగింది. కమలాకరం రిసీవర్ అందుకుని, అవతలి వైపు చెప్పేది విన్నాక చెప్పాడు.

"సారీ చౌదరి గారు. అదో తిక్కమనిషి. దాని వాదనే దానిది. ఏభై రెండు కట్స్ చెప్పానని చెప్పింది. నా సినిమాకే నేను చెప్పినా వినదు."

కమలాకరం మళ్ళీ అవతలివైపు చెప్పేది విన్నాక చెప్పాడు.

"నిజమే. ఆరేళ్ళ కొడుకు తల్లిని 'అమ్మా. అన్నం పెట్టు' అంటే 'పెట్టు'లో డబల్ మీనింగ్ ఉందనడం కరెక్ట్ కాదు. 'అన్నం వడ్డించు' అనక నేనా మాట అన్నందుకు ఇప్పుడే నా మీద విరుచుకు పడింది. పెట్టు, చాపు లాంటి మాటలు, అవి ఏ కాంటెస్ట్‌లో వాడినా సరే, దాని దృష్టిలో సెక్స్‌కి సంబంధించినవే. నిన్న మా అమ్మాయి 'అత్తయ్యా. కారెక్కు' అంటే 'ఎక్కు' అంటావా అని నాలుగూ దులిపేసింది. నేనేం చేయలేను. సారీ."

కమలాకరం ఫోన్ పెట్టేసాడు.

ఇన్‌స్పెక్టర్ చలపతి రాగానే డ్రయివర్ చెప్పింది పూర్తిగా విని అతన్ని ప్రశ్నించాడు.

"కారు లాక్ చేసే బయటికి వెళ్ళానన్నావ్?"

"అవునండి."

"మరి లాక్ చేసిన ఆ కారులోకి ఎవరో ఎలా ఎక్కి వెనక సీట్లో కూర్చోగలిగారు?"

"శోభనం గదిలోలా ఏమిటా వెధవ భాష?" కాఫీ కప్పుతో వచ్చిన విశాలాక్షి అరిచింది.

"ఏమిటి?" ఆయన బిత్తరపోతూ అడిగాడు.

"ఎక్కు, వెనక సీటు... పోలీసు యూనిఫాంలో ఉండి కూడా ఇలాంటి డబల్ మీనింగ్ మాటలేనా నువ్వు మాట్లాడేది? ఆ? పోలీస్ కమీషనర్‌తో చెప్పానంటేనా..."

"కారులో వెనక సీటులోకి ఎక్కడాన్ని అలా కాక మరి ఇంకె..."

"అదిగో మళ్ళీ అవే పాడు మాటలు? సినిమాల్లో డబల్ మీనింగ్ డైలాగ్స్ వచ్చి జనం చెడిపోతున్నారు. అసలు నేను నగ్నంగా ఎందుకు జన్మించానా అని తెగ బాధ పడిపోయే మనిషిని. అలాంటి నా ముందు చెడ్డ మాటలు మాట్లాడకూడదు. తెలుసా?"

"తెలిసిందండి." చలపతి చెప్పాడు.

"సినిమాకి ఐదుగురు సెన్సార్ మొగుళ్ళుంటారు. ఫైనాన్సియర్, డిస్ట్రిబ్యూటర్, హీరో, మేము, చివరికి ప్రేక్షకుడు. ఐతే మేం తప్ప ఎవరూ తమ తమ విధులని సరిగ్గా పాటించరు. అందుకే మేం మాత్రం ఇంటా బయటా గట్టిగా ఉండాలి."

గబగబా కాఫీ తాగి కప్పు ట్రేలో పెట్టి చలపతి చెప్పాడు.

"మీరు వెళ్తే నేను నా పరిశోధన చేసుకుంటాను."

"శోభనం గదిలో మాటల్లా చేసుకుంటానేంటి అసహ్యంగా? కొనసాగిస్తాను అనచ్చుగా?" విశాలాక్షి మూతి తిప్పుకుని వెళ్ళిపోయింది.

డ్రైవర్‌ని మరి కొన్ని ప్రశ్నలు వేసాక కిడ్నాపింగ్ ఎలా జరిగిందో గ్రహించాడు.

"కమలాకరం గారు. మరి ఊహ కారు ఎక్కుతున్నప్పుడు... అదే... కారులో కూర్చుంటున్నప్పుడు డ్రైవర్ ఎవరో మీరు గమనించలేదా?" చలపతి అడిగాడు.

"లేదండి వెనక నించి..."

"వింటున్నా... వీపు భాగం వైపు నించి అనలేవా అన్నయ్యా? వెనక నించేమిటి అదేదో గదిలో మాటల్లా." లోపల నించి విశాలాక్షి గొంతు అసహనంగా వినపడింది.

"నువ్వు సాయంత్రం ఐదున్నరకి పోలీస్ స్టేషన్‌కి వచ్చి కనపడు. నిన్ను అక్కడ ప్రశ్నిస్తాను." చలపతి డ్రైవర్‌తో చెప్పాడు.

"దాని పిచ్చి దాంది. చెప్తే వినిపించుకోదు. చిన్నతనంలో భర్త పోవడంతో ఇలా తయారైంది. పెళ్ళి కాని ఏభై ఆరేళ్ళ కన్నెపిల్లకీ, దీనికి తేడా లేదు." కమలాకరం బయటకి వచ్చాక క్షమాపణగా చెప్పాడు.

"నీ జేబులో డబ్బేమైనా పోయిందా?" చలపతి డ్రైవర్‌ని అడిగాడు.

"లేదు. నా డబ్బుని ఎప్పుడూ నా డ్రాయర్ జేబులో దాస్తాను." అతను చెప్పాడు.

"ఇతను నమ్మకస్థుడేనా?" డ్రైవర్ వినకుండా చలపతి గొంతు తగ్గించి ప్రశ్నించాడు.

"ఆహా! ఎనిమిదేళ్ళ నించి నా దగ్గర నమ్మకంగా పని చేస్తున్నాడు."

"ఊహ నించి ఫోన్ రాలేదా?"

“లేదు. వాళ్ళ ఊరుకి కూడా వెళ్ళలేదు.”

“మీరు చెప్పిందాన్ని బట్టి మీ అమ్మాయిని డబ్బు కోసం కిడ్నాప్ చేయబోయి ఎవరో పొరబాట్న ఊహని కిడ్నాప్ చేసి ఉంటారని నాకనిపిస్తోంది. తమ తప్పు తెలుసుకున్నాక ఊహని విడిచిపెట్టేస్తాడని ఆశిద్దాం.”

“మరైతే మా అమ్మాయికి గట్టి కాపలా...?”

“ష్యూర్ ష్యూర్. మఫ్టీలో మా వాళ్ళని కాపలా ఉంచుతాను. ఏదైనా విశేషం ఉంటే ఫోన్ చేయండి. మీ కారు కోసం నగరంలోని పోలీసులంతా గాలిస్తున్నారు.” చలపతి వెళ్ళబోతూ చెప్పాడు.

12

పాణి కోరినట్లుగా పుల్లారెడ్డి స్వీట్స్ కొనలేదు. ఆ రాత్రి ఎనిమిదిం పావుకి రోహిత్ ఫ్రూట్ బ్రెడ్ కొన్నాడు. ఆర్.టి.సి. బస్‌లో రింగ్ రోడ్ వైపు వెళ్తూ బ్రెడ్ మీద చుట్టబడ్డ న్యూస్ పేపర్‌ని కేజువల్‌గా చూసాడు. దాని మీద ఊహ ఫొటో కనిపించింది.

అది ఆ రోజు ఈవెనింగ్ ఎడిషన్ లోంచి చింపబడ్డ న్యూస్ పేపర్ సినిమా సెక్షన్‌లోది. కూర్చునేందుకు సీట్ దొరకగానే పేపర్ విప్పి ఆసక్తిగా చదివాడు. కమలాకరం తీసే అతి పెద్ద ప్రాజెక్టు అది. ఒకే కొత్త నటితో ఒకే కాలంలో మూడు భాషల్లో ఓ భారీ ప్రేమకథా చిత్రాన్ని నిర్మిస్తున్నాడు. చిత్రం ముప్పాతిక పైనే మూడు భాషల్లో పూర్తైంది. ఇంకో నెలలో మిగతా చిత్రీకరణ కూడా పూర్తవుతుంది.

రోహిత్ బుర్ర కొద్దిసేపు చురుగ్గా ఆలోచించింది. క్రమంగా అతని మొహంలో చిన్న చిరునవ్వు తళుక్కుమంది. ఊహని విడిచి పెట్టాలన్న పాణి ప్రతిపాదనని అక్కడికక్కడే తోసిపుచ్చాడు.

బస్ దిగి చీకట్లో నడుచుకుంటూ సరాసరి ఊహని బంధించిన ఇంటికి వెళ్ళాడు. లోపలికి వెళ్ళి గడియ పెట్టాడు. కేండిల్ వెలిగించి వెనక గది తలుపు గొళ్ళెం తీసి పది పైసల బిళ్ళని నోట్లో ఉంచుకుని, మొహానికి సంచి తగిలించుకుని లోపలికి వెళ్ళాడు.

ఊహ నేల మీద పడుకుని ఉంది. ఆమె పక్కన కూర్చుని మెల్లగా చెప్పాడు.

“అరవక! అరిచినా ఎవరికీ వినపడదు.”

నోటికి ప్లాస్టర్‌ని తీసాడు. వెంటనే ఊహ అరిచింది.

“దుర్మార్గుడా! కొట్టంలో పశువుల్ని కూడా ఇలా కట్టరు. కట్లు విప్పు.”

"సమయం వచ్చినప్పుడు విప్పుతాను. నీ పేరు?"

"ఊహ అని ఎప్పుడో చెప్పాగా. నేను స్వప్నని కాను. నన్ను విడిపించడానికి పైసా కూడా ఎవ్వరూ ఇవ్వలేరు."

దుఃఖం ముంచుకు రావడంతో ఊహ తర్వాత మాట్లాడలేదు. ఏడుపుని కంట్రోల్ చేసుకుంది.

"నీతో కమలాకరం మూడు భాషల్లో సినిమా తీస్తున్నాడు కదూ?"

"అవును."

"ఐతే నువ్వు స్వప్నలా బంగారు చిలకవే. ఆ మూడు సినిమాలకి ఇంతదాకా ఐన ఖర్చు తొంభై ఏడు లక్షలు. అంటే నీ మీద ఆయన ఇప్పటికే దాదాపు కోటి పెట్టుబడి పెట్టాడన్నమాట. నువ్వు లేకపోతే ఆ డబ్బంతా బూడిదలో పోసిన పన్నీరవుతుంది. కాబట్టి ఆయనకి నీ అవసరం ఎంతో ఉంది."

"ఉంటే?"

"సినిమాలు పూర్తి చేయడానికి మేం కోరిన డబ్బు ఇచ్చి ఆయన నిన్ను తప్పనిసరిగా విడిపించుకోవాల్సిన అవసరం ఉంది." రోహిత్ ఉత్సాహంగా చెప్పాడు.

"దయచేసి నా కట్లు విప్పు. వీపు గోక్కోడానికి ఇబ్బందిగా ఉంది."

"నోరు తెరు. బ్రెడ్ పెడుతున్నాను."

"నాకేం అక్కరలేదు."

"ఆకలి వేయడంలేదూ?"

"బ్రెడ్ అంటే నాకసహ్యం. జ్వరం వచ్చినవాళ్ళు తినేదది."

"మరేం తింటావు?"

"అన్నం, కూరలు. చికెన్ కర్రీ లేందే నాకు ముద్ద దిగదు."

"మా అమ్మే. మా తల్లే. నీ మీద ఇంతదాకా ఖర్చు చేసింది చాలు. బ్రెడ్ తింటే తిను. లేదా మాడు."

"మాడతాను."

"మాడు. నాకేం? నా కడుపేం కాలదుగా? అదే నేనైతే మొత్తం బ్రెడ్ తిని ఇంకోటి అడిగే వాణ్ని."

ఊహ గింజుకుంటుంటే మళ్ళీ నోటికి అడ్డంగా ప్లాస్టర్‌ని అతికించాడు.

"రేపటి దాకా నీకూ నాకూ మాటల్లేవు."

చెప్పి బయటికి వచ్చి తలుపు గొళ్ళెం పెట్టాడు. ముందు గదిలోంచి బయటకి వచ్చి తలుపు తాళం వేసి చీకట్లో మళ్ళీ కాలనీ లోంచి మెయిన్ రోడ్ మీదకి నడిచాడు. అతనికి ఎప్పుడెప్పుడు కమలాకరంతో మాట్లాడుదామా అని ఉంది.

* * *

"ఎస్. కమలాకరం రెసిడెన్స్, మీరెవరు?" స్వప్న ఫోన్ ఎత్తి అడిగింది.

"ఊహ గురించి మాట్లాడాలని చెప్పండి." రోహిత్ ఫోన్‌లో చెప్పాడు.

ఎప్పటిలా అతను తన కంఠం ఎదుటివాళ్ళు గుర్తు పట్టకుండా జాగ్రత్త తీసుకున్నాడు.

కొద్దిసేపట్లో కమలాకరం కంఠం వినిపించింది.

"కమలాకరాన్ని."

"ఊహ మా చేతుల్లో ఉంది." రోహిత్ చెప్పాడు.

"ఎవరు నువ్వు?"

"కిడ్నాపర్ని. ఐదు లక్షలిస్తే కాని ఊహని విడిచిపెట్టం." చెప్పాడు రోహిత్.

"ఐదు పక్కన ఎన్ని సున్నాలు పెడితే ఐదు లక్షలు అవుతుందో చప్పున చెప్పు."

"ఐదు...కాదు...కాదు...ఏడు."

"అది కూడా తెలియదు. నీకు ఐదు లక్షలు కావాలా? ఇడియట్. మర్యాదగా ఊహని వదులు. లేదా..."

"లేదా?"

"జైలుకెళ్తావ్."

"అది నాకు ఓకేనే. కాని ఊహ నీకు ప్రాణాలతో దక్కకపోతే ఇంతదాకా నువ్వు పెట్టిన పెట్టుబడి తొంభై ఏడు లక్షలు గోవిందా. ఇంకో హీరోయిన్‌తో మళ్ళీ మొత్తం షూటింగ్ జరుపుకోవాలి."

కమలాకరం తను రహస్యంగా భయపడుతున్నది జరిగింది అనుకున్నాడు. ఆయన వెంటనే బదులు మాట్లాడలేకపోయాడు.

"ఏం? అర్థమైందా? ఐదు లక్షలు ఇచ్చి ఊహని విడిపించుకో. ఊహ డెడ్ బాడీని మీకు పంపించడానికి చిన్న ఇంజక్షన్ చేస్తే చాలు."

"తొందరపడి ఊహని చంపక." ఎక్స్‌టెన్షన్‌లో వింటున్న స్వప్న అరిచింది.

"తొందరపడం. లక్షలతో కూడిన వ్యవహారం కదా. ఆలస్యం చేస్తే రోజుకో లక్ష ఫైన్ వేస్తుంటాం. అంతే." రోహిత్ చెప్పాడు.

"నన్ను ఆలోచించుకోనీ." కమలాకరం చెప్పాడు.

"అలాగే. రేపు ఉదయం మళ్ళీ ఫోన్ చేస్తాను."

రోహిత్ రిసీవర్ పెట్టేసాడు. అతనికి ఇప్పుడు ఎంతో సంతోషంగా ఉంది. తన అక్క హాస్పిటల్ ఫీజ్‌ని కట్టమంటే కమలాకర్ 'నో' అన్నప్పుడు రోహిత్‌కి కలిగిన దుఖానికి, కమలాకరం కంఠంలోని భయాన్ని, ఆదుర్దాని పసి గట్టడంతో రెట్టింపు సంతోషం కలిగింది. తమని ఏడిపించిన కమలాకరాన్ని ఏడిపించే అవకాశం చిక్కింది.

బస్సెక్కి సరాసరి ఇంటికి చేరుకున్నాడు. అతని కోసం ఎదురు చూస్తున్న పాణి వెంటనే అడిగాడు.

"అంతా సవ్యంగా జరిగిందా?"

"జరిగింది."

"బాదంహల్వా, జీవిపప్పు, చక్కెరపాకం కొన్నావా?"

"లేదు."

"ఊహని ఎక్కడ విడిచిపెట్టావు?"

"ప్లాన్ మారింది."

"అదేమిటి? నీకేం చెప్పాను?" పక్క మీద లేచి కూర్చుని కోపంగా అడిగాడు.

"అనుకోకుండా ఓ కొత్త డెవలప్‌మెంట్ జరిగింది." రోహిత్ చెప్పాడు.

"ఏమిటది?"

ఊహని కిడ్నాప్ చేయడం వల్ల ఎంత మంచి జరిగిందో కమలాకరం ఫోన్‌లో ఎంత భయపడ్డాడో రోహిత్ పాణికి వివరించాడు.

"అంచేత ఐదు లక్షల రూపాయలు తీసుకుని కాని ఊహని వదిలేది లేదు."

"నాకు ఇష్టం లేదన్నానా? రేపు మా పెళ్ళయ్యాక ఎప్పుడైనా బయట పడితే విడాకులు అంటుంది."

"ఏది పోయినా తిరిగి వస్తుంది. కాని తల్లి పోతే మళ్ళీ రాదు. ఇష్టం ఉన్నా, లేకపోయినా డబ్బిస్తేనే ఊహని వదిలేది లేదు. తప్పదు." రోహిత్ స్థిరంగా చెప్పాడు.

* * *

మర్నాడు ఉదయం నిద్ర లేచాక పాణి రోహిత్‌తో మాట్లాడలేదు. ఎంతో ముభావంగా ఉన్నాడు. రోహిత్ కూడా పాణిని పలకరించ లేదు.

"హాస్పిటల్‌కి వెళ్దాం. రెండు రోజులైంది అక్కయ్యని చూసి. అక్కడ పరిస్థితి ఎలా ఉందో?" పాణి ఆఫీసుకిబయలు దేరుతూండగా చెప్పాడు.

"పద." పాణి పొడిగా చెప్పాడు.

ఇద్దరూ పాణి స్కూటర్ మీద హాస్పిటల్‌కి చేరుకున్నారు.

"ఎలా ఉంది మా అమ్మకి?" పాణి నర్సుని ఆదుర్దాగా అడిగాడు.

"ఏం ఇంప్రూవ్‌మెంట్ లేదు. కోమాలోంచి బయటికి వస్తే కాని ఆవిడ ఆరోగ్యం కుదుటపడదు. అప్పటి దాకా ఇంట్రావీనస్‌గా ఫీడ్ చేయాల్సిందే." నర్స్ సానుభూతిగా చూస్తూ చెప్పింది.

ఇద్దరూ ఇంటెన్సివ్ కేర్ యూనిట్‌లోని ట్రాన్స్‌పరెంట్ అద్దం ముందు నిలబడి దాని వెనక మంచం మీద కళ్ళు మూసుకుని పడుకుని ఉన్న ఆవిడ వంక చూసారు. ప్రతిసారిలా పాణి గొంతులో ఏదో అడ్డు పడ్డట్లైంది. 'ఎప్పటికైనా ఆవిడ తనని పలకరిస్తుందా' అనిపించింది.

"ఆ కమలాకరం గాడి కారు వల్లేగా మీ అమ్మ ఇలా మంచాన పడింది. పైగా ఖర్చు పెట్టనంటాడా? అధారాలు లేనంత మాత్రాన తప్పించుకోవాలని అనుకోవడం అన్యాయం. నిన్న రాత్రి స్వప్న పుట్టినరోజుకి ఎంత తగలేసాడు?" బయటికి వచ్చాక రోహిత్ కోపంగా చెప్పాడు.

"ఎవరి డబ్బు వాళ్ళది. ఎవరిష్టం వాళ్ళది." పాణి చెప్పాడు.

"ఓహో. నేను ఊహని కిడ్నాప్ చేసేసరికి కమలాకరం పక్షం మాట్లాడుతున్నావు."

"కిడ్నాప్ బయట పడితే నా ఉద్యోగం పోతుంది. ఏడేళ్ళు జైల్లో కూర్చోవాలి తెలుసా?" పాణి కోపంగా చెప్పాడు.

"మంచికో, చెడుకో తొందరపడ్డానన్నాగా? నీ సహాయం లేకపోతే ఒక్కణ్ణీ అన్నీ చూసుకోవడం కష్టం. ఊహంటే నీకూ ఇష్టమేగా? కమలాకరం డబ్బు చెల్లించేంత కాలం ఆమె బాగోగులు నువ్వు చూసుకోరాదు?" రోహిత్ అడిగాడు.

నిజానికి పాణికి కూడా ఊహని ఓసారి చూడాలనే ఉంది. రోహిత్‌కి పాణి మనసు తెలుసు కాబట్టి చెప్పాడు.

"మన్మధుడు ధైర్యవంతులకే సహాయం చేస్తాడు అని టామ్ జోన్స్ చెప్పాడు."

"వాడ్డు యూ మీన్?" పాణి కోపంగా అడిగాడు.

"ఓ అమ్మాయి హృదయాన్ని దొంగిలించిన మగాడు ఆ అమ్మాయి శరీరాన్ని కూడా దొంగిలించాలని అనుకుంటాడు. దటీజ్ వాటై మీన్." రోహిత్ నవ్వుతూ చెప్పాడు.

"నా గురించి ఇడియట్‌లా ఆలోచించక."

"సెక్స్ లేని ప్రేమకి అర్థం లేదని ఛార్లెస్ బక్‌విస్కీ చెప్పాడు."

"ఏమిటి? వెళ్ళి ఊహని బలాత్కారం చేయమని చెప్తున్నావా?" పాణి అతని వంక తీవ్రంగా చూస్తూ అడిగాడు.

"కాదెహె. ఆ అమ్మాయి నిన్ను ప్రేమించేలా చేసుకోడానికి ఇదో మంచి అవకాశం అంటున్నాను. ఎంతటి పవిత్ర ప్రేమైనా చివరికి దుప్పటి కిందకే చేరుతుందని బెన్ హెబ్జ్ చెప్పాడు."

"ఇది భారతదేశం. బెన్ హెబ్జ్ జన్మించిన యూరప్ కాదు."

"నువ్వెన్నైనా చెప్పు. రాత్రి పది దాటాక ఆడవాళ్ళ విషయంలో ఏ మగాడైనా మృగంగా మారతాడు."

డాక్టర్ వాళ్ళ వైపు రావడంతో వాళ్ళ మధ్య సంభాషణ ఆగిపోయింది. ఇద్దర్నీ పరకాయించి చూసి డాక్టర్ చెప్పాడు.

"ఇదివరకు రోజూ వచ్చి అటెండెన్స్ వేయించుకునే వారు. గత నాలుగు రోజులుగా దర్శనాలే లేవు?"

"డబ్బు ప్రయత్నంలో ఉండడంతో టైం చిక్కడం లేదు డాక్టర్ గారు." రోహిత్ వినమ్రంగా చెప్పాడు.

"మరో నాలుగైదు రోజుల్లో మీ హాస్పిటల్ ఫీజ్ చెల్లిస్తాను." పాణి చెప్పాడు.

"ఫాల్స్ ప్రామిసెస్. ఆల్ ఫాల్స్ ప్రామిసెస్" డాక్టర్ కోపంగా చెప్పాడు.

"కాదు. నిజంగా. డబ్బు కోసం తీవ్రంగా ప్రయత్నం చేస్తున్నాం." పాణి నమ్మకంగా చెప్పాడు.

"సరిగ్గా నాలుగు రోజులు. ఐదో రోజు ఆవిడ ఈ హాస్పిటల్‌లో ఉండదు. దటీజ్ ఫైనల్. ఐదో రోజు సాయంత్రం ఆవిడ ఇక్కడ ఉంటుందో లేదా స్మశానానికి వెళ్తుందో ఆవిడ విధిని బట్టి ఉంటుంది." హెచ్చరికగా చెప్పి డాక్టర్ వెళ్ళిపోయాడు.

"నాలుగురోజులే మనకు గడువు. ఈలోగా ఊహని ఉపయోగించి డబ్బు సంపాదించామా సరి. లేదా..." రోహిత్ చెప్పాడు.

ఇద్దరు మౌనంగా హాస్పిటల్ నించి బయటికి నడిచారు.

"నీ ఇష్టం. ఆలోచించుకో. ఊహని వదిలిపెట్టమంటే గంటలో వదిలేస్తాను. నా మొహం చూళ్ళేదు కాబట్టి నాకేం ప్రమాదం లేదు." రోహిత్ చెప్పాడు.

పాణి ఓసారి తల విదిలించి చెప్పాడు.

"టీ తాగుదాం పద."

ఇద్దరూ ఇరానీ రెస్టారెంట్‌లో టీ తాగాక పాణి గొంతు సర్దుకుని చెప్పాడు.

"నువ్వోటి ఆలోచించు. ఊహ భవిష్యత్తులో నా జీవిత భాగస్వామి అవుతుందనుకో. నేను ఆమె కిడ్నాప్ వ్యవహారంలో భాగం పంచుకున్నానని తెలిసి అందుకు ఎలా వప్పుకుంటుంది? ఊహ నేను ప్రేమించిన స్మశానసందరి కాక ఇంకెవరైనా ఐతే ఇంత ఆలోచించాల్సిన పని ఉండేది కాదు."

రోహిత్ గట్టిగా నిట్టూర్చి, టేబుల్ మీద ఉన్న పాణి చేతులని పట్టుకుని సంతోషంగా నవ్వి చెప్పాడు.

"అమ్మయ్య. నువ్వు నా పథకానికి ఒప్పుకున్నట్టే అన్నమాట. ఉన్న నిజాన్ని అంత నిష్కర్షగా చెప్పినందుకు ఆ డాక్టర్ గారికి థాంక్స్."

పాణి మౌనంగా ఉండిపోయాడు.

"అంటే ఆ అమ్మాయి ఊహ కాక ఇంకెవరైనా ఐతే నువ్వు ఒప్పుకున్నట్లేగా?"

"కొన్ని బలహీన క్షణాల్లో కొన్ని చేయక తప్పదు." పాణి చెప్పాడు.

"అదే జీవితమంటే... ఎవరి నించీ అన్యాయంగా సంపాదించటం లేదు. కమలాకరం చేయాల్సిన బాధ్యతని బలవంతంగా అతని చేత చేయిస్తున్నాం. అంతే! ఇందులో లీగల్‌గా తప్ప మోరల్‌గా ఎలాంటి నేరం లేదు. నీ అభ్యంతరమల్లా ఊహకి నువ్వు కిడ్నాపర్‌లలో ఒకడని తెలీకపోవడమేగా. అది మేనేజ్ చేయచ్చు." రోహిత్ చెప్పాడు.

"ఎలా?" పాణి అడిగాడు.

"ఆమె కళ్ళకి గంతలు కట్టే ఉంచుతాం. నిన్ను చూడలేదు. నువ్వు ఆమెకి టైంకి భోజనం పెట్టటం లాంటివి చూసుకుంటే సరి. ఊహించుకో. మీరిద్దరూ ఓ గదిలో ఒంటరిగా. ఎక్సయిటింగ్‌గా లేదూ?"

పాణికి అలాగే ఉంది. కాని అవునని బయటికి చెప్పలేదు.

“సెక్స్ ప్రేమకి దారి తీయకపోవచ్చు. కాని ప్రేమ తప్పనిసరిగా సెక్స్‌కి దారి తీయిస్తుందని ఈగూన్ రోసెన్ స్టాక్ అనే పెద్దమనిషి సెలవిచ్చాడు.”

“నేను ఇండియన్‌ని. పైగా ఆంధ్రుడ్ని. నా విషయంలో అలా కాదు.”

“ప్రస్తుతం కాదని నాకూ తెలుసు. ఇలా ఒన్‌వే ట్రాఫిక్ ప్రేమ గురించి కాదు ఆయన చెప్త. టూ వే ఐనప్పటి సంగతి. ఇంతకీ నేను చెప్పొచ్చేదేమిటంటే ప్రేమ, దోమ కట్టిపెట్టి ఆ అమ్మాయి ముందు నువ్వు టఫ్‌గా ప్రవర్తించాలి.”

“అలాగే. దగ్గరుండి ఈ వ్యవహారం నేను చూడకపోతే నువ్వు ఏదో పొరపాటు చేసి ఇద్దర్నీ పోలీస్ స్టేషన్‌కి తీసుకెళ్తావు.” పాణి చెప్పాడు.

“జాగ్రత్త. ఎల్లారెడ్డిగూడెం పుల్లారావులా చేయకు.” రోహిత్ హెచ్చరించాడు.

“ఆయనెవరు?” పాణి అడిగాడు.

“ఆయన సంగీతం నేర్చుకుందామని వెళ్ళి తెల్లారగట్ట చలిలో గోదావరిలో దిగాట్ట. సంగీతం రాకపోగా ఆ పుల్లారావుకి జలుబు వచ్చిందట. అలాగే మనకి డబ్బులు రాకపోగా ఆ అమ్మాయి పారిపోవచ్చని హెచ్చరిస్తున్నాను. ఆ అమ్మాయి నీ వీక్‌నెస్‌ని గుర్తిస్తే నీతో ప్రేమ నటించి పారిపోగలదు జాగ్రత్త.”

“వాడ్డు యూ మీన్? నేనెవరనుకుంటున్నావ్?” పాణి అడిగాడు.

“అల్లుడూ! ఉరుములు, పిడుగులు, నిప్పు, ప్లేగ్ వ్యాధి. ఇవేమీ మనుషులకి ‘కామం’ చేసినంత ద్రోహం చేయలేదు అని రాబర్ట్ బర్టన్ అన్నాడు. నేనూ ఆ సంగతే చెప్పాను.” రోహిత్ చెప్పాడు.

“ఇప్పటికే లేటైంది. నేను ఆఫీసుకి వెళ్తాను.” పాణి టైం చూసుకుని చెప్పాడు.

“నీకా ఇల్లు తెలుసుగా. ఓ వారం పాటు సెలవు పెట్టి సాయంత్రం ఆఫీస్ నించి సరాసరి అక్కడికి వచ్చేయ్.”

“చూస్తాను. ఆఫీసులో వర్క్ ఎక్కువగా ఉంది.”

“ఐదు లక్షలు ఆలోచించు. ఏడు రోజుల సెలవు అదే దొరుకుతుంది.”

పాణి వెళ్ళిపోయాక రోహిత్ ఓ పబ్లిక్ టెలిఫోన్ బూత్‌లోంచి కమలాకరం ఇంటికి ఫోన్ చేసాడు.

“ఎవరది?” ఓ ఆడకంఠం అడిగింది.

“స్వప్న? సౌఖ్యమా?” రోహిత్ అడిగాడు .

“షటప్. ఎవరు నువ్వు? నా పేరు విశాలాక్షి.” చెప్పిందా కంఠం.

“అలాగా. సారీ. కమలాకరంగారితో మాట్లాడాలి.”

“మరా మాట ముందే ఏడవచ్చుగా. లైన్‌లో ఉండు.”

కమలాకరం కంఠం కొద్ది క్షణాల్లో వినిపించింది.

“నేను కిడ్నాపర్ కాంతారావుని మాట్లాడేది. ఐదు లక్షలు సిద్ధం చేసారా?” ఎప్పటిలా నోట్లో పది పైసల బిళ్ళ ఉంచకుని రోహిత్ అడిగాడు.

“ఊహ నీ దగ్గరే ఉందని ఏమిటి హామీ? ఓసారి ఊహతో మాట్లాడించు. తర్వాత మిగతా విషయాలు ఆలోచిద్దాం.” కమలాకరం చెప్పాడు.

“అలా వచ్చావా? సరే. ఊహని కిడ్నాప్ చేసిన మీ కారు విజయవాడ-హైదరాబాద్ హై వేలో హయత్ నగర్‌కి ఆరో కిలోమీటర్ రాయి దగ్గర ఎడం వైపు తోపులో ఉంది. కారు తాళం చెవి కారు కిందే టేప్‌తో అతికించి ఉంది.”

ఊహని ఇంట్లోంచి బయటికి తీసుకొచ్చి ఫోన్‌లో మాట్లాడించడం సాధ్యం కాదు. ఎలా? ఫోన్ పెట్టేసి రోహిత్ దీర్ఘాలోచనలో పడ్డాడు.

“ఎవరట?” విశాలాక్షి కమలాకరాన్ని అడిగింది.

“కిడ్నాపర్.”

“ఏమిటంటాడు?”

“ఐదు లక్షలంటాడు.”

“మన సింహంగాడ్ని పిలిపించి జరిగింది చెపితే అతగాడు కిడ్నాపర్లని పట్టకుంటాడుగా?” ఆవిడ కొద్ది క్షణాలు ఆలోచించి సలహా చెప్పింది.

13

హైదరాబాద్‌లోని కస్టమ్స్ ఆఫీస్‌లోని నాలుగో అంతస్థులోని గది. కస్టమ్స్ కలెక్టర్ ప్యూన్ తెచ్చిన విజిటింగ్ కార్డు చూసాడు.

‘డిటెక్టివ్ సింహం. ప్రయివేట్ డిటెక్టివ్’ అని ఉందా కార్డు మీద. ఆయన సింహాన్ని లోపలికి పంపమన్నట్లుగా తల ఊపాడు.

“గుడ్ మార్నింగ్.” సింహం విష్ చేసాడు.

“గుడీవినింగ్. ఇది సాయంత్రం.” నవ్వి చెప్పాడు కలెక్టర్.

సింహం కూర్చున్నాక అడిగాడు.

"ఎస్?"

సింహం చిన్నగా దగ్గి అడిగాడు.

"కస్టమ్స్ సుంకం ఎగవేసే వాళ్ళ వివరాలు మీకు ఇస్తే వాళ్ళు ఎగవేసే కస్టమ్స్ డ్యూటీలో ఇరవై శాతం అలాంటి సమాచారం ఇచ్చిన వాళ్ళకి ఇస్తారని విన్నాను. నిజమేనా?"

"అవును."

"ఐతే పదహారు లక్షల రూపాయల కస్టమ్స్ డ్యూటీని ఎగ్గొట్టిన కరమ్‌చంద్ గురించి చెప్తామని వచ్చాను."

కలెక్టర్ సింహం వంక ఆసక్తిగా చూసి అడిగాడు.

"చెప్పండి."

"కరమ్‌చంద్ సంవత్సరం క్రితం ఇటలీ నించి వంద జతల ఆడవాళ్ళ చెప్పులు దిగుమతి చేసుకున్నాడు. ఆ కన్‌సైన్‌మెంట్ హైదరాబాద్ ఎయిర్‌పోర్ట్‌కి వచ్చింది. ఐతే అతను వాటిని కస్టమ్స్ రుసుము చెల్లించి విడిపించుకోలేదు. అవునా?" సింహం అడిగాడు.

"అవును?" గుర్తు తెచ్చుకుని ఆయన చెప్పాడు.

"అతను విడిపించుకోక పోవడానికి కారణం వాటిని పంపిన ఇటాలియన్ ఫర్మ్ పొరపాటున కుడి కాలి చెప్పులని మాత్రమే పంపించింది. యామై కరెక్ట్?"

"అవును. అందుకే నాకీ సంగతి గుర్తుంది. యూ ఆర్ కరెక్ట్." కలెక్టర్ చెప్పాడు.

"వాటిని వారం క్రితం మీ రూల్స్ ప్రకారం ఆక్షన్ వేసారు కదా?"

"అవును. కరమ్‌చంద్ విడిపించుకోక పోవడంతో రూల్స్ ప్రకారం ఆ ఆక్షన్ గురించి పేపర్లో ప్రకటన కూడా ఇచ్చాం." కలెక్టర్ చెప్పాడు.

"నేనా ప్రకటన చదివే ఆ కుడి కాలి చెప్పుల కేసు గురించి పరిశోధించాను. ఎడం కాలి చెప్పులు లేకుండా కేవలం కుడి కాలి చెప్పులు మాత్రమే అమ్మితే ఎవరూ కొనరు. అవి నిరుపయోగం అవుతాయి."

"అవును. ఐనా వాటిని అజీజ్ అనే చెప్పుల వ్యాపారి కొన్నాడు. నిజానికి ఆక్షన్‌కి వచ్చింది అతను మాత్రమే. ఒకో చెప్పు పది రూపాయల చొప్పున మొత్తం లాట్‌ని కొన్నాడు." కస్టమ్స్ కలెక్టర్ చెప్పాడు.

"మీ రూల్స్ ప్రకారం మేగ్జిమం బిడ్డర్‌కి వాటిని అమ్మారు. అంతే కదా?"

"అంతే. మీరు మీ పరిశోధనలో ఏం కనుక్కున్నారు?" కలెక్టర్ ఆసక్తిగా అడిగాడు.

డిటెక్టివ్ సింహం మౌనంగా తన చేతిలోని షూ బాక్స్‌ని తెరచి దాన్ని కస్టమ్స్ కలెక్టర్ ముందు టేబిల్ మీద ఉంచాడు. ఓ చెప్పుని బయటికి తీసి చూపించి అడిగాడు.

"మీరు ఆక్షన్ వేసిన చెప్పుల్లో కుడి కాలు చెప్పు ఇవే కదా?"

కలెక్టర్ ఆ చెప్పుని చూసి అవునన్నట్లుగా తల ఊపి, ఆశ్చర్యంగా అడిగాడు.

"దీనికి మేచ్ అయ్యే ఈ ఎడం కాలి చెప్పు ఎక్కడ నించి వచ్చింది?"

డిటెక్టివ్ సింహం విజయగర్వంగా నవ్వి చెప్పాడు.

"అక్కడే ఉంది అసలు కిటుకు. పది రూపాయల చొప్పున చెప్పుల్ని అమ్మారు కదా. కుడి, ఎడమ కాలి చెప్పులు రెండూ వచ్చి ఉంటే ఒకో జత మీద కస్టమ్స్ డ్యూటీ ఎంత పడి ఉండేది?" సింహం అడిగాడు.

"నాలుగు వందల శాతం... ఐదు వందల అరవై రూపాయలు."

"ఇటలీ నించి దిగుమతి చేయబడ్డ ఈ చెప్పుల జతని అజీజ్ దుకాణంలో ఎనిమిది వందల రూపాయలకి కొన్నాను." బిల్లు చూపించి సింహం చెప్పాడు.

"అసలు అజీజ్‌కి ఎడం కాలి చెప్పులు ఎక్కడ నించి వచ్చాయి?" కస్టమ్స్ కలెక్టర్ ఆశ్చర్యంగా అడిగాడు.

"వారం క్రితం పేపర్లో కేవలం కుడి కాలు చెప్పులని మీ శాఖ వేలం వేస్తోందన్న వార్త చదవగానే నాకు ఆశ్చర్యం వేసింది. సాధారణంగా యూరోపియన్ దేశాల్లోని ఎగుమతిదార్లు ఎన్నడూ ఇలాంటి పొరపాట్లు చేయరు. ఇందులో ఏదో తిరకాసు ఉందని అనిపించింది. అజీజ్ దగ్గరకి వెళ్ళి ఎంత ఖరీదైనా సరే, ఆడవాళ్ళ చెప్పులు మంచివి చూపించమంటే ఇటలీ నించి దిగుమతి అయ్యాయని వీటిని చూపించాడు. అతను గత నెల్లో మద్రాస్ వెళ్ళొచ్చాడని తెల్సింది. మద్రాస్ నించి వెలువడే దినపత్రికలన్నీ చదివాను. నా అనుమానం నిజం అయింది. మద్రాస్ కస్టమ్స్ కలెక్టరేట్ కూడా వేలానికి ఓ ప్రకటన ఇచ్చింది. అందులో ఇటలీ నించి దిగుమతి చేయబడ్డ ఆడవాళ్ళ చెప్పులు, కేవలం ఎడం కాలివే వేలం వేస్తున్నామని ఉంది. వాటిని దిగుమతి చేసుకున్న కరమ్‌చంద్ కేవలం ఎడం కాలివే రావడంతో కస్టమ్స్ డ్యూటీ చెల్లించి విడిపించుకోలేదని మద్రాస్‌లోని కస్టమ్స్ ఆఫీస్‌లో తెలుసుకున్నాను."

కస్టమ్స్ కలెక్టర్ డిటెక్టివ్ సింహం వంక ఆశ్చర్యంగా చూసాడు.

"ఇటలీ నించి ఆడవాళ్ళ చెప్పులని దిగుమతి చేసుకోవాలన్న అజీజ్ 'షిప్పింగ్ ఇన్‌స్ట్రక్షన్స్'లో కుడి కాలి చెప్పులని హైద్రాబాద్‌కి, ఎడం కాలి చెప్పులని మద్రాస్‌కి పంపవలసిందిగా కోరాడు. ఒకే కాలి చెప్పులు కాబట్టి వాటిని కరమ్‌చంద్ విడిపించుకోక పోతే మీకు ఎలాంటి అనుమానం రాలేదు. మీ రూల్స్ ప్రకారం రెండు చోట్ల వాటిని ఆక్షన్ వేసారు. అవి ఇతరులెవరికీ ఉపయోగపడవు కాబట్టి రెండు వేలం పాటల్లో కేవలం అజీజే పాల్గొని మినిమం పాటకి వాటిని కొన్నాడు. ఆ విధంగా చెప్పుల జతలని కస్టమ్స్ డ్యూటీ చెల్లించకుండా సంపాదించి అమ్ముతున్నాడు. ఇలాంటి సందర్భాలు ఈ మూడేళ్ళలో ఇండియాలో చాలా చోట్ల జరిగాయి. కస్టమ్స్ రేటుని బట్టి, క్వాంటిటీని బట్టి అతను ఆ విధంగా ఎగ్గొట్టిన కస్టమ్స్ డ్యూటీ పదహారు లక్షల రూపాయలని గ్రహించాను."

"ఇంత కనుక్కోగలిగారంటే యు ఆర్ ఏ జీనియస్." కస్టమ్స్ కలెక్టర్ చెప్పాడు.

"నేను కాదు... ఈ స్కీమ్‌ని ఆలోచించిన అజీజ్ జీనియస్. నా పరిశోధన తాలూకు వివరాలు అన్నీ నా రిపోర్ట్‌లో ఉన్నాయి. మీరు నిజానిజాలు కన్‌ఫం చేసుకుని అతని నించి ఎగ్గొట్టిన కస్టమ్స్ డ్యూటీని కలెక్ట్ చేయండి. నా కమీషన్ నాకు ఇప్పించండి."

డిటెక్టివ్ సింహం రిపోర్ట్ కవరుని అందించి చెప్పాడు.

"ష్యూర్."

"భవిష్యత్‌లో ప్రయివేట్ డిటెక్టివ్ అవసరం మీకు వ్యక్తిగతంగా కాని లేదా మీ డిపార్ట్‌మెంట్‌కి కాని ఏర్పడితే నన్ను గుర్తుంచుకోండి." సింహం చెప్పాడు.

"అలాగే. మీ రిపోర్ట్‌లోని వివరాలన్నీ వెరిఫై చేసి మీ కమీషన్ మీకు త్వరలో వచ్చేలా చేస్తాను."

"థాంక్స్." చెప్పి లేచి ఆయనతో కరచాలనం చేసి బయటకి వచ్చాడు.

లిఫ్ట్‌లో కిందకి దిగి బిల్డింగ్ లోంచి రోడ్డు మీదకి వచ్చాడు. అతనెక్కి వచ్చిన 1956 మోడల్ సింగిల్ డోర్ స్టాండర్డ్ కారుని ఓ ట్రాఫిక్ కానిస్టేబుల్ పరిశీలిస్తున్నాడు.

సింహం ఆ కారు తాళం తీయగానే అడిగాడు కానిస్టేబుల్.

"ఈ కారు మీదేనా?"

"అవును. ఏం?"

"మీరు ఈ రోడ్డులోకి అటు నించి వచ్చి ఇక్కడ పార్క్ చేసారా?"

"అవును. అటు నించి వచ్చే పార్క్ చేసాను. ఇప్పుడు నేరుగా ఇటు వైపు వెళ్తాను."

వెంటనే ట్రాఫిక్ కానిస్టేబుల్ జేబులోంచి చిన్న నోట్ బుక్ తీసి చెప్పాడు.

"ఇది వన్‌వే రోడ్. రాంగ్ సైడ్ వచ్చారు. చలాన్ రాస్తున్నాను."

"అదా సంగతి? ఇందాక వస్తుంటే అన్ని వాహనాలు ఎదురొచ్చాయి. వీళ్ళంతా ఎక్కణ్ణించి ఒక్క సారిగా వెనక్కి తిరిగి వస్తున్నారో కాని నేను అక్కడికి వెళ్ళడం లేటయ్యాను అనుకున్నాను." డిటెక్టివ్ సింహం చెప్పాడు.

చలాన్ కాపీ మీద సంతకం చేసి, కారు హేండ్ బ్రేక్‌ని తీసి, ఓ ఇనప రాడ్‌ని బయటకి తీసి దాన్ని కారు ముందు ఓ కంతలోకి దూర్చి, గట్టిగా తిప్పి, కారు స్టార్టయ్యాక మళ్ళీ ఆ ఇనప రాడ్‌ని కారులో ఉంచి, న్యూట్రల్ నించి గేర్‌లో వేసి ఆ నల్లటి కారుని ముందుకి పోనించాడు సింహం.

14

ఆ కిడ్నాప్ వ్యవహారంలో పాణి మనసు ఫిఫ్టీ-ఫిఫ్టీ గా ఉంది. ఊహని విడిచి పెట్టాలని సగం మనసు కోరుకుంటే, ఆమెని వదలకూడదని మిగతా సగం మనసు కోరుకుంటోంది. పాణిలోని ఈ మానసిక స్థితిని కనిపెట్టిన రోహిత్ అతన్ని తన మాటలతో వశపరచుకున్నాడు.

ఇద్దరూ అద్దెకి తీసుకుని ఊహని బంధించి ఉంచిన ఇంటికి చేరుకున్నారు. తలుపు తాళం తీసి లోపలికి వెళ్ళారు. రోహిత్ గొళ్ళెం తీయబోయే ముందు అతని చేతిలో ఓ నాణెం ఉంచి పాణితో చెప్పాడు.

"నోట్లో పదిపైసల బిళ్ళ ఉంచుకుని మాట్లాడు. లేదా నీ కంఠం గుర్తు పట్టగలదు."

"నీకెలా తెలుసవన్నీ?" పాణి ఆశ్చర్యంగా అడిగాడు.

"ఇంగ్లీష్ సినిమాల్లో చూపిస్తూంటారు."

గొళ్ళెం తియ్యగానే పాణి నోట్లో పది పైసల నాణెం ఉంచుకుని గుమ్మం దాటి గదిలోకి వెళ్ళాడు. నేల మీద కట్టి పడి ఉన్న, కళ్ళకు గంతలు గల ఊహని చూస్తే అతనికి ఎంతో బాధేసింది. రోహిత్ ఆమె నోటి మీది ప్లాస్టర్‌ని విప్పదీసాడు.

"స్కౌండ్రల్! దాహంతో చస్తున్నాను." ఊహ వెంటనే అరిచింది.

పాణి వెంటనే కూజాలోని నీళ్ళని గాజు గ్లాసులోకి వంచాడు. అందులో చీమలు ఉండడం చూసి దాన్ని వలకబోసి చెప్పాడు.

"దీన్ని తీసుకెళ్ళి త్వరగా మంచినీళ్ళు పట్టి తీసుకురా."

"ఇద్దరా?" అడిగింది ఊహ కొత్త కంఠం విని.

"అవును." రోహిత్ చెప్పాడు.

"మీ పేర్లేమిటి?"

"నా పేరు ఏ. నా ఫ్రెండ్ పేరు బి." రోహిత్ వెంటనే చెప్పాడు.

"ఐయాం సారీ. నా పేరు అది కాదు. అది చెప్పే రోజు రావాలని దేవుడ్ని ప్రార్థిస్తున్నాను. మిమ్మల్ని ఇలా కష్టపెడుతున్నందుక బాధగా ఉంది. కాని కొన్ని కారణాల వల్ల తప్పడం లేదు." పాణి చెప్పాడు.

"ఏదీ? మళ్ళీ ఇందాకేమన్నారో అనండి." ఊహ వెంటనే అడిగింది.

"ఐయాం సారీ..."

"దేనికి?" రోహిత్ అడ్డుపడి అడిగాడు.

"మీ కంఠం ఇదివరకెన్నడో విన్నట్టుంది." ఊహ ఆలోచనగా చెప్పింది.

"ఇతని కంఠమా? అబ్బే లేదే. విని ఉండరు." రోహిత్ వెంటనే చెప్పాడు.

"నువ్వు ఏవా లేక బివా?" ఊహ అడిగింది.

"ఏ." పాణి వెంటనే చెప్పాడు.

"కాదు. బి. నేను ఏ ని." రోహిత్ కరెక్ట్ చేసాడు.

"ఏ ఫర్?" ఊహ అడిగింది.

"ఏం లేదు. మా అసలు పేర్లు తెలీకూడదని ఏబి లన్నాం." రోహిత్ చెప్పాడు.

"మిస్టర్ ఏ! ఈ గేంగ్‌కి లీడర్‌వి నువ్వేనా?" ఊహ అడిగింది.

"కాదు. ఇద్దరం." పాణి చెప్పాడు.

"అదేం కాదు. నేనే మిమ్మల్ని కిడ్నాప్ చేసి తెచ్చింది." రోహిత్ నిజాయితీగా చెప్పాడు.

"ముప్పాతిక పైగా షూటింగ్ జరిగాక ఫిలిం ఏక్ట్రెస్‌ని కిడ్నాప్ చేయాలన్న ఆలోచన ఎవరిది?" ఊహ అడిగింది.

"కిడ్నాప్ చేసేప్పుడు మీరు ఫిలిం ఏక్ట్రెస్ అని తెలీదు. కమలాకరం కూతురని అనుకున్నాం." రోహిత్ చెప్పాడు.

"అలా ఎందుకు అనుకున్నారు."

"ఒకటి. స్వప్న ఎలా ఉంటుందో ఎన్నడూ చూడలేదు కాబట్టి. రెండు కమలాకరం నిన్ను 'అమ్మా' అని సంబోధించి స్వయంగా కారు దగ్గరికి వచ్చి ఎక్కించబట్టి."

"సినిమా వాళ్ళు ఏ ఆడదాన్నైనా ఏ సమయంలోనైనా 'అమ్మా' అనే సంబోధిస్తారు. నాకు ఎప్పుడు విముక్తి?" అడిగింది.

"త్వరలోనే." రోహిత్ చెప్పాడు.

"మిస్టర్ బి. నువ్వేం మాట్లాడవేం?" ఊహ అడిగింది.

"వింటున్నాను." పాణి చెప్పాడు.

"కాదు. నీ వంకే కళ్ళప్పగించి చూస్తున్నాడు." రోహిత్ నవ్వి చెప్పాడు.

'ఎవరండి ఇంట్లో?' అన్న కేక బయట నించి వినిపించగానే రోహిత్, పాణిల గుండెలు కొన్ని క్షణాలు ఆగి తర్వాత మళ్ళీ కొట్టుకోసాగాయి. ఇద్దరూ ఒకరి వంక మరొకరు ఆందోళనగా చూసుకున్నారు.

"హెల్ప్. నన్ను కిడ్నాప్ చేసారు. హెల్ప్." ఊహ మరుక్షణం అరవసాగింది.

వెంటనే రోహిత్ మెరుపులా ఊహ మీదకి దూకి ఆమె నోరు నొక్కి పాణికి సౌంజ్ఞ చేసాడు. పాణి ఆమె చున్నీని నోట్లో కుక్కాడు.

"ఎవరండి ఇంట్లో? ఓసారి తలుపు తీయండి." ఇందాకటి కంఠం మళ్ళీ వినిపించింది.

"వస్తున్నా." రోహిత్ అరిచాడు.

రోహిత్ పాణి చెవిలో ఏం చెయ్యాలో చెప్పాడు. వెంటనే ఇద్దరూ ఊహని కాళ్ళూ, భుజాలు పట్టుకుని ఎత్తి బాత్‌రూంలో ఉంచి బాత్‌రూం తలుపు మూసారు.

ఇద్దరూ ముందు గదిలోకి వెళ్ళారు. పాణి వీధి తలుపు తెరిచాడు. గుమ్మం అవతల ఎదురుగా ఇంటాయన నిలబడి ఉన్నాడు. ఆయన్ని చూసి ఇద్దరూ గట్టిగా ఊపిరి వదిలారు.

"మీరా? రండి." రోహిత్ చిరునవ్వుతో చెప్పాడు.

"ఎలా వుంది ఇల్లు?" ఆయన లోపలికి వస్తూ అడిగాడు.

"బ్రహ్మాండంగా ఉంది. అంతా వాస్తు ప్రకారం కట్టారు."

"నాకు వాస్తంటే నమ్మకం లేదు. ఐనా తర్వాత ఏదైనా అయితే 'అమ్మో వాస్తు ఫాలో అవలేదు కాబట్టి ఇలా అయింది కదా?' అన్న అనుమానం పీకుతుందని వాస్తు ప్రకారం ప్లాన్ తయారు చేయించాను. ఎలా సాగుతున్నాయి మీ రిహార్సల్స్?"

"బానే." నోట్లోంచి పదిపైసల బిళ్ళని బయటికి తీసి రోహిత్ చెప్పాడు.

అతను ముందు గదిలోంచి వెనక గదిలోకి తొంగి చూసాడోసారి.

"ఏదో ఆడకంఠం వినిపించింది," అనుమానంగా అడిగాడు.

"అదా... అదీ... రిహార్సల్స్ కదా. డ్రామాలో డైలాగ్స్ అవి."

"స్త్రీ పాత్ర ఉన్న నాటికా?"

"అబ్బే. లేదండి. నేనే ఆడకంఠంతో అలా అరిచాను. స్త్రీ పాత్ర ఉంటుంది కాని సైడ్ వింగ్ లోంచి వినపడే డైలాగ్స్ వరకే." పాణి చెప్పాడు.

"అలాగా? నాటకం పేరు చెప్పి ఇల్లు అద్దెకి తీసుకుని నానా ఛండాలాలు చేస్తుంటారు కొందరు. స్త్రీ పాత్ర లేని డ్రామా అన్నారు కాబట్టి సరే. మీ ఇద్దరేనా నాటకం లోని పాత్రలు?" అడిగాడు.

"లేదండి. ఇంకో ముగ్గురు ఉన్నారు. ఇవాళ వాళ్ళు రారు. మొదటి అంకంలో మేమిద్దరమే. అందుకని ఇద్దరమే వచ్చి రిహార్సల్స్ చేస్తున్నాం." రోహిత్ చెప్పాడు.

"ఇంతకీ మీ నాటకాన్ని డైరెక్ట్ చేసేది ఎవరు?"

"నేను." రోహిత్ చెప్పాడు.

"పూర్వానుభవం ఉందా?"

"చాలా ఉందండి."

"స్క్రిప్ట్ ఏది?" ఆయన అకస్మాత్తుగా అడిగాడు.

"స్క్రిప్ట్ అంటే ఎవరో కొత్తగా రాసింది కాదండి. 'వాంటెడ్ ఫాదర్స్' అని ప్రింటెడ్ బుక్." రోహిత్ చెప్పాడు.

"ఏది? మన ఆదివిష్ణు గారి డ్రామానా?" ఇంటాయన ఉత్సాహంగా చూస్తూ అడిగాడు.

"అవునండి,"

"ఆ నాటకం నేనాడాను. అందులో సైడ్ వింగ్లోంచి ఆడ గొంతు 'హెల్ప్. నన్ను కిడ్నాప్ చేసారు. హెల్ప్' అని అరవడం లేదే?" ఆయన అడిగాడు.

పాణి సమాధానం చెప్పడానికి నోరు విప్పితే రోహిత్ అతని కాలు తొక్కి చెప్పాడు.

"ఆ నాటకంలో చిన్న చిన్న మార్పులు చేసానండి. యథాతథంగా ఆడటం లేదు. మీరూ నాటకాలాడే వారా?"

"అవునయ్యా. పరిషత్తుకి వెళ్ళాం. వైజాగ్‌లో ఆంధ్రా యూనివర్సిటీలో స్టేజి మీద ప్రేక్షక విద్యార్థులు గొడవ చేయకుండా మరీ నాటకాలాడాను తెలుసా?"

"ఏ ఏ నాటకాలు ఆడారండి?"

"చాలా భాగం పౌరాణికాలు. కాకినాడలో వినాయకచవితి పందిళ్ళలో, విజయవాడలో శ్రీరామనవమి పందిళ్ళలో, రవీంద్రభారతిలో ఒక చోటేమిటి? నాకు నాటకాలు డైరెక్ట్ చేయడం అంటే నటించడం కన్నా మోజెక్కువ."

"అలాగాండి?"

"మొహమాటపడకు. నేనూ రిహార్సల్స్‌కి హాజరై కావాలంటే సహాయం చేస్తాను. నేను సినిమా నటుడ్ని కూడా."

తక్షణం ఏ బి లు ఇద్దరూ మౌనంగా ఉండిపోయారు.

"తోటలో పిల్ల-కోటలో రాణి' అనే సినిమా చూసారా?"

"లేదండి."

"పోనీ గురువుని మించిన శిష్యుడు?"

"ఊహు."

"మంచి సినిమాలు మిస్ అయ్యారు. వాటిలో కాంతారావు వెనక నిలబడి వింజామరలు విసిరేది నేనే. ఈసారి కావాలంటే చూడండి."

"అలాగాండి."

"టీ తాగొద్దామా?" ఇంటాయన్ని వదిలించు కోవాలని పాణి రోహిత్‌తో చెప్పాడు.

"వెళ్ళి రండి. నేనిక్కడే ఉంటాను."

"నీకెప్పుడూ టీ రంధే. వద్దు. ముందు మన రిహార్సల్స్ పూర్తవాలి." రోహిత్ వెంటనే కసిరాడు.

"ఏదీ చేయండి. నేను చూస్తాను." ఇంటాయన నేల మీద కూర్చుని ఉత్సాహంగా కాలు మీద కాలు వేసుకున్నాడు.

పాణి రోహిత్ వంక నిస్పృహగా చూసాడు. రోహిత్ వెంటనే చెప్పాడు.

"నీ నవరంధ్రాల్లో మైనం కూరుస్తా వెధవా, లింకన్ ఎప్పుడు పుట్టాడు? డింకన్ ఎప్పుడు చచ్చాడో తప్ప ఇంకేం తెలీని అప్రాచ్యుడివి నువ్వు. శవాల మీద చిల్లర ఏరుకునే ముష్టివెధవ-క-అక్షరాన్ని పొదుపుగా వాడి తిట్టాలన్నమాట."

"ఈ డైలాగులు జంధ్యాలవి కదుటోయ్?" ఇంటాయన వెంటనే అడిగాడు.

"అవునండి. ఆదివిష్ణు నాటకంలోకి జంధ్యాల డైలాగులు అరువు తెచ్చుకున్నాం." రోహిత్ చెప్పాడు.

"గొంతు పెంచి మరీ అంత తీవ్రంగా నన్నే తిట్టినట్టు తిట్టావోయ్. నీ అభినయం సహజంగా ఉంది. తర్వాత?" ఇంటాయన అడిగాడు.

పాణి గొంతు సర్దుకుని చెప్పాడు.

"ఉన్న మాట చెప్పేస్తానండి. నేను మొదటిసారండి నాటకం వేయడం. పరాయి వాళ్ళుంటే నోరు పెగలదు. మీరేం అనుకోకపోతే దయచేసి..." ఆపేసాడు.

"అదేమిటోయ్? అలా అయితే రేపు స్టేజీమీద కొన్ని వందల ముందు ఎలా నటిస్తావ్?"

"ప్రేక్షకుల ముందు ఓకేనండి. కానీ..."

"అవునండి. సినిమా నటుడి ముందు వీడికి సిగ్గు. దయచేసి మీరు... అలా చేస్తే మేం కంటిన్యూ అవుతాం." రోహిత్ చెప్పాడు.

ఇంటాయన మొహం అసంతృప్తిగా పెట్టాడు. ఇక తప్పదన్నట్లుగా నిర్ణయించుకుని లేచి చెప్పాడు.

"ఈ ఇంట్లో వంట పెట్టరాదు. ఆడగాలి తగలరాదు. మేకులు కొట్టరాదు. అప్పుడప్పుడు వచ్చి చూసి పోతూంటాను. కేవలం రిహార్సల్స్‌కే అద్దెకిచ్చింది. సరేనా?"

"సరేనండి. అర్థమైంది" పాణి చెప్పాడు.

"నీ అభినయం బావుంది కాని వాచకం ఇంప్రూవ్ కావాలోయ్. కోపంలో గొంతు పైకి లేవాలి. సీసపద్యాలు ప్రాక్టీస్ చేస్తే మంచి ఫలితం కనిపిస్తుంది."

"మా వాడికి నేనూ అదే చెప్పానండి." పాణి చెప్పాడు.

"నన్నడిగితే నువ్వు ఆడవేషానికి బెస్ట్‌గా సూటవుతావోయ్. ఇందాక నీ ఆడగొంతు ఉచ్చారణ కూడా అచ్చం ఆడపిల్ల గొంతులా వినిపించింది. నీ పేరేమిటో?" ఇంటాయన పాణిని అడిగాడు.

"పాణి." పాణి ఎర్రబడ్డ మొహంతో చెప్పాడు.

"గుడ్ నైట్ మిస్టర్ పాణి."

"గుడ్ నైట్." ఇద్దరూ చెప్పారు.

రేడియో నాటకంలో మధ్యలో వచ్చి మధ్యలో మాయమైన నటుడిలా ఇంటాయన చీకట్లో మాయమయాడు. తలుపు గడియ పెట్టి ఇద్దరూ గుండెల మీద చేతులు వేసుకున్నారు.

"చంపేసాడు మహానుభావుడు." పాణి చెప్పాడు.

"అతను అప్పుడప్పుడు వచ్చినప్పుడల్లా అనుమానం కలగకుండా బయటికి పంపే ఉపాయాలు ఆలోచించాలి." రోహిత్ చెప్పాడు.

ఇద్దరూ బాత్‌రూం లోకి వెళ్ళి ఊహని కాళ్ళు, భుజాలు పట్టుకుని మధ్య గది లోకి తీసుకొచ్చారు. పాణి నోట్లోని చున్నీని బయటకి తీసాడు.

"ఐతే డ్రామా రిహార్సల్స్‌కని చెప్పి ఈ ఇంటిని అద్దెకి తీసుకున్నారన్నమాట." అడిగింది.

"అంతా విన్నారా?" పాణి అడిగాడు.

"చెవులు మూయలేదుగా. అంతా విన్నాను మిస్టర్ పాణి ఉరఫ్ బి."

"నువ్వు వింటున్నావని తెలిసి పాణి తన పేరు తప్పు చెప్పాడు అతని అసలు పేరు...సుబ్బారావు." రోహిత్ చెప్పాడు.

సరిగ్గా అదే సమయంలో పాణి "...వెంకటేశ్వర్లు" అని చెప్పాడు.

ఊహ చిన్నగా నవ్వి చెప్పింది.

"అబద్ధం ఆడినా అతికినట్లుండాలి."

"ఆల్‌రైట్. నా పేరు పాణి." పాణి చెప్పాడు.

"మీ కంఠం ఖచ్చితంగా ఎక్కడో విన్నట్లుంది." ఊహ మళ్ళీ చెప్పింది.

"ఎక్కడ?" పాణి కంగారుగా పది పైసల బిళ్ళ నోట్లో ఉంచుకుని అడిగాడు.

"ఇందాకట్నుండి ఆలోచిస్తున్నాను. గుర్తు రావడం లేదు."

"మనం ఇంతకు ముందెన్నడూ కలుసుకోలేదు" చెప్పాడుపాణి.

"అవును. కలుసుకునుంటే 'నన్ను పెళ్ళి చేసుకో' అని అప్పుడే అడిగేసి ఉండేవాడు."

బదులుగా ఊహ చప్పుడయ్యేలా నవ్వింది.

"ఇడియట్‌లా మాట్లాడక." పాణి రోహిత్‌ని కసిరాడు.

"రేపు ఉదయం కమలాకరానికి ఫోన్ చేస్తాం. ఆయన ఐదు లక్షలు ఇవ్వడానికి ఒప్పుకుంటే నిన్ను విడిచి పెడతాం. లేదా..."

"లేదా?" ఊహ కాసేపాగి అడిగింది.

"వెయిట్ అండ్ సి." రోహిత్ కంఠాన్ని గంభీరంగా మార్చి చెప్పాడు.

"మీ కాళ్ళకి కట్టిన కట్లు విప్పదీస్తాం. కళ్ళకి గంతలు, చేతికి కట్లు తప్పవు. అటు, ఇటు తిరగచ్చు." పాణి చెప్పాడు.

"థాంక్స్. మీ ఇద్దరిలో నువ్వే మంచివాడివిలా ఉన్నావు."

"అవును. సుబ్బారావు నాకన్నా మంచివాడు." రోహిత్ చెప్పాడు.

ఊహ మరోసారి గలగల నవ్వింది.

"ఎందుకు ఈ కిడ్నాప్ చేసారో నాకు తెలీదు కానీ మీ ఇద్దరూ క్రిమినల్స్ కారు, ఇలాంటివి మీకు కొత్త అని మాత్రం అర్థమైంది."

"ఎలా తెలుసు?" రోహిత్ అడిగాడు.

"ఐ కెన్ జస్ట్ ఫీలిట్." ఊహ చెప్పింది.

"మాడా వారి వీధిలోని నిండు గర్భవతిని ఏడో అంతస్థులోంచి తోసి పగడాల దండలని ఎత్తుకెళ్ళిన వైనం పేపర్‌లో చదివావా?" రోహిత్ అడిగాడు.

"లేదు." ఊహ చెప్పింది.

"మేమే. మేకా వారి వీధిలోని ఎనభై రెండేళ్ళ మేనకని ఏకుకి ఏకు, మేకుకి మేకుగా పీకేసి ఆరెకరాలు మేకల గుంపుని అమ్మగా వచ్చిన డబ్బుని ఎత్తుకెళ్ళిన వైనం పేపర్లో చదివావా?" రోహిత్ మళ్ళీ అడిగాడు.

"లేదు."

"మేమే. కిడ్నాపింగ్‌కి కొత్త కాని క్రిమినల్స్‌గా కొత్త కాదు మేం."

"అవునా సుబ్బారావు?" ఊహ అడిగింది.

"అవును."

"చీర కడితే ఆడదానిలా ఉండేవాడివి. నువ్వేం నేరాలు చేయగలవ్?" కవ్వించింది.

"అది అబద్ధం." పాణి రోషంగా చెప్పాడు.

"ఏదీ? నిన్నోసారి చూడనీ. చూస్తే అబద్ధమో, నిజమో తేల్చుకుంటాను."

"ఊహూ. నన్ను చూసాక పోలీసులకి మమ్మల్ని పట్టిస్తావు. అప్పుడు నిన్ను ప్రాణాలతో వదలం. మా ఇద్దర్నీ చూడకపోవడం నీకు ప్రాణరక్షణ లాంటిది." పాణి చెప్పాడు.

"ఆల్ లైస్."

"నీకు తోడుగా మా 'బి' ఉంటాడు. ముందు గదిలో పడుకుంటాడు. నువ్వు ఇక్కడ వెనక గదిలో పడుకో. నీకేం కావాలన్నా చూసుకుంటాడు." రోహిత్ చెప్పాడు.

"నాకు ఆకలిగా ఉంది." ఊహ చెప్పింది.

"స్కూటర్‌లో బిర్యాని పాకెట్లున్నాయి తీసుకురా." పాణి రోహిత్‌తో చెప్పాడు.

"నేను నాన్ వెజిటేరియన్ ముట్టను. అది చికెన్ అయితే తప్ప."

"మా అమ్మే. మా బంగారమే. బంగాళదుంపల బిర్యానీ." పాణి చెప్పాడు.

రోహిత్ వెళ్ళి అవి తెచ్చిచ్చాక పాణిని పక్కకి పిలిచి చెప్పాడు.

"జాగ్రత్త. పిట్ట పారిపోకూడదు. నిన్ను నమ్మి ఇక్కడ ఉంచి వెళ్తున్నాను. ఆ అమ్మాయి అంటే నీకు మక్కువ కాబట్టి నిన్ను బోల్తా కొట్టించచ్చు."

"అలాగే. జాగ్రత్తగా ఉంటాను."

"ప్రియురాళ్ళ కోసం రాజ్యాలు పోగొట్టుకున్న వాళ్ళే ఉన్నారు చరిత్రలో. ఆఫ్టరాల్ నువ్వెంత? మనిషి పుట్టాక తిరిగి చచ్చేదాకా బ్రెయిన్ పని చేస్తూనే ఉంటుంది-ఒక్క ప్రియురాలి తొలి పరిచయ సమయంలో తప్ప- జేమ్స్ సిడ్నీ. అందుకని మరీ మరీ చెప్తున్నాను."

"జాగ్రత్తగా ఉంటానన్నాగా. వెధవనుమానాలూ నువ్వూనూ." విసుగ్గా చెప్పాడు.

"నిన్ను చూస్తే జాలేస్తోంది."

"ఎందుకో?" పాణి అడిగాడు.

"ఎవరైనా తను ప్రేమించిన అమ్మాయిని ఏ.సి. రెస్టారెంట్‌కి తీసుకెళ్ళి ఆమెతో కసాటా ఐస్‌క్రీం తింటూ ప్రేమ కబుర్లు చెప్తారు. అంతే కాని ఇలా తను కనపడకుండా కళ్ళకి గంతలు కట్టేసి, తన గొంతు వినపడకుండా నాలిక మీద పది పైసల బిళ్ళ ఉంచుకుని, ఆ అమ్మాయికి తన ప్రేమ వ్యక్తం చేయకుండా, అసలు తనెవరో పేరు కూడా చెప్పకుండా ఉండడు. అందుకని."

పాణి చిన్నగా మూలిగాడు.

రోహిత్ ఊహ గదికి బయట గొళ్ళెం పెట్టి వెళ్ళిపోయాడు. పాణి ముందు గదిలో చాప పరుచుకుని పడుకున్నాడు. తల్లి కోసం ఎన్నడూ కలలో కూడా ఊహించని నేరం చేస్తున్నాడన్న బాధ, తను ప్రేమించిన అమ్మాయి పక్క గదిలో ఉందన్న సంతోషంతో పాణికి చాలాసేపు నిద్రపట్టలేదు.

15

మర్నాడు ఉదయం మల్లికార్జున నగర్ లోని డిటెక్టివ్ సింహం ఆఫీస్ ముందో స్కూటర్ ఆగింది. అందులోంచి ఓ నలభై ఏళ్ళాయన దిగి లోపలికి వెళ్ళాడు. బ్రహ్మం ఆయన్ని చూసి గుర్తు పట్టినట్లుగా నవ్వి చెప్పాడు.

"రండి సార్. మేం మీ కేసు పని మీదే ఉన్నాం. తప్పిపోయిన మీ భార్య హైదరాబాద్‌లో లేదన్న సంగతి రూఢి ఐంది. బహుశా తిరుపతిలో..."

"ఆగండి. నేనొచ్చింది మిమ్మల్నో రిక్వెస్ట్ చేయడానికి." బ్రహ్మం మాటలకి అడ్డుపడుతూ ఆయన చెప్పాడు.

"ఏమిటి?" బ్రహ్మం అడిగాడు.

"ఇక మీదట ఈ కేసు సంగతి మర్చిపొమ్మని చెప్పడానికి."

"అదేం? ఐతే మీ భార్యని వెతకక్కర్లేదా?"

"ఊహు. మనసు మార్చుకున్నాను. ఈ లైఫే బావుంది. లక్ష్మి కూడా మనసు మార్చుకుని తిరిగి రాకుండా ఉంటే అదే పది వేలు."

బ్రహ్మం చిన్నగా నిట్టూర్చి చెప్పాడు.

"అదేమిటో. ముందర 'నా భార్య తప్పిపోయింది. వెదికి పెట్టండి' అని వచ్చే క్లయింట్సంతా రెండు రోజుల తర్వాత వచ్చి 'మనసు మార్చుకున్నాను. వెదకొద్దు' అని చెప్పేవారే. సర్లెండి. అడ్వాన్స్ మాత్రం తిరిగి ఇచ్చేది లేదు."

ఆయన బయటికి వెళ్ళగానే ఓ వ్యక్తి లోపలికి వచ్చాడు.

"సింహంగారు ఉన్నారా?" అడిగాడు.

"లోపల పరిశోధనలో బిజీగా ఉన్నారు. కూర్చోండి. ఏం కావాలి మీకు?" బ్రహ్మం అడిగాడు.

"కమలాకరం గారు ఓసారి తీసుకు రమ్మన్నారు."

"ఎవరు? ఫిలిం ప్రొడ్యూసర్ కమలాకరం గారేనా?"

"అవును."

"దేనికి?"

"తెలీదు."

బ్రహ్మం లేచి లోపలికి వెళ్ళి సింహంతో బయటికి వచ్చాడు.

"పద. నేనే సింహాన్ని." సింహం అతనితో చెప్పాడు.

"బ్రహ్మాం. నువ్వు ఆఫీస్‌లో ఉండు. పని చూసుకుని వస్తాను." సింహం అతని వెంట బయటికి నడుస్తూ చెప్పాడు.

* * *

కమలాకరం చెప్పింది మొత్తం విన్నాక సింహం బాధగా చెప్పాడు.

"ఏమిటేమిటి? నేనా పార్టీలో ఉండగానే ఊహని అదే హోటల్ లోంచి కిడ్నాప్ చేసారా? వాటే షేమ్!"

"వెయ్యో, రెండు వేలో కాదు. ఏకంగా ఐదు లక్షలు డిమాండ్ చేస్తున్నారు. ఊహ తమ దగ్గరుందన్న దానికి నిదర్శనంగా నా కారుని ఎక్కడ వదిలారో గుర్తులు చెప్పారు."

కమలాకరం ఆ వివరాలు చెప్పాడు.

"మాట్లాడింది మగా, ఆడా?"

"మగ అని చెప్పాగా?"

"ఆడది మగవాడిలా గొంతు మార్చి మాట్లాడి ఉండచ్చుగా?"

"మగాడు మగాడిలానే గొంతు మార్చి మాట్లాడాడు."

"గొంతుని బట్టి వాడి వయసు ఎంతుంటుందని నీ అంచనా?"

"ఉంటాయ్. ఓ ముప్ఫై దాకా."

"ఊహని అలా కిడ్నాప్ చేయడానికి నీకు తెలిసిన వారిలో ఎవరెవరికి అవకాశాలు ఉన్నాయి?"

"ఆ పార్టీకి వచ్చిన నీతో సహా డబ్బవసరం ఉన్న అందరికీ ఉన్నాయి."

"ఈసారి అతగాడు ఫోన్ చేసినప్పుడు అతని సంభాషణని రికార్డ్ చెయ్యి. టేప్ రికార్డర్‌ని నీ టెలిఫోన్‌కి కనెక్టు చేస్తాను."

"అలాగే."

"ఆ డబ్బు ఇవ్వడానికి ఏదో కారణం చెప్పి వాయిదా తీసుకో. ఇవ్వడానికి మాత్రం నువ్వు సిద్ధమే అని చెప్పు. లేకపోతే చంపేయగలరు."

"అలాగే."

"నేను వెళ్ళి ఆ కారు వాళ్ళు చెప్పిన ప్రాంతంలో ఉందేమో చూసొస్తాను. అక్కడేమైనా కిడ్నాపర్ల క్లూలు దొరకచ్చు. ఇదంతా రహస్యంగా ఉంచు. ఎవరికీ చెప్పక."

"చెప్తే ఊహని హీరోయిన్‌గా పెట్టి తీస్తున్న సినిమాకి ఫైనాన్స్ చేసిన వారు నా ఇంటి మీదకి వచ్చి పడతారు. రహస్యంగా ఉంచడం నా వ్యాపారానికి కూడా మంచిది." కమలాకరం ఒప్పుకున్నాడు.

"నేను ఈ క్షణం నించే పరిశోధనలోకి దిగుతున్నాను. నువ్వేం బెంగపెట్టుకోకు. ఊహని భద్రంగా తీసుకొచ్చి నీకు అప్పజెప్పే బాధ్యత నాది."

"అది సరే కాని సింహం. కస్టమ్స్ కలెక్టర్ చెప్పింది నిజమేనా? గొప్ప కస్టమ్స్ ఎగవేతదారుణ్ణి పట్టుకున్నావట?"

"ఆ చెప్పుల కేసేనా?"

"అవును."

"నిజమే. అది చాలా ట్రిక్కీ కేసు నాకు."

"నీకెవరిచ్చారు ఆ ఆలోచన?"

"స్వంతంగా నాకే వచ్చింది."

"నిన్ను చిన్నప్పటి నించి చూస్తూనే ఉన్నాగా. వేప చెట్టుకి గులాబి పూలు కాయడం ఎలాగో, డిటెక్టివ్‌గా నీకు స్వంతంగా అలాంటి ఆలోచన రావడం అలాగా అనిపించి అడిగానంతే."

"ఊహ కేసులో చూస్తావుగా నా సామర్థ్యం ఏమిటో." సింహం దర్పంగా చెప్పాడు.

16

మర్నాడు ఉదయం పాణికి ఎవరో తలుపు తట్టడంతో మెలకువ వచ్చింది. కళ్ళు తెరిచిన అతనికి క్షణకాలం తను ఎక్కడున్నాడో అర్థం కాలేదు. అర్థం అయాక లేచి అనుమానంగా అడిగాడు.

"పోలీసులా?"

"కాదు. నేనే. తియ్యి." రోహిత్ కంఠం వినిపించింది.

తలుపు తీసి చేతిలో టిఫిన్ పాకెట్‌తో లోపలికి వచ్చిన రోహిత్‌ని అడిగాడు.

"ఇప్పుడు టైం ఎంతైంది?"

"ఎనిమిదిం ముప్పావు."

"ఛ. ఇక నించి రాత్రిళ్ళు నేనిక్కడ పడుకోను." చెప్పాడు.

"ఏం?"

"బార్‌కి తీసుకెళ్ళి బీర్‌కి బదులు నీరు ఇప్పిస్తే ఎలా ఫీల్ అవుతానో, అలా నా ప్రియురాలు పక్క గదిలో ఒంటరిగా అందుబాటులో ఉండీ ఏం చేయలేక పోయినందుకు రాత్రంతా ఫీలయ్యాను." పాణి చిన్నగా నిట్టూర్చి చెప్పాడు.

"అలా బీర్ బదులు నీరు తాగి, బీర్ తాగినంత ఆనందపడి పోవడమే ప్లేటోనిక్ లవ్ అంటే. అలాంటి ప్రేమని అలవాటు చేసుకో." రోహిత్ సలహా ఇచ్చాడు.

"అది నా వల్ల కాదు. రెండు ఏకాంతాలు సుఖాంతం అవడమే ప్రేమంటే. ఇక రాత్రిళ్ళు చస్తే పడుకోను. ఆ డ్యూటీ నీది." పాణి చెప్పాడు.

మధ్య గది గొళ్ళెం తీసి లోపలికి వెళ్ళి రోహిత్ ఊహ నోటి మీది టేప్‌ని తీసాడు.

"ఎవరు?" ఊహ అడిగింది.

"నా పేరు ఏ. గుడ్ మార్నింగ్." నోట్లో పది పైసల బిళ్ళ ఉంచుకుని చెప్పాడు.

"కాదు. ఈ ఖైదు లోంచి బయట పడేదాకా నాకు బేడ్ మార్నింగే." ఊహ చెప్పింది.

"అంతా సవ్యంగా జరిగితే రేపు సాయంత్రానికల్లా విడుదల అవుతావు." రోహిత్ ప్రోత్సాహంగా చెప్పాడు.

ఊహ చేతులకీ, కాళ్ళకీ ఉన్న కట్లు విప్పతీసి తనతో తెచ్చిన టూత్ బ్రష్, టంగ్ క్లీనర్ అందించి ఆమెని బాత్ రూం లోకి చేతిని పట్టుకుని తీసుకెళ్ళాడు.

"జాగ్రత్త. పారిపోవడానికి ఎలాంటి ప్రయత్నం చేసినా ఇంకో సారి ఈ కట్లు విప్పేది లేదు. అన్నీ పక్క మీదే." హెచ్చరించాడు.

ఆమె బాత్ రూంలో పని ముగించుకుని, తలుపు తెరుచుకుని బయటికి వచ్చేసరికి రోహిత్ ఊహించినట్లుగానే ఆమె కళ్ళకి కట్టిన గంతలు విప్పతీసి ఉన్నాయి. రోహిత్, పాణి ఆ గదిలో ఆమె కోసం తయారుగా ఉన్నారు. తమ మొహాలు కనపడకుండా ఇద్దరూ బ్రౌన్ రంగు పేపర్ బేగ్ లని తల మీద తొడుక్కుని ఉన్నారు. అది ఊడిపోకుండా నుదుటి దగ్గర రబ్బర్ బేండ్ పెట్టుకున్నారు. బయటికి చూడటానికి అనువుగా కళ్ళ దగ్గర రెండు రంధ్రాలు చేసుకున్నారు.

"కళ్ళకి గంతలు కట్టుకో." రోహిత్ అరిచాడు.

ఊహ చెంగున రోహిత్ వైపు దూకి అతని మొహానికి తొడుక్కున్న బేగ్‌ని తీయడానికి ప్రయత్నించింది. రోహిత్ తన చేతులతో ఆమె చేతులని పట్టుకుని ఆపాడు. పాణి వెనక నించి ఊహ నడుం పట్టుకుని ఆమెని రోహిత్‌కి దూరంగా జరిపాడు. ఈసారి ఊహ తన

రెండు చేతులని వెనక్కి పోనిచ్చి, వెనక నించి తనను పట్టుకున్న పాణి మొహం మీద పేపర్ బేగ్‌ని బలంగా లాగి చింపేసింది. వెంటనే పాణి ఊహ తల వెనక్కి తిప్పకుండా ఆమె మెడ దగ్గర పట్టుకున్నాడు.

ఊహ పెనుగులాడుతోంది. పాణికి క్రమంగా మైకం కమ్మినట్లు అవసాగింది. తను అతి గాఢంగా ప్రేమించే ఊహని అంత దగ్గరగా వంటికి దాదాపు హత్తుకున్నట్లుగా పట్టుకోవడంతో పాణిలో ఎంతో అలజడి రేగింది. తోపులాటకి ఇద్దరూ నేల మీద పడ్డారు. వెల్లకిలా పాణి. అతని మీద ఊహ.

"నీ మొహం కనపడకుండా చేతులు కప్పుకో." రోహిత్ అరిచాడు.

కాని పాణిలో చైతన్యం పూర్తిగా నశించింది.

"ఐ లవ్ యూ ఊహ... ఐ లవ్ యూ." తమకంగా అంటున్నాడు.

రోహిత్ క్షణం ఆలస్యం చేసినా ఊహ పాణి మొహాన్ని చూసేదే. రోహిత్ పరిస్థితిని అర్థం చేసుకుని నేల మీది బట్టని అందుకుని ఊహ నెత్తి మీద వేసాడు. ఆమె పెనుగులాడుతున్నా లెక్క చేయకుండా కళ్ళకి గంతలు కట్టి ఆమె రెండు చేతులు వెనక్కి విరిచి పట్టుకుని పాణితో చెప్పాడు.

"బి. చేతికి కట్టు కట్టు. త్వరగా."

ఏదో లోకాల్లో విహరిస్తున్న పాణిలో ఎలాంటి స్పందనా లేదా మాటలకి.

"బి. నిన్నే. కట్టు." రోహిత్ మళ్ళీ అరిచాడు.

పాణిలో ఎలాంటి మార్పు లేదు.

సరిగ్గా ఆ సమయంలో వీధి తలుపుని ఎవరో బాదసాగారు.

"ఇడియట్. నిన్నే." రోహిత్ కోపంగా చాచి కాలితో పాణి నడుం మీద తన్నాడు.

ఆ దెబ్బకి పాణి భూలోకంలోని హైదరాబాద్‌లోకి వచ్చి పడ్డాడు.

"హెల్ప్. హెల్ప్." తలుపు చప్పుడు విన్న ఊహ గట్టిగా అరవసాగింది.

"ముందు చేతులు కట్టు." రోహిత్ పాణి చెవిలో అరిచాడు.

పాణి ఊహ చేతుల్ని రెంటినీ కలిపి గట్టిగా కడుతూంటే రోహిత్ ఓ చేత్తో ఊహ నోటిని నొక్కాడు.

"ఇలా మిమ్మల్ని బంధిస్తున్నందుకు సారీ మిస్ ఊహ. పోలీసులు వచ్చారు. ఐనా తప్పదు." పాణి చెప్పాడు.

"సారీ లేదు. పూరీ లేదు. ముందు పని కాని." రోహిత్ అసహనంగా అరిచాడు.

బయట తలుపు కొట్టే చప్పుడు అధికమైంది. రోహిత్ ఊహ నోట్లో గుడ్డలు కుక్కాడు. హడావిడిగా ఆమె కాళ్ళు కూడా కట్టేసాడు. తర్వాత లేచి బయటికి వెళ్ళి మధ్య తలుపు మూసాడు. నెత్తికున్న పేపర్ బేగ్ తీసి వీధి తలుపు తీసాడు.

ఎదురుగా ఓ ముసలాయన.

"ఏం కావాలి?" అడిగాడు.

"గేలం ఉందా? మా బొక్కెన నూతిలో పడి పని ఆగిపోయింది." ఆయన అడిగాడు

"బొక్కెనా?"

"బకెట్."

"లేదు." రోహిత్ చిరాగ్గా చెప్పాడు.

"పోనీ బొక్కెన ఉంటే ఇస్తారా? ఆ ఇల్లు నాదే. కట్టిస్తున్నాను." ఎదురుగా కొద్ది దూరంలోని సగం కట్టిన ఇంటి వంక చూపించి చెప్పాడు.

"సారీ. లేదు. ఇంకో చోట ప్రయత్నించండి."

"పోనీ తాడిస్తే..."

"వెధవ. వెధవన్నర వెధవ. నీ బొక్కెన బావిలో పడి మంచి శాస్తే జరిగింది నీకు." తలుపు మూస్తూ రోహిత్ కోపంగా అరిచాడు.

మళ్ళా మధ్య గది తలుపు తీసి లోపలికి వెళ్ళాడు. ఊహ పాణితో చెప్తోంది.

"...విడిచి పెడితే మీ పేర్లు బయటికి రానివ్వను మిస్టర్ పాణి. మీ గురించి పోలీసులకి చెప్పను. మా అమ్మ మీద ఒట్టు. మీరెలాగూ పట్టుబడతారు కాబట్టి..."

"షటప్. షటప్." రోహిత్ అరిచాడు.

"ఇడియట్. నోటి మీది టేప్ ఎందుకు తీసావు?" పాణి మీద అరిచాడు.

"ఏదో చెప్పాలన్నట్టుగా మూలిగితేనూ."

"ఇంకోసారి ఇలాంటి పిచ్చి పని చెయ్యకు మళ్ళీ." ఊహ నోటికి తిరిగి టేప్ని అతికించి చెప్పాడు.

"ఊహూ. ఇంకో సారి..."

రోహిత్ గొంతు పట్టుకుని ఠక్కున ఆగిపోయాడు. అతని నోట్లోని పది పైసల బిళ్ళ గొంతులోకి జారింది. పైకి రాక, కిందకి వెళ్ళక కొన్ని క్షణాలు గిజగిజలాడిపోయాడు.

నెత్తి మీద గట్టి కొట్టుకున్నాక గొంతు జారిందది. జేబులు తడుముకుంటే అతని జేబులో చిల్లర లేదు. పాణి చొక్కా జేబులోంచి పావలా కాసు తీసి నోట్లో ఉంచుకుని చెప్పసాగాడు మళ్ళీ.

"ఊహో...ఇంకోసారి 'బి' ని లొంగదీసుకోడానికి ప్రయత్నించావో ఖబడ్దార్."

రోహిత్, పాణిలు ఇద్దరూ ముందు గదిలోకి వచ్చారు. రోహిత్ వంటి మీద అక్కడక్కడ ఉన్న రక్కులని చూసి పాణి అడిగాడు.

"అవెలా వచ్చాయి?"

"ఆ రాక్షసి వేళ్ళ గోళ్ళు చూడు. ఎలా వచ్చాయో తెలుస్తుంది. దీనికి అన్నం పెట్టకుండా మాడ్చి చంపాలి." రోహిత్ కోపంగా చెప్పాడు.

"పాపం. అలా అనకు. ఇందులో ఆమె తప్పేముంది?"

"అసలు నీవల్లే ఇదంతా వచ్చింది." రోహిత్ అరిచాడు.

పాణి నెమ్మదిగా చెప్పాడు.

"ఊహ చెప్పినట్లు మనం పట్టుబడతాం. నా ఉద్యోగం ఊడి జైలు పాలవుతాను. ఆమెని వదిలేస్తే అందరికీ మంచిది."

"విజయం అనేది అదృష్టం మీద ఆధారపడి ఉంటుంది. అపజయం పొందిన ఎవర్నైనా అడుగు నేను చెప్పిందాంట్లో అబద్ధం ఉందేమో. ఇవాళ సాయంత్రానికి తాడో పేడో తేల్చేస్తాను." రోహిత్ చెప్పాడు.

"ఆఫీస్ టైమైంది. నేను ఆఫీసుకి వెళ్ళనా?" పాణి అడిగాడు.

"డామిట్. ఇక్కడ కొంపలు అంటుకుంటే ఆఫీసుకి వెళ్తావా? వద్దు."

ఇద్దరూ బయటికి నడిచారు. రోహిత్ వీధి తలుపు మూసి బయట తాళం పెట్టాడు. పాణి స్కూటర్ స్టార్ట్ చేస్తూ చెప్పాడు.

"ఇంటికి వెళ్ళగానే ఫుల్ హేండ్స్ షర్ట్ తొడుక్కో. ఎవరైనా చూస్తే రేప్ అటెంప్ట్ చేసావని అనుకుంటారు."

"ఇవాళ ఆ రాక్షసికి లంచ్ కేన్సిల్." రోహిత్ మొహం మీది రక్కులని కర్చీఫ్‌తో అద్దుకుంటూ చెప్పాడు.

"ఒద్దు. పెట్టు. ఐ లవ్ హర్."

"షటప్. షటప్. షటప్." రోహిత్ మండిపడుతూ అరిచాడు.

"నువ్వే షటప్." పక్కన ఇంకో స్కూటర్ మీద వెళ్ళే అతను గట్టిగా అరిచాడు.

దారిలో కమలాకరానికి ఫోన్ చేయడానికి రోహిత్ ఓ పబ్లిక్ టెలిఫోన్ బూత్ దగ్గర స్కూటర్‌ని ఆపించాడు.

17

కమలాకరం కేవలం సినిమా నిర్మాతే కాక డిస్ట్రిబ్యూటర్ కూడా. తను నిర్మించిన సినిమాలని, ఇతరుల చిత్రాలని డిస్ట్రిబ్యూట్ చేసే కంపెనీ ద్వారా 'ప్రేమాట' అనే సినిమాని రిలీజ్ చేసాడు.

కాకినాడకి పంపిన 'ప్రేమాట' ఫిలిం రీళ్ళలో పదమూడో రీలు వెళ్ళడం మిస్ అయిందనీ, లేబ్ నించి సారీ చెప్తూ ఫోన్ చేసారు. కమలాకరం కోపంతో మండిపడ్డాడు. కాకినాడలోని 'ప్రేమాట' ఆడే థియేటర్‌కి ఫోన్ చేసి మేనేజర్‌ని అడిగాడు.

"ఏమయ్యా? నీకు బుద్ధుందా లేదా?"

"ఎవరు సార్ మీరు?" మేనేజర్ కోపంగా అడిగాడు.

"కమలాకరాన్ని."

"బుద్ధి ఉంది సార్." అతను వెంటనే నమ్రతగా జవాబు చెప్పాడు.

"ఉంటే 'ప్రేమాట' లో పదమూడో రీలు మిస్ అయిందని నాకు ఫోన్ చేసి చెప్పక్కర్లా? ఐదారు ఆటలు పైగా ఆడారు కదా. ఆ మాత్రం తెలుసుకోలేకపోతే ఎలా? ఇవాళ మెయిల్‌లో ఆ రీలు పంపుతున్నాను. జాగ్రత్తగా దింపుకోండి."

"పంపకండి సార్. ఈ సినిమా హిట్టై కూర్చుంది. మళ్ళీ పదమూడో రీలు జాయిన్ చేస్తే రిజల్ట్ మారవచ్చు." మేనేజర్ చెప్పాడు.

"అంతేనంటావా?" కమలాకరం అడిగాడు.

"అంతే సార్."

"ఇందాక నీకు బుద్ధుందా అని అడిగితే ఉంది అన్నావు చూడు. ఆ మాట కరెక్టేనయ్యా."

కమలాకరం ఫోన్ పెట్టేసి వరంగల్, రాజమండ్రి, గుంటూరు, విజయవాడ, ఏలూరు, తిరుపతి, వైజాగ్ లాంటి అనేక సెంటర్లకి ఫోన్ చేసి 'ప్రేమాట' ఆడే సినిమా థియేటర్ల మేనేజర్లు అందరిని సినిమా రెస్పాన్స్ ఎలా ఉందని అడిగాడు.

"సుమారుగా ఉంది సార్." అంతా చెప్పారు.

"ఇక నించి పదమూడో రీలు తీసేసి ఆడించండి." కమలాకరం సూచించాడు.

ఆయన ఫోన్‌లో మాట్లాడుతూండగానే డిటెక్టివ్ సింహం, అసిస్టెంట్ బ్రహ్మం వచ్చారు.

"ఆ కారు నిజంగా కిడ్నాపర్ చెప్పిన చోట ఉందా?" ఆయన ఫోన్‌లో మాట్లాడాక సింహాన్ని ఆత్రంగా అడిగాడు.

తల ఊపి కారు తాళం చెవులు ఇచ్చి సింహం చెప్పాడు.

"ఉంది. ఆ కారు మీదే ఇక్కడికి సరాసరి వస్తున్నాను."

"అంటే ఊహ నిజంగా కిడ్నాపర్ల చేతుల్లో చిక్కుకుందన్న మాటేగా?"

"అవును."

"ఓ గాడ్... సినిమా ఏమవుతుందో?" కమలాకరం దిగాలుగా చెప్పాడు.

"నువ్వేం ఇది కాక. నేనున్నాగా. అక్కడ నాకో క్లూ దొరికింది." సింహం ఉత్సాహంగా చెప్పాడు.

"ఏం క్లూ?"

"కిడ్నాపర్ బూటు ముద్రలు దొరికాయి. వాటి సైజు తొమ్మిది. బాటా షూ."

"ఆ క్లూ చాలా కిడ్నాపర్ ఎవరో తెలుసుకోడానికి?" కమలాకరం కుతూహలంగా అడిగాడు.

"కొంత దాకా." సింహం గర్వంగా చూసి చెప్పాడు.

"అంటే?"

"ఈ హైద్రాబాద్‌లో సైజు తొమ్మిది బాటా షూ గాళ్ళనంతా అనుమానించాలి. మిగతా సైజు వాళ్ళని అమాయకులుగా పరిగణించాలి. నేరస్థులని కనుక్కునే మార్గం సుగమం అవలా?"

"కాని నైన్ సైజ్ బూట్లు చాలామంది తొడుక్కుంటూంటారు. కొన్ని వేల మంది."

"హైద్రాబాద్ జనాభా ఎనభై లక్షలు. లక్షల నించి వేలల్లోకి దిగలా అనుమానితుడు? ఇంకో క్లూ దొరికితే వేల నించి వందల్లోకి దిగచ్చు."

"ఇంకో క్లూ దొరకాలిగా."

"దొరికేసింది."

"ఏమిటది?"

"వాడు మగాడు. అది మగ బూటు. నైన్ సైజ్ ఆడవాళ్ళంతా ఎలిమినేట్ అవలా? నేరస్థులు ఎప్పుడూ క్లూలు వదులుతూంటారు. అది రూల్. వాటిని కనుక్కోడానికి నేనున్నాగా." డిటెక్టివ్ సింహం దర్పంగా చెప్పాడు.

అసిస్టెంట్ బ్రహ్మం చిన్నగా దగ్గాడు. ఇద్దరూ అతని వంక చూసారు.

"నైన్ సైజు బూట్లు వేసుకునే మగాడు, ముప్ఫై ఏళ్ళ వయసు వాడు అనుమానితుడు. అలాంటి వాడి కోసం వెదకాలి మనం. మీరన్నట్లు ఉట్టి నైన్ సైజు బూటుగాళ్ళ కోసం కాదు. మార్గం ఇంకాస్త సుగమం కాలా?"

"కరెక్ట్. ఇలాంటి వాటి కోసమే డిటెక్టివ్‌లు అసిస్టెంట్‌ని పెట్టుకునేది. అనుమానితుడు వివరాలు చాలా తెలిసాయి. ముప్ఫై ఏళ్ళ వాడు. మగాడు. నైన్ సైజ్ షూస్ వేసుకునేవాడు. తార్కికంగా ఆలోచిస్తే షూస్ వేసుకుంటున్నాడంటే తప్పకుండా పొడుగు చేతుల చొక్కా, ఇన్‌షర్ట్ వేసుకునే అలవాటు గల వాడూ అయి ఉంటాడు." సింహం చెప్పాడు.

"ఈ దెబ్బతో వేలల్లో చాలా మంది తొలగిపోయారు." బ్రహ్మం చెప్పాడు.

టెలిఫోన్ మోగింది. కమలాకరం రిసీవర్ అందుకున్నాడు. అవతలి వైపు నించి చెప్పేది విని చెప్పాడు.

"అవును. నేనే చెప్పాను. మీకు సినిమా సూపర్ హిట్ అవడం ముఖ్యమా? లేక పదమూడో రీలు కూడా ఆడించడం ముఖ్యమా? ఏమిటి? హీరోయిన్ ఆయా హీరో చిన్ననాటి తల్లి అన్న లింక్ మిస్ అవుతుందా? నువ్వేం డైరెక్టర్‌వయ్యా? ప్రజలకి ఏం కావాలో తెలుసుకుని సినిమా తీస్తే ఆ పదమూడో రీలు ఖర్చు తగ్గేదిగా. పెట్టేయ్. ఫోన్ పెట్టేయ్."

కమలాకరం ఫోన్ పెట్టేసి గొణిగాడు.

"ఎదవనాయాల! పైగా ఫోను. ఏ.సి. రూంలో కూర్చుని లింకులతో కథ అల్లడం కాదు సినిమా హిట్ చేయడం అంటే. నా సినిమాలో ఇంట్రవెల్ ముందు రెండు పాటలని చివరికి షిఫ్ట్ చేసాను. డ్యూయెట్ ఎక్కడుంటే ఎవడిక్కావాలి? హీరో, హీరోయిన్ డాన్సాడితే చాలు."

"ఈ కేసయ్యాక ప్రేక్షకులకి సినిమాలో ఏం కావాలో కనిపెట్టే కేసప్పగించు. వాళ్ళ టేస్ట్‌ని డిటెక్ట్ చేసి ఇట్టే పట్టేస్తాను." సింహం ఉత్సాహంగా చెప్పాడు.

"అది జేమ్స్‌బాండ్, షెర్లాక్ హోమ్స్‌ల వల్లే కాదు. తెలుగు ప్రేక్షకులు ఏ సినిమాని ఎందుకు చూస్తారో ఒక్క ఆ బ్రహ్మకి తప్ప ఇంకెవరికీ తెలీదు." కమలాకరం చెప్పాడు.

మళ్ళీ ఫోన్ మోగింది.

"హలో కమలాకరం స్పీకింగ్." రిసీవర్ ఎత్తి చెప్పాడు.

"కిడ్నాపర్ దిస్ సైడ్." వినిపించింది.

వెంటనే కమలాకరం డిటెక్టివ్ సింహం అమర్చిన టేప్ రికార్డర్ ప్లే, రికార్డ్ బటన్స్‌ని నొక్కి సింహానికి సైగ చేసాడు.

"ఐతే ఏమిటంటావ్?" కమలాకరం అడిగాడు.

"అది నేనడగాల్సిన ప్రశ్న. డబ్బు విషయంలో ఏమిటంటావ్? ఇస్తానంటావా? చస్తానంటావా?"

"నేనెందుకు చస్తాను?"

"ఊహని మేం చంపితే ఈ త్రి భాషా చిత్రం. ఆగిపోయి నువ్వు గుండాగి చావవూ? అందుకని అలా అన్నాను. ఇంతకీ ఊహ మా దగ్గర ఉందని నువ్వు నమ్మినట్లేనా?" రోహిత్ అడిగాడు.

"నమ్మాను. ఓసారి మాట్లాడించు."

"ఆమెని బంధించిన చోట టెలిఫోన్ లేదు. బయటికి తీసుకు రావడం కుదరదు. ఐదు లక్షలు ఈ సాయంత్రానికి సిద్ధం చెయ్యి."

"చేసి?"

"సరిగ్గా రాత్రి ఏడున్నరకి ఆ డబ్బు ఓ ఎర్ర రంగు సఫారి సూట్ కేస్‌లో ఉంచి..."

"తలుండే మాట్లాడుతున్నావా? సఫారిలో ఎర్ర రంగు సూట్ కేస్‌లు ఉండవు."

"ఏ రంగుంటుంది?"

"బ్లూ?" కమలాకరం అడిగాడు.

"బ్లూ? ఓకే. అందులో ఉంచి సికింద్రాబాద్ జూబ్లీ బస్ స్టేషన్‌లో నిలబడు."

"నేనా?"

"అవును. అది ఎలా తీసుకోవాలో మాకు తెలుసు. తీసుకున్నాక ఊహ ఎక్కడుందో ఫోన్ చేసి చెప్తాం. నీ దగ్గరికి ఒకరు వచ్చి 'ఏ.పి.యస్. ఆర్.టి.సి అంటే ఏమిటి?' అని అడుగుతారు. అప్పుడు నువ్వు సమాధానంగా 'ఏపి అంటే ఆగితే పోదు. ఎస్ ఆర్ అంటే

సమయానికి రాదు. టిసి అంటే టైంకి రాదు' అనాలి. 'అయితే డబ్బివ్వు' అంటాడు. అతనికి నువ్వు సఫారి సూట్ కేస్ ఇవ్వాలి."

"నేను ఇవ్వను."

"సూట్ కేస్ ఖరీదు నాలుగైదు వందలేగా?"

"సూట్ కేసూ ఇవ్వను. డబ్బూ ఇవ్వను." కమలాకరం చెప్పాడు.

"వితౌట్ ఏ రిచ్ హార్ట్, వెల్త్ ఈజ్ ఏన్ అగ్లీ బెగ్గర్ - ఐశ్వర్యవంతమైన హృదయం లేకపోతే, ధనం అందవికారమైన బిచ్చగత్తె అవుతుంది." రోహిత్ చెప్పాడు.

"ఊహ ప్రాణాలతో ఉందన్న ఋజువేమిటి నాకు? ఆ తర్వాత విడిచిపెడతారన్న రూఢి ఏమిటి నాకు?"

"జస్ట్ నువ్వు నన్ను నమ్మాలి. అంతే. నీకు వేరే మార్గం లేదు."

"ఊహతో ఫోన్‌లో మాట్లాడి కాని ఏ నిర్ణయానికి రాను."

"అలా మొండి పట్టుపడితే నీకు నష్టం. ఊహని మేం కిడ్నాప్ చేసామన్న సంగతి పత్రికలకి ఫోన్ చేసి చెప్తాను. ఆ సంగతి బయటకి లీక్ అయితే నీకింక ఆ సినిమాకి ఫైనాన్స్ లభించదు తెలుసా?" రోహిత్ బెదిరించాడు.

"చేసింది చాలు కాని ఆ పని మాత్రం చెయ్యకు." కమలాకరం ఖంగారుగా చెప్పాడు.

"గుడ్. ఐతే నేను చెప్పినట్లు చెయ్యి. ఈ రాత్రి ఏడున్నరకి. సరేనా?"

"సరే."

"ఐదు లక్షలకి ఐదు రూపాయలు తగ్గినా ఊహ మొహం మీద ఏసిడ్ పోసి, నీ సినిమాకి పనికి రాకుండా చేసి వదులుతాం. టేక్ కేర్."

రోహిత్ ఫోన్ పెట్టేసి నోట్లోంచి పావలా కాసు బయటకి తీసాడు. పాణి రోహిత్‌తో చెప్పాడు.

"మనం ఇంకో ఫోన్ చేయాలి."

"ఎవరికి?"

"కమలాకరానికే."

"ఇప్పుడే చేసాంగా? మళ్ళీ దేనికి?" రోహిత్ ఆశ్చర్యంగా అడిగాడు.

"మన మీద అనుమానం రాకుండా ఉండడానికి."

కమలాకరం కూడా ఫోన్ పెట్టేసాడు. సింహం టేప్‌ని రీవైండ్ చేసి వాళ్ళ సంభాషణ మొత్తం విన్నాడు. గంభీరంగా తల పంకించి కమలాకరంతో చెప్పాడు.

"జూబ్లీ బస్ స్టేషన్‌లో వీళ్ళ ఆట కట్టు."

"అక్కడ పట్టుకుంటాం." అసిస్టెంట్ బ్రహ్మం చెప్పాడు.

"ఈ గొంతు నీకు ఎప్పుడూ పరిచయం లేదా?" సింహం అడిగాడు.

"ఊహు."

"ఇతను మాట్లాడిన పద్ధతి, చొరవ చూస్తే నీకు తెలిసిన వాడు అనిపిస్తోంది. నీకు శత్రువులు ఎవరైనా ఉన్నారా?" సింహం అడిగాడు.

"ఎందరికో ఎగ్గొడతాం. సినిమా ఇండస్ట్రీలో శత్రువులు లేని వాళ్ళెవరూ ఉండరు. ప్రతి నిర్మాత నాకు తెలిసి డబ్బు ఎగ్గొట్టిన వాడే."

"వాళ్ళలో ఇది ఎవరి పని అని నీ ఆలోచన?"

"ఏమో? నా ఫస్ట్ పిక్చర్ నించి కొన్ని వందల మందికి ఎగ్గొట్టి ఉంటాను."

"వాళ్ళలో ఎవరైనా ఇటీవల నిన్ను బాకీ తీర్చమని బాగా ప్రెస్ చేసారా?"

కమలాకరం ఆ ప్రశ్నకి సమాధానం ఆలోచిస్తూండి పోయాడు కాసేపు. తర్వాత చెప్పాడు.

"లేదు."

బల్ల మీది ఫోన్ మోగింది మళ్ళీ. రిసీవర్ అందుకుని కమలాకరం చెప్పాడు.

"కమలాకరం స్పీకింగ్."

"నమస్తే సార్. ఫోన్ పెట్టేయకండి. నా పేరు పాణి. హాస్పిటల్‌లో మా అమ్మ..."

"నాకు ఫోన్ చేయద్దని చెప్పానా?" కమలాకరం చిరాగ్గా అడిగాడు.

"పెద్దవారు. మీరు దయ చూపకపోతే ఓ నిండు ప్రాణం గాల్లో కలిసిపోతుంది సార్." పాణి అవతలి వైపు నించి దీనంగా చెప్పాడు.

"కుదరదు. నా ఆస్థంతా మీ అమ్మ ప్రాణానికే సరిపోయేట్లుంది. ఇంకెన్నడూ ఫోన్ చేయక."

"దేవుడు ఓ మనిషి హృదయం చుట్టూ టేప్ ఉంచి కొలిచి స్వర్గానికి పంపుతాడంటారు సార్. మీరు విశాల హృదయంతో అర్ధం చేసుకుని..."

"డేమిట్. నాకా కొలతలు చెప్పక." అరిచి కమలాకరం ఫోన్ పెట్టేసాడు.

అవతలి వైపు ఫోన్ పెట్టేసిన పాణి రోహిత్‌తో చెప్పాడు.

"ఈ ఫోన్ కాల్ వల్ల కమలాకరానికి కాని, మరెవరికి కాని మన మీద అనుమానం వచ్చినా, ఇంకా డబ్బు అడుగుతున్నాం కనుక అది పోతుంది."

"యూ ఆర్ కరెక్ట్." రోహిత్ మెచ్చుకోలుగా చెప్పాడు.

ఇవతలి వైపు ఫోన్ పెట్టేసిన కమలాకరం ఆలోచనగా సింహంతో చెప్పాడు.

"పాణి, రోహిత్‌లనే కుర్రాళ్ళు ఇటీవల డబ్బు కోసం నా ప్రాణం తీస్తున్నారు."

"దేనికి?"

పాణి తల్లి తన కారు కింద పడి హాస్పిటల్‌లో కోమాలో ఉండడం మొదలైన వివరాలన్నీ చెప్పాడు.

"అలాగా? ఈ కిడ్నాప్ వాళ్ళే చేసుండచ్చుగా?" సింహం ఆసక్తిగా అడిగాడు.

"చేసినా చేసుండచ్చు."

"వాళ్ళైతే ఇట్టే పట్టేస్తాం." సింహం ఉత్సాహంగా చెప్పాడు.

అసిస్టెంట్ బ్రహ్మం తన నోట్ బుక్‌లో వాళ్ళ పూర్తి వివరాలు రాసుకున్నాడు.

డిటెక్టివ్ సింహం సన్నగా మందహాసం చేస్తూ తన అసిస్టెంట్ వంక చూసాడు. సింహం మనసులోని భావాన్ని అర్థం చేసుకున్నట్లుగా బ్రహ్మం కూడా అలాగే మందహాసం చేసాడు. తర్వాత చిన్నగా తల ఊపాడు.

"సాయంత్రం ఆరున్నరకి కలుస్తాను." డిటెక్టివ్ సింహం లేస్తూ చెప్పాడు.

కమలాకరం ఇంట్లోంచి బయటికి వచ్చాక బ్రహ్మం చెప్పాడు.

"బాస్. పాణి, రోహిత్‌ల వ్యవహారం ఏమిటో కూపీ లాగుతాను."

"గుడ్. వాళ్ళకి అనుమానం కలగకుండా అనుసరించి నిజం కనుక్కురా."

"ఎస్ బాస్." అసిస్టెంట్ బ్రహ్మం చెప్పాడు.

* * *

తమని చాలా ఇబ్బంది పెట్టినందుకు ఊహకి లంచ్ కేన్సిల్ అన్నాడు రోహిత్. కాని పాణి అందుకు ఒప్పుకోలేదు. తన ప్రియురాలు ఆకలితో నకనకలాడుతూంటే తనకీ భోజనం సహించదని, తనూ మానేస్తానని చెప్పాడు. చివరికి రోహిత్ ఒప్పుకోక తప్ప లేదు.

"పేరడైజ్ చికెన్ బిర్యానీ కొనుక్కెళ్తాను." పాణి సంతోషంగా చెప్పాడు.

"నిన్ను వంటరిగా ఆ ఇంట్లో వదలడం బుద్ధి తక్కువని తెలిసింది. ప్రేమ మైకంలో ఆమెని విడిచిపెట్టినా విడిచి పెట్టేయగలవు. పద. నేనూ వస్తాను."

ఇద్దరూ బిర్యానీ పాకెట్‌తో ఊహని బంధించిన ఇంటికి చేరుకున్నారు. చేతి కట్లు విప్పాక రోహిత్ ఆమెతో గట్టిగా చెప్పాడు.

"మిస్టర్ 'ఏ'ని మాట్లాడేది. ఉదయం చేసినదానికి నీకు భోజనం కట్ చేద్దామనుకున్నాను. పనిష్మెంట్‌గా. కాని అది నీ మొదటి తప్పిదం కాబట్టి క్షమిస్తున్నాను. తిని చావు."

"బి రాలేదా?" ఊహ అడిగింది.

"వచ్చాను" పాణి వెంటనే చెప్పాడు.

"పాణి కదా నీ పేరు?" అడిగింది.

"నో అన్నెసరి టాక్." రోహిత్ ఇద్దర్ని మందిలించాడు.

ఊహ చికెన్ బిర్యానీ ఆనందంగా తిన్నది. పాణి మంచినీళ్ళ గ్లాసు చేతికి అందించాడు. ఇద్దరి చేతి వేళ్ళు కలుసుకోగానే పాణి మనసు ఝల్లుమంది.

"ఇవి 'బి' వేళ్ళు కదా?" ఊహ వెంటనే అడిగింది.

"అవును." రోహిత్ చెప్పాడు.

"ఎలా కనుక్కున్నారు?" పాణి అడిగాడు.

"స్పర్శకి భాష ఉంటుంది" ఊహ మాటల్లో సిగ్గు ధ్వనించింది.

కొద్ది క్షణాల్లో తలుపు చప్పుడు వినిపించింది. వెంటనే ఊహ నోటికి ప్లాస్టర్ని అతికించాడు రోహిత్. తర్వాత చేతుల్ని కూడా వెనక్కి మడిచి కట్టేసాడు.

ఇద్దరూ మధ్య గది తలుపు గొళ్ళెం పెట్టి వెళ్ళి ముందు గది తలుపు తెరిచారు. ఎదురుగా వాళ్ళు భయపడ్డట్టుగా పోలీసులు కారు. ఇంటాయన.

"గొంతేం వినపడడంలేదు? రిహార్సల్స్ ఇంకా ప్రారంభించ లేదా?" అడిగాడు.

"మీరు ఆఫీస్‌కి వెళ్ళలేదా?" రోహిత్ వెంటనే చిరాగ్గా అడిగాడు.

"ఇంకా సెలవులోనే ఉన్నాను. మీరు రిహార్సల్స్ కానిస్తే చూసి ఇంప్రూవ్‌మెంట్స్ చెప్పిపోదామనిపించి వచ్చాను." ఆయన చెప్పాడు.

"మా రిహార్సల్స్ పూర్తయి బయల్దేరుతూండగా మీరు వచ్చారు." రోహిత్ చిరాగ్గా చెప్పాడు.

"ఏదీ? ఓసారి రిహోర్సల్స్ చేయండి చూస్తాను." చెప్పాడాయన.

రిహోర్సల్ చూసి కాని వెళ్ళడని నిశ్చయించుకున్నాక రోహిత్ మొహంలో చిరునవ్వు పులుముకుని పాణితో చెప్పాడు.

"చేద్దామా? నువ్వు రెడీనా?"

"రెడీ." పాణి చెప్పాడు.

"మొదట నీ డైలాగ్." రోహిత్ చెప్పాడు.

పాణి ఓసారి బుర్ర గోక్కుని తీవ్రంగా ఆలోచించి చెప్పాడు.

"నీ చేతి చూపుడు వేలు ఉంచే ఆరు వస్తువులు చెప్పు తరుణ్."

రోహిత్ రెండడుగులు ముందుకు వేసి ఆలోచిస్తూ చెప్పాడు.

"నువ్వెప్పుడూ ఇలాంటి చిక్కు ప్రశ్నలే వేస్తూంటావు కిరణ్. టెలిఫోన్ డయల్, కత్తెర, నీళ్ళు, ఫింగర్ బౌల్, చెవి, ముక్కు. ఇప్పుడు నువ్వు ఇంకో ఆరు చెప్పు కిరణ్."

రెండడుగులు పక్కకకి వేసి కిటికి రెక్క పట్టుకుని బయటికి చూస్తూ పాణి చెప్పాడు.

"జేబు, కప్పు హేండిల్, రివాల్వర్ ట్రిగ్గర్, గ్లోవ్స్, తేనె, సూట్ కేస్ హేండిల్."

"బ్లూ రంగు సూట్ కేస్ హేండిల్." రోహిత్ చెప్పాడు.

"సరిగ్గా రాత్రి ఏడున్నరకి."

"ఇప్పుడు నువు చెప్పు తరుణ్. ఏ పని చేస్తూ నువు పట్టుబడకూదనుకుంటావు?" పాణి అడిగాడు.

రోహిత్ పాణి భుజం మీద చేతిని వేసి చెప్పాడు.

"బ్లూ రంగు సూట్ కేస్ హేండిల్‌ని పట్టుకుని ఉండగా."

"ఇంకా?"

"ముక్కులో వేలుంచుకుని. ప్లే బాయ్ మేగజైన్ చదవుతూ. పక్కింటాయన భార్య పక్కలో ఉండగా... నువ్వు?

"నేనా? బ్లూ రంగు సూట్‌కేస్ హేండిల్‌ని పట్టుకుని ఉండగా. ఇంకా అబద్ధం ఆడి... మనింట్లో చెత్తని ఎదురింటి ముందు పోస్తూ..."

ఇంటాయన ఆ ఇద్దరి ఏక్షన్‌ని వింతగా చూసాడు. డైలాగ్స్‌ని ఆశ్చర్యంగా విన్నాడు.

"ఏమిటీ? ఇవన్నీ మీరాడే నాటకంలోవే?" అడిగాడు.

"అవును."

"వాంటెడ్ ఫాదర్స్‌లో నాకు తెలిసి ఆదివిష్ణు విఘ్నేశ్వరరావు గారు ఇవేం రాయలేదే?"

"చెప్పాం కదండి. చిన్న చిన్న మార్పులు చేసుకున్నాం అని. కాలంతో పాటు నాటకాలు కూడా మారాలి." రోహిత్ చెప్పాడు.

"అందుకని తండ్రీకొడుకుల పాత్రల పేర్లు కూడా మోడ్రన్‌గా మార్చేసారా?"

"అవునండి. మీరేం అనుకోకపోతే మేం ఇక వెళ్తాం." చెప్పాడు పాణి.

"నాటకం అయాక పడే టమోటాలు, గుడ్లతో ఎంచక్కా మీరు ఆమ్లెట్లు వేసుకోవచ్చు."

తలుపు తాళం వేసి ఇద్దరూ బయట పడ్డారు. పది నిమిషాలు స్కూటర్ మీద అటూ ఇటూ తిరిగి మళ్ళీ ఆ అద్దె ఇంటికి చేరుకున్నారు. తలుపు తాళం తీసి లోపలికి వెళ్ళాక పాణి చెప్పాడు.

"ఆయనతో ఈసారి గట్టిగా రావద్దని చెప్తాను. ఇదేం మాయరోగం ఆఫీసుకి సెలవు పెట్టి ఛస్తున్నాడు?"

"నాటకం మీద మోజు అలాంటిది. మనం వేషమో, డైరెక్షన్‌కి అవకాశమో ఇవ్వాలని ఉండి ఉంటుంది. డ్రామా రిహార్సల్స్ నిజమైతే అద్దె తగ్గించమని ఏదో ఓ వేషం ఇచ్చి ఉండేవాణ్ణి." రోహిత్ నవ్వి చెప్పాడు.

పాణి మధ్య గది గొళ్ళెం తీసి లోపలికి వెళ్ళి చెప్పాడు.

"సారీ. మీకు మంచినీళ్ళకి ఆలస్యం అయినట్లుంది. ఏం అనుకోకండి."

"ఈ గదిలో ఫేన్ లేదా?" ఊహ అడిగింది.

"సారీ. లేదు."

రోహిత్ పక్కకి లాక్కెళ్ళి పాణి మీద విరుచుకుపడ్డాడు.

"ఏమిటి నీ ఉద్దేశ్యం? మనం హోటల్ నడిపేవాళ్ళమా? లేక కిడ్నాపర్లమా? ప్రతీదానికి సారీలు, పూరీలు వద్దన్నానా? మనం టఫ్‌గా ఉండాలి ఆ అమ్మాయి ముందు."

"మనం టఫ్‌గా ఉండాల్సింది ఊహ ముందు కాదు. కమలాకరం గాడి ముందు."

"ఇక్కడా ఉండడంలో నష్టం లేదు."

"నాకలా ఉండబుద్ధి కాదు."

"ఏం?"

"నేనా అమ్మాయిని ప్రేమిస్తున్నాను. నా హృదయాన్ని ఆమె తీసేసుకుంది."

"ఏడిచావ్. ప్రేమ కథల్లో హృదయం నిజానికి ఛాతీలో ఉండదు. బొడ్డుకి కొన్ని అంగుళాల కింద ఉంటుంది."

"ఇంకోసారి ఆ మాటన్నావంటే చంపేస్తాను."

"వెళ్ళి చంపు. నేను అనలేదా మాట. జార్జ్ లిబ్‌టన్‌బర్గ్ అనే మహాశయుడు అన్నాడు." రోహిత్ చెప్పాడు.

"యూ ఆర్ ఏన్ ఇడియట్." పాణి అరిచాడు.

మరో ఐదు నిమిషాల హోరాహోరీ మాటల పోరాటం తర్వాత ఇద్దరూ చల్లబడ్డారు.

"మీ అమ్మకి ఏం అవుతుందా అనే దిగులు ఇదివరకులా నీలో లేదు. ఊహ మీద దిగులు ఎక్కువైనట్లుంది?" రోహిత్ చెప్పాడు.

పాణి మాట్లాడలేదు. కొద్ది నిమిషాల మౌనం తర్వాత రోహిత్ చెప్పాడు.

"ఈ రాత్రి ఏడున్నర తర్వాత మన కష్టాలు తీరితే ఇక మనకీ కీచులాట ఉండదు."

18

సర్కిల్ ఇన్‌స్పెక్టర్ చలపతి స్వయంగా కమలాకరాన్ని కలిసి చెప్పాడు.

"జూబ్లీ బస్ స్టేషన్‌లో ఈ రాత్రికి అన్ని ఏర్పాట్లు పూర్తి చేసాను. మఫ్టీలో మావాళ్ళు పదహారు మంది ఉంటారు. మీ దగ్గర ఎవరు సూట్ కేస్ తీసుకుంటే వాళ్ళని ఇట్టే అరెస్ట్ చేస్తారు. తర్వాత ఊహని ఎక్కడ దాచారో లాకప్‌లో నిజం కక్కించడం నిమిషాల్లో పని."

కమలాకరం మనసేం బాగా లేదు. చూస్తూ చూస్తూ ఐదు లక్షలు ఇవ్వడానికి ఆయన మనసు తరుక్కుపోతోంది.

"మా ఏ.సి.పి. స్వయంగా ఈ కేసుని పర్యవేక్షిస్తున్నారు. మీరేం ఇదవకండి." చలపతి ధైర్యం చెప్పి వెళ్ళిపోయాడు.

ఫోన్ మోగితే ఆయన రిసీవర్ ఎత్తాడు.

"హలో. కిడ్నాపర్‌ని." అవతల నించి వినిపించింది.

"ఏమిటి?" కమలాకరం అడిగాడు.

"అది బాగా పెద్ద బస్ స్టేషన్. అందుకని టెలిఫోన్ బూత్ దగ్గర నిలబడి ఉండు." రోహిత్ చెప్పాడు.

"అలాగే."

"పోలీసులకి చెప్పక. లేకపోతే నీకంతా చెడే జరుగుతుంది." అవతలి వైపు ఫోన్ పెట్టేసారు.

మళ్ళీ ఫోన్ మోగింది. రిసీవర్ ఎత్తి చిరాగ్గా అడిగాడు.

"మళ్ళీ ఏమిటి?"

"నేను చౌదరిని." ఓ కంఠం వినిపించింది.

"మీరా? చెప్పండి సార్. ఏమిటి విశేషం?"

"ఏం లేదు. ఇవాళ మా పిక్చరొకటి సెన్సార్‌కి వెళ్ళింది. మీ సిస్టర్ గారు దానికి రాకుండా ఆపించలేక పోయాను. చాలా కట్స్ చెప్పారు. మీరు ఆవిడకి చెప్పి..."

"ఏమిటి? సింహాలకి సింహమేనా?" కమలాకరం అడిగాడు.

"అవునండి, మీరు కూడా చూసారది."

"అవును. అందులో కట్ చెప్పేందుకు ఏముంది? అంతా అడవిలో సింహాలు, మేకలు, పులులతో తీసిన సినిమాగా?"

"చిత్తం. మీ సిస్టర్ జంతువులున్న సీన్లన్నీ కట్ చేయమని చెప్పారు. వాటికి దుస్తులు వేయకపోవడంతో మగో, ఆడో, వాటిని చూస్తే తెలిసిపోతోందిట. అది సెక్స్‌ని తెలివిగా ఎక్స్‌పోజ్ చేయడం అని, అందుకు ఒప్పుకోనని ఆవిడ అన్నారు."

కమలాకరం సానుభూతిగా చెప్పాడు.

"చూడండి చౌదరిగారూ. అది శతమొండి. సెన్సార్ విషయంలో నా మాటేం చెల్లుతుంది చెప్పండి. మీకు నా సానుభూతి. ఏం చేయలేను సార్."

ఫోన్ పెట్టేసి చిన్నగా నిట్టూర్చాడాయన. పనిమనిషి కార్పెట్‌ని క్లీన్ చేస్తూండటం ఆయన కంటపడింది.

కొంత చెత్తని కార్పెట్ కిందకి తోయటం చూసి పనిమనిషితో చెప్పాడు.

"ఎత్తు. అక్కడికి తోసావే?"

వెంటనే లోపల నించి విశాలాక్షి కంఠం చురుగ్గా వినిపించింది.

"కట్. ఎత్తేమిటి? ఎత్తు? అదేదో గదిలోలా? తోయటాలు, ఎత్తులు ఈ ఇంట్లో వినపడకూడదు. ప్రపంచం మొత్తం పాడైపోతోంది."

కమలాకరం నుదుటి మీద గట్టిగా కొట్టుకున్నాడు.

19

డిటెక్టివ్ సింహం దగ్గరికి వచ్చిందో క్లైంట్. ఆమెని నిశితంగా పరిశీలించాక అడిగాడు.

"మీ వారి వల్ల నీకు మనస్థాపం కలిగింది కదా అమ్మాయ్? గత రోజున్నరగా అదే పనిగా ఏడుస్తున్నావు కదా?"

"అవును. మీకెలా తెలుసు?" ఆమె అడిగింది.

"మేజిక్ కాదు. విప్పి చెప్పేదాకా క్వశ్చన్ మార్కే. చెప్తే ఈజీ. అదే డిటెక్టివ్ అంటే. నీ వయసు, వాలకాన్ని బట్టి నీకు పెళ్ళైందని తెలుస్తోంది. ఉబ్బిన మొహాన్ని బట్టి ఏడ్చావని తెలుస్తోంది. మన దేశంలో ఓ ఆడది పెళ్ళయ్యాక ఎందుకేడుస్తుంది? భర్త ఇబ్బంది పెడితేనే. ఏమిటి నీ ఇబ్బంది?"

"ఆయన నా నించి ఓ రహస్యం దాచారు. నన్ను మోసం చేసారు." దుఃఖం తన్నుకు వస్తుంటే ఆమె చెప్పింది.

"ఏం రహస్యం?"

"ఆయనకు ఇదివరకే పెళ్ళైంది."

సింహం కనుబొమ్మలు పైకి లేచాయి.

"ఆరి దుర్మార్గుడా!"

"కావాలంటే చూడండి."

ఆమె అందించిన పసుపు రాసిన కవరుని అందుకుని అందులోంచి శుభలేఖని బయటికి తీసి చదివి అడిగాడు.

"మీ ఆయన పేరు నీలగిరి రావా? పశు సంవర్ధక శాఖలో పని చేస్తున్నారా?"

"అవునండి...నీలాంబరిని చేసుకున్నాడు."

"ఇదెక్కడ దొరికింది మీకు?"

"మొన్న ఇంట్లోని పాత సామాను తీసి పారేస్తుంటే ఆయన పుస్తకాల్లో దొరికింది. నెల్లో సగం రోజులు కేంపులని వెళ్తూంటారు. దాని దగ్గరకే అయి ఉంటుంది."

"దీని గురించి ఆయనేమంటారు?" సింహం అడిగాడు.

"తెలీదు. ఆయన్ని ఇంత దాకా నిలదీయలేదు. కేంప్‌కని దాని దగ్గరికే వెళ్ళుంటారు."

"ఈ నీలాంబరి ఎవరో తెలుసా?"

"ఆయన అక్క కూతురు."

దుఃఖం ముంచుకు రావడంతో నోటికి కొంగు అడ్డు పెట్టుకుంది.

"సరే. రేపీపాటికి రామ్మా. విచారించి ఉంచుతాను."

"అలాగేనండి. ఆ నీలాంబరితో ఎక్కడ కాపురం చేస్తున్నారో, ఈయన కేంపుల పేరిట ఎక్కడికి వెళ్తున్నారో, వాళ్ళకి ఎంతమంది పిల్లలో అన్నీ కనుక్కోండి. ఆయన్ని నాలుగూ కడిగేసి విడాకులే కావాలో లేక వీరస్వర్గమే కావాలో కోరుకోమంటాను." మిసెస్ నీలగిరిరావు ముక్కు చీది చెప్పింది.

సింహం ఆమె ఎడ్రస్ రాసుకున్నాడు. ఆమె వెళ్ళాక చేతి గడియారం వంక చూసుకున్నాడు. జూబ్లీ బస్‌స్టేషన్‌కి బయల్దేరాల్సిన టైం అవడంతో లేచాడు.

* * *

సింహం అసిస్టెంట్ బ్రహ్మం పాణి పని చేసే ఆఫీసుకి వెళ్ళాడా ఉదయం. అతను రాలేదని, సెలవు చీటీ కూడా పంపలేదని తెలిసాక పాణి ఉండే ఇల్లు వెదుక్కుని వెళ్ళాడు. అది తాళం వేసి ఉండడంతో ఆ ఇంటి ముందు తిష్ఠ వేసాడు.

మధ్యాహ్నం మూడున్నరకి స్కూటర్ మీద పాణి, రోహిత్‌లు వచ్చారు.

"వాళ్ళేనా?" బ్రహ్మం రహస్యంగా అడిగాడు.

"వాళ్ళే." ఎదురుగా ఉన్న కిళ్ళీ కొట్టతను చెప్పాడు.

బ్రహ్మం నోట్‌బుక్‌లో వాళ్ళొచ్చిన టైం రాసుకున్నాడు.

లోపలికి వెళ్ళాక రోహిత్ పడుకుంటూ చెప్పాడు.

"నిద్రొస్తోంది. ఓ అరగంటైనా పడుకుంటే కాని నేను మనిషిని కాలేను."

పాణి తన డైరీని తీసి అందులో గత వారం రోజులుగా జరిగినదంతా రాసాడు. 'నేను తప్పు చేస్తున్నానా?' అన్న ప్రశ్న ఆఖరి వాక్యం. కిడ్నాప్ చేసి డబ్బు సంపాదించడం నేరం అనేది పాణి మనసులో బాగా పాతుకుపోవడంతో అతను ఓ తెల్ల కాగితం తీసి అందులో ఓ ప్రామిసరీ నోటు రాసాడు.

తను కమలాకరం నించి ఐదు లక్ష రూపాయలు అప్పు తీసుకుంటున్నాడని, తను ఆ అప్పు తిరిగి తీర్చే దాకా ఆ విషయం రహస్యంగా ఉంచుతాడని, నెలనెలా ఎంతో కొంత మొత్తం కమలాకరానికి డ్రాఫ్ట్ ద్వారా పంపుతుంటాడని, ఎన్నేళ్ళకైనా సరే

ఆ ఐదు లక్షలు పూర్తిగా తీర్చాక ఈ రహస్యం తెలియచేస్తాననీ, తన తల్లి శ్రేయస్సు కోరి తను ఈ నేరంలో పాలుపంచుకుంటున్నాడు తప్ప క్రిమినల్ మైండ్‌తో కాదని, కమలాకరం కారు కింద పడి తన తల్లి ప్రాణాపాయ స్థితిలో ఇరుక్కుంది కాబట్టి ఐదు లక్షలకి వడ్డీ చెల్లించనక్కరలేదని రాసాడు.

అది రాసాక పాణి మనసులో గిల్టీ కాన్షస్‌నెస్ కొద్దిగా తగ్గి అతని మనసు తేలిక పడింది. ఆ ప్రామిసరీ నోట్‌ని డైరీలో జాగ్రత్తగా దాచాడు.

సాయంత్రం ఆరున్నరకి ఇద్దరూ బయటికి వచ్చారు. వాళ్ళ కోసం వేచి ఉన్న బ్రహ్మం వాళ్ళని తన మోపెడ్ మీద రహస్యంగా వెంటాడసాగాడు.

ఇద్దరూ ఆ ఇరానీ రెస్టారెంట్‌లోకి టీ తాగడానికి వెళ్ళారు. బ్రహ్మం కొద్ది దూరంలో కూర్చున్నాడు. వాళ్ళ మాటలు అతనికి వినపడలేదు. హావభావాలని బట్టి ఏదో సీరియస్ మేటర్ గురించి చర్చించుకుంటున్నారని అనుకున్నాడు.

"అక్కడ పోలీసులు మనల్ని పట్టుకోడానికి దాక్కుని ఉంటే?" పాణి గొంతు తగ్గించి అడిగాడు.

"నాకూ ఆ అనుమానం ఉంది బాసు. అందుకే మొత్తం ప్లాన్ ముందే కమలాకరానికి చెప్పలేదు. ఆయన్ని పబ్లిక్ ఫోన్ బూత్ దగ్గర ఉండమని చెప్తాను. ఏడున్నరకి ఫోన్ చేసి సికింద్రాబాద్ రైల్వేస్టేషన్‌లోని పబ్లిక్ బూత్‌లో సరిగ్గా ఇరవై నిమిషాల తర్వాత ఫోన్ మోగుతుందని అక్కడికి చేరుకోమని చెప్తాను. అక్కడ ఫోన్ మోగే టైంకి చేరుకుంటాడు. రాష్ట్రపతి రోడ్‌లోని ఫలానా నెంబర్ పబ్లిక్ ఫోన్ బూత్ దగ్గరికి చేరుకోమని మళ్ళీ చెప్తాను. అలా ఆరు చోట్లకి రాత్రి పది లోగా తిప్పుతాం. ఎక్కడో ఓ చోట సూట్ కేస్ లాగేద్దాం. ఆఖరి బూత్ దగ్గర నువ్వుండు. ఆయనకు సమాచారం అంది, పోలీసులకి చెప్పి అక్కడికి ఆయనకన్నా ముందే పోలీసులు వస్తే సూట్ కేస్ తీసుకోకు. ఆయన ఒంటరిగా వస్తే తీసుకో."

"తెలివి గలవాడివి. నీకెలా తట్టింది ఇలా ఆయన్ని అనేక పబ్లిక్ ఫోన్ బూత్స్‌కి పరిగెట్టించాలని?"

"తెలివి ఇంగ్లీష్ సినిమాలోని తెల్లాడిది. ఇందుకే ఇంగ్లీష్ సినిమాలు చూడాలి."

"నన్ను గుర్తు పట్టడా?"

"ఉహు. నువ్వు చీకట్లో ఉంటావు. ఆ లైటు స్తంభం బల్బు వెలగదు."

"ఎందుకు వెలగదు?" పాణి అడిగాడు.

"నిన్ననే నేను పగలగొట్టాను కనుక. అదీ కాక నీకో మిరియాల పొడి పాకెట్ ఇస్తాను. సూట్ కేస్ అందుకున్నాక ఆయన కళ్ళల్లో చల్లది. నీ స్కూటర్ నంబరు చూడలేడు. ఇది ఇంగ్లీష్ సినిమాలోది కాదు. నా తెలివే."

"స్కూటర్ కీ ఇస్తాను. ఆ పనేదో నువ్వే చేయరాదూ?" పాణి భయంగా కోరాడు.

"ఆయన్ని వెంబడించాలి. అది నేనే స్వయంగా చేయాలి."

బ్రహ్మం లేచి వాళ్ళ పక్క టేబుల్ దగ్గరికి వచ్చి కూర్చోవడంతో 'నీకెలా తట్టింది ఇలా ఆయన్ని అనేక పబ్లిక్ ఫోన్ బూత్స్‌కి పరిగెట్టించాలని?' అని పాణి అడిగిన మాటలు మాత్రం అతని చెవిలో పడ్డాయి.

ఇద్దరూ డబ్బు చెల్లించి బయటికి నడిచారు. జేబులోంచి ఓ కాగితం తీసి దాని మీద రాసున్న టెలిఫోన్ నంబర్లని చూపించి రోహిత్ చెప్పాడు.

"చెక్ చేసాను. ఈ ఫోన్‌లు అన్నీ పని చేస్తున్నాయి. నువ్వు ఎక్కడ ఉండాలంటే..."

ఆ వివరాలు చెప్పాడు. బ్రహ్మం సిగరెట్ తాగుతూ కొద్ది దూరంలో నిలబడి ఆ మాటలు విన్నాడు. కాని ఆ మాటలని బట్టి జరగబోయేది ఏమిటో గ్రహించ లేక పోయాడు.

స్కూటర్ స్టార్ట్ చేసి పోనిచ్చాక రోహిత్ చెప్పాడు.

"టైమవుతోంది. నన్ను జూబ్లీ బస్ స్టేషన్‌లో దింపి నువ్వు అక్కడికి వెళ్ళు. అసలు సూట్ కేస్‌తో అతను అక్కడికి వచ్చాడో లేదో తెలుసుకోవాలంటే అక్కడికి వెళ్ళక తప్పదు."

"జాగ్రత్త! అక్కడ ఆయన నిన్ను చూస్తే ఇది మన పని అని అనుమానించగలడు."

"పథకం మొత్తం స్టెప్ బై స్టెప్ ఆలోచించి పెట్టుకున్నాను. నువ్వేం వర్రీ కాక. ఎక్కడా ఎలాంటి లొసుగూ లేదు. నువ్వు మాత్రం జాగ్రత్త. చాలా ధైర్యంగా సూట్ కేస్ తీసుకుని ఆయన కంట్లో కారం చల్లి చక్కా వచ్చేయ్. ఏమిటి?"

"అలాగే. ధైర్యానికి ఓ అర పెగ్గు వెయ్యనా?" పాణి అర్థింపుగా అడిగాడు.

"అలాంటి పిచ్చి పని చేసి కొంప ముంచకు." రోహిత్ కసిరాడు.

తమని అసిస్టెంట్ బ్రహ్మం అనుసరిస్తున్నాడని ఆ ఇద్దరికీ తెలీదు.

ఆటోలో రోహిత్ సరాసరి సికింద్రాబాద్ లోని జూబ్లీ బస్ స్టేషన్‌కి చేరుకున్నాడు. ఆ ఇద్దరిలో ఎవర్ని వెంబడించాలో 'బొమ్మా, బొరుసు' వేసుకుని నిర్ణయించుకున్న బ్రహ్మం రోహిత్‌నే అనుసరించాడు.

రోహిత్ సరిగ్గా ఏడు ఇరవై ఐదుకి బస్ స్టేషన్‌లోకి వెళ్ళాడు. ఓ మూల బిక్కుబిక్కుమంటూ చేతిలో బ్లూ కలర్ సఫారి సూట్ కేస్‌తో నించుని ఉన్న కమలాకరం కనపడ్డాడు. అతని పక్కనే టెలిఫోన్ బూత్ ఉంది.

కమలాకరాన్ని గమనిస్తూ, మఫ్టీలో ఉన్న పోలీసులు చుట్టుపక్కల వాళ్ళని నిశితంగా చూస్తున్నారు.

"హలో! ఏమిటిలా వచ్చావ్?" అన్న మాట విని రోహిత్ తల తిప్పి చూసాడు.

ఎదురుగా సివిల్ డ్రస్‌లో చలపతి!

"కరీంనగర్‌కి రిజర్వేషన్ చేయించుకుందామని." రోహిత్ ఏమాత్రం తొట్రుపడకుండా చెప్పాడు.

"డ్యూటీలో లేరా?" రోహిత్ కొద్దిసేపాగి అడిగాడు.

"డ్యూటీలోనే ఉన్నాను. పాణి ఏడీ?" చలపతి అడిగాడు.

"సినిమాకి వెళ్ళాడు."

"సరే. ఉంటా."

చలపతి మఫ్టీలో ఉన్న వెంకటస్వామి దగ్గరికి వెళ్ళాడు.

కమలాకరం నించున్న ఫోన్ బూత్ నంబరున్న కాగితం జేబులోంచి తీసుకుని రోహిత్ ఇంకో ఫోన్ బూత్ దగ్గరకి వెళ్ళి జేబులోంచి రూపాయి బిళ్ళ, పది పైసల బిళ్ళ తీసి పది పైసల బిళ్ళ నోట్లో ఉంచుకున్నాడు. అతడికి కొద్ది దూరంలో నిలబడి ఉన్న కమలాకరం స్పష్టంగా కనపడుతున్నాడు. నెమ్మదిగా ఒకో అంకె డయల్ చేయసాగాడు. ఇంక ఒక అంకె డయల్ చేస్తే పూర్తవుతుంది.

సరిగ్గా ఆ సమయంలో ఓ పద్ధెనిమిదేళ్ళ కుర్రాడు కమలాకరం పక్కకి వచ్చి నేల వంక చూపిస్తూ చెప్పాడు.

"సార్. ఆ నోటు మీదేనా?"

కింద ఉన్న ఏభై రూపాయల నోటు చూసి, కమలాకరం అవునన్నట్లుగా తల ఊపాడు. చేతిలోని సూట్ కేస్‌ని నేల మీద ఉంచి వంగి దాన్ని తీసుకుంటూంటే ఆ కుర్రాడు రక్కున కమలాకరం సూట్ కేస్ అందుకుని గబగబ పరిగెత్తాడు. కమలాకరం ఆ నోటుని అందుకోవడం మానేసి అరిచాడు.

"ఏయ్ అబ్బాయ్... దొంగ. దొంగ."

మరుక్షణం మఫ్టీలో ఉన్న నలుగురు కానిస్టేబుల్స్ సూట్ కేస్ తీసుకెళ్తున్న ఆ కుర్రాడి మీదకి దూకి పట్టుకున్నారు.

రోహిత్ జరిగేది నిశ్చేష్టుడై చూస్తూండిపోయాడు. ఎవరతను? అందులోని ఐదు లక్షల గురించి వాడికి తెలిసిందా? ఐతే ఎలా తెలిసింది? పోలీసులు ఆ కుర్రాడిని తీసుకెళ్ళి వేన్ ఎక్కించడం గమనించాడు. కమలాకరం దగ్గరికి వెళ్ళి చలపతి ఏదో మాట్లాడాడు. వెంటనే కమలాకరం తన కారెక్కి వెళ్ళిపోయాడు.

రోహిత్‌కి ఏం చేయాలో పాలుపోలేదు. బయటికి వచ్చి సిటీ బస్ ఎక్కాడు. బ్రహ్మం విడవకుండా రోహిత్‌ని అనుసరించసాగాడు. సరాసరి రోహిత్ పాణి వేచి ఉన్న చోట బస్ దిగాడు. బస్ స్టాప్ నించి నడవసాగాడు.

ఆ రాత్రి ఎనిమిదింపావుకి రోహిత్ లైట్ స్తంభం కింద స్కూటర్ మీద చీకట్లో కూర్చుని ఉన్న పాణి దగ్గరకి వచ్చి చెప్పాడు.

"పద పోదాం."

"ఎక్కడికి? డబ్బు?"

"పోయింది."

తను చూసింది రోహిత్ వివరించాడు.

"మధ్యలో వాడెవడు? ఆ ఐదు లక్షలు కమలాకరం తెస్తున్నట్లుగా వాడికెలా తెలుసు?" పాణి ఆశ్చర్యంగా అడిగాడు.

"ఏమో? నాకూ అదే అర్థం కావటం లేదు."

రోహిత్ దగ్గరే ఉన్న పబ్లిక్ ఫోన్ బూత్ లోంచి కమలాకరం ఇంటికి ఫోన్ చేసాడు.

"కమలాకరం గారితో మాట్లాడాలి." చెప్పాడు.

"మీ పేరు?" అడిగిందో ఆడకంఠం.

"రో...రోగ్ అని చెప్పండి తెలుస్తుంది."

కమలాకరం కూతురు తండ్రిని పిలిచి చెప్పింది.

"ఆ కిడ్నాపర్ గాడు అనుకుంటా డేడీ."

"ఎవరది?" ఆయన అడిగాడు.

"కిడ్నాపర్‌ని."

"ఊహ ఎక్కడ?"

"డబ్బెక్కడ?"

"తెచ్చాను. కాని మీ వాడ్ని పోలీసులు పట్టుకున్నారు. అందులో నా ప్రమేయం ఎంత మాత్రం లేదు."

"వాడు మా వాడు కాడు."

"మీ వాడు కాడా? మరెవరు?"

రోహిత్‌కి తన అనుమానం రూఢి అవడంతో చెప్పాడు.

"వాడెవడో మామూలు దొంగై ఉంటాడు."

"లేదా నీ గ్రూప్‌లో మీకు తెలియకుండా ఆ డబ్బు కొట్టేయాలని ఎవడైనా ప్లాన్ వేసాడేమో?" కమలాకరం సూచించాడు.

"అయుండచ్చు. మాది చాలా పెద్ద గ్రూప్. కనుక్కుంటాను."

"ఊహ సంగతేమిటి?" కమలాకరం అడిగాడు.

రోహిత్ వికటంగా నవ్వి చెప్పాడు.

"చంపేస్తున్నాం"

"వద్దు. వద్దు." కమలాకరం అరిచాడు.

"మరి పోలీసులకి మా గురించి ఎందుకు చెప్పావు?"

"నేను చెప్పలేదు."

"అబద్ధాలాడక. పోలీసులు అక్కడ మఫ్టీలో ఎందుకున్నట్లు?"

"ఏమో? స్పెషల్ స్క్వాడ్ వాళ్ళు దొంగలని పట్టుకోడానికి వచ్చి ఉంటారు. అందులో నా ప్రమేయం లేదు. నన్ను నమ్ము."

"సరే. ఈ ఒక్క సారికి నమ్ముతున్నాను. ఇంకోసారి మళ్ళీ ఇలా జరిగిందో ఊహ శరీరం భూమికి ఆరడుగుల కింద ఉంటుంది. ఖబడ్దార్." రోహిత్ అరిచాడు.

"అలాగే."

"రేపు మళ్ళీ ఫోన్ చేస్తాను."

రోహిత్ రిసీవర్ పెట్టేసాడు.

* * *

పోలీస్ స్టేషన్‌కి తీసుకెళ్ళిన ఆ కుర్రాడిని ఊహ ఉనికి గురించి చలపతి అనేక విధాలుగా ప్రశ్నించాడు.

"ఊహ ఎక్కడ?"

"ఊహెవరు?"

ఫటక్.

"చెప్పు. ఎక్కడ?"

"ఊహెవరు?"

ఫటక్. ఫటక్.

"చెప్పు. ఊహనేం చేసావు?"

"ఊహెవరో నాకు తెలీదు సార్."

ఫటక్. ఫటక్. ఫటక్.

"మర్యాదగా చెప్పు. ఈ కిడ్నాప్‌లో నీ భాగస్తులు ఎవరు?"

"కిడ్నాపేమిటి?"

డబల్. ఫటక్. ఫటక్.

"అబ్బా."

"చెప్పు. ఊహేది?"

"మీరడిగేదేం నాకు బోధపడడం లేదు."

ఫటక్. ధమాల్. ఫటక్ ధమాల్.

"మాట్లాడు. ఊహని ఎక్కడ దాచావ్?"

"నేను బస్ స్టాండ్‌లో సూట్ కేస్ లిఫ్టర్ని. కావాలంటే బస్ స్టాండ్‌లో దొంగల ఫోటోల్లో నాది ఉందో లేదో మీరే చూసుకోండి. పెద్దాయన సూట్ కేస్‌లో విలువైనవేవో ఉంటాయని లిఫ్ట్ చేసాను. అంతే. ఇంకేం తెలీదు నాకు."

ఫటక్. ధమాల్. ఫట్. ఫట్. ఫటక్

"నన్నెంత కొట్టినా ఇంతకుమించి నాకేం తెలియదు. నన్ను నమ్మండి."

అతను కేవలం సూట్‌కేస్ లిఫ్టరే అని, ఊహని కిడ్నాప్ చేయడంలో అతనికి సంబంధం ఏదీ లేదని చలపతి గ్రహించడానికి కొన్ని ఫటక్‌లు, ధమాళ్ళు పట్టాయి.

"సార్. కమలాకరం నించి ఫోన్." ఆ సూట్ కేస్ లిఫ్టర్ని కర్రతో బాదుతున్న చలపతితో వెంకటస్వామి చెప్పాడు.

అతను ఫోన్ దగ్గరికి వెళ్ళి రిసీవర్ అందుకున్నాడు.

"చెప్పండి. చలపతిని."

"కిడ్నాపర్ నించి ఇప్పుడే ఫోన్ వచ్చింది. ఆ సూట్ కేస్ ఎత్తుకెళ్ళిన మనిషి వాళ్ళ మనిషి కాదట."

"అలాగా? ఇంకేం చెప్పాడు?"

"ఊహని చంపేస్తామని, పోలీసులు మఫ్టీలో అక్కడ ఎందుకు ఉన్నారని దబాయించాడు. నాకు తెలీదని నేనూ గట్టిగా దబాయించాను. రేపు మళ్ళీ ఫోన్ చేస్తామన్నాడు."

"సరే. వాళ్ళ నించి ఫోన్ వచ్చాక ఏం చెప్పారో నాకు తెలియచేయండి."

"అలాగే. గుడ్ నైట్."

"గుడ్ నైట్."

చలపతి రిసీవర్ పెట్టేసాడు. వెంకటస్వామి కంట్రోల్ రూం నించి తెప్పించిన ఆల్బంలోని ఓ ఫోటోని అతనికి చూపించి చెప్పాడు.

"వీడు నిజంగా సూట్ కేస్ లిఫ్టరేనండి. వాడి ఫోటో ఇదిగోండి."

ఆ ఫోటో చూసి తల పంకించి చలపతి చెప్పాడు.

"వాడ్ని విడిచిపెట్టండి."

"ఈ నెల మనకి కేసులు తక్కువగా ఉన్నాయి సార్. ఏదో ఓ నేరం మోపి బుక్ చేయమంటారా?"

"అది నన్నడగలా? సరే. అలాగే కానీ." చలపతి చెప్పాడు.

* * *

పొరపాటు చేయటం మానవ లక్షణం. హిట్లర్ లాంటి మేధావులే పొరపాటు చేసి ఆత్మహత్య చేసుకున్నారు. ఇక పాణి, రోహిత్‌లెంత?

ఆ ఉదయం నించి అనుభవించిన టెన్షన్ తగ్గాలంటే ఈ ఇద్దరికి అవసరమైనది ఒకటే.

మందు!

కాని అది తాగితే తమ రహస్యం బయటపడేలా ఎక్కడ ప్రవర్తిస్తామో అనే బెదురు కూడా ఉంది. ఏతా, వాతా 'తాగాలి–తాగకూడదు' అన్న కోరిక ఇద్దరిలో ఫిఫ్టీ–ఫిఫ్టీగా ఉంది.

"రోహిత్! ఇవాళ నేను మందు కొడతాను. నన్ను చూసుకోడానికి నువ్వు మందు కొట్టక. రేపు నువ్వు తాగినప్పుడు నేను తాగను." పాణి రాత్రి ఎనిమిదిం ముప్పావుకి చెప్పాడు.

"ఊహు. పోలీసులు ఆ సూట్ కేస్ దొంగని వెనక నించి కాలర్ పట్టుకుని లాక్కెళ్ళడం స్వయంగా చూసినవాడ్ని. అది నేనై ఉంటే? నాకెంత టెన్షన్ ఉండాలి? నేను తాగుతా. ఈ రాత్రి నువ్వు తాగద్దు."

"ప్లీజ్. ఈ ఒక్క రాత్రి నా కోసం నీ తాగుడ్ని త్యాగం చెయ్యి." పాణి బతిమాలాడు.

"ఊహు. నువ్వే త్యాగం చెయ్యాలి."

పాణి కొన్ని క్షణాలు ఆలోచించాడు.

"ఐతే ఓ పని చేద్దాం. లాటరీ వేద్దాం."

"అలా అన్నావు. బావుంది."

రోహిత్ జేబు లోంచి రూపాయి బిళ్ళని తీసి దాన్ని వెంటనే నోట్లో ఉంచుకున్నాడు.

"నోట్లో పెట్టుకున్నావెందుకు?" పాణి ఆశ్చర్యంగా అడిగాడు.

రోహిత్ వెంటనే దాన్ని నోట్లోంచి తీసి తల మీద చిన్నగా కొట్టుకుని చెప్పాడు.

"ఈ కిడ్నాప్ వ్యవహారంలోకి దిగాక అలవాటైపోయి దాని ప్రకారం పెట్టుకున్నా. నీది బొమ్మా, బొరుసా?"

"బొరుసు." పాణి చెప్పాడు.

"ఐతే నాది బొమ్మ."

గాల్లోకి దాన్ని ఎగరేసి పట్టుకున్నాడు. గుప్పెట తెరిస్తే బొరుసు కనపడింది.

"నేను గెలిచాను." పాణి ఆనందంగా చెప్పాడు.

రోహిత్ అసంతృప్తిగా మొహం పెట్టి చెప్పాడు.

"మోసం జరిగింది. ఇంకోసారి వేస్తాను."

"ఉహు. నేను గెలిచానంతే."

"మూడు సార్లు వెయ్యాలి." రోహిత్ పట్టుబట్టాడు.

కొద్ది క్షణాలు ఆలోచించి పాణి చెప్పాడు.

"ఎటూ మనం తాగేది వైట్ రమ్మేగా. ఓ గ్లాసులో ఓ పెగ్గు పోసుకుని సోడా కలుపుదాం. మరో మూడు గ్లాసుల్లో ఉట్టి సోడా పోద్దాం. ఇద్దరం చెరో రెండు గ్లాసులు

తీసుకుని తాగుదాం. ఎవడు లక్కీ ఫెలో ఐతే వాడికి రమ్ గ్లాసు వస్తుంది. తర్వాత దాన్ని వాడే కంటిన్యూ చేయచ్చు. ఏమంటావ్?"

"నిజంగా బ్రిలియంట్ ఐడియా అంటాను. బార్‌కి పదమంటాను" రోహిత్ చెప్పాడు.

"ఏ బార్‌కి?"

ఆ ప్రశ్నకి ఇద్దరి దగ్గరా సమాధానం లేదు. వాళ్ళిద్దరూ నాలుగైదు బార్‌లకి వెళ్ళి ప్రయత్నించారు. చివరికి ఓ బార్ యజమాని ఇద్దరిలో ఒకరే తాగుతున్నారని తెలిసి అయిష్టంగానే అంగీకరించాడు.

"గొడవ చేస్తే మాత్రం బయటికి పంపేస్తాం." అతను హెచ్చరించాడు.

వాళ్ళని అనుసరిస్తున్న బ్రహ్మం బార్ ముందు తటపటాయించినా తరువాత బార్‌లోకి వెళ్ళాడు.

పాణి వెయిటర్‌తో ఉత్సాహంగా చెప్పాడు.

"చూడబ్బాయ్. జాగ్రత్తగా విను. నీ చేతులు రెండూ శుభ్రంగా కడుక్కుని నాలుగు గ్లాసులు తీసుకో. ఒక దాంట్లో ఓ పెగ్ వైట్ రమ్ వెయ్యి. దాన్ని సోడాతో నింపేయ్. మిగతా మూడు గ్లాసుల్లో కూడా సోడా పోసి నింపెయ్యి. ఆ నాలుగు గ్లాసుల్లో నిమ్మకాయ ముక్కలు కోసి వేసి తీసుకురా. ఏం?"

"ఒక్క దాంట్లోనే కదండి మందు. అర్థం అయిందండి." వెయిటర్ చెప్పాడు.

"గ్లాసు మాత్రం శుభ్రంగా ఉండాలి." రోహిత్ హెచ్చరించాడు.

కొద్ది క్షణాల్లో నాలుగు నిండు గ్లాసులని తెచ్చి టేబుల్ మీద ఉంచి వెయిటర్ అడిగాడు.

"అయ్యా! ఎవరి గ్లాసు శుభ్రంగా ఉండాలన్నారు?"

ఇద్దరి దృష్టి ఆ నాలుగు గ్లాసుల మీదికి మళ్ళింది. చూడటానికి ఆ నాలుగు గ్లాసుల్లోని ద్రవం ఒకే మాదిరిగా ఉంది. ఇద్దరూ చెరోటి అందుకుని 'ఛీర్స్' కొట్టి కొద్దిగా సిప్ చేసారు. రుచి తెలీక మరోసారి సిప్ చేసారు. అది సోడా అవడంతో గ్లాసులని టేబుల్ మీద ఉంచి ఇద్దరూ మళ్ళీ చెరో గ్లాసుని జాగ్రత్తగా అందుకున్నారు.

పాణి రోహిత్ వైపు గ్లాసుని.

రోహిత్ పాణి వైపు గ్లాసుని.

ఇద్దరూ మళ్ళీ 'ఛీర్స్' కొట్టి ఒకటికి రెండు సార్లు సిప్ చేసారు. రోహిత్ తన చేతిలోని సోడా గ్లాసుని టేబిల్ మీద పెట్టి చెప్పాడు.

"నువ్వే గెలిచావ్."

పాణి ఆనందంగా తాగసాగాడు. రోహిత్ పెదాలు తడి చేసుకుంటూ పాణి చేతిలోని గ్లాసు వంక చూసాడు.

"జాగ్రత్తగా చూసుకోవాలి నన్ను." పాణి హెచ్చరించాడు.

"పాణి... ఎన్ని పెగ్గులు నిషా రాకుండా తాగచ్చో మనిషి ఆరోగ్యం, బరువు, తీసుకునే డ్రింక్ రక్తంలో కలిసే వేగం, తాగుతూ ఏం తింటున్నాడు అనే ఫేక్టర్స్ మీద ఆధారపడి ఉంటుందిట. జస్ట్ ఒక్క పెగ్ తాగుతాను." రోహిత్ కోరాడు.

"ఉహు. ముందనుకున్న మాటంటే మాటే."

"సరే. కానీ." రోహిత్ చిన్నగా నిట్టూర్చి చెప్పాడు.

మొదటి పెగ్ పూర్తయ్యాక రోహిత్ అడిగాడు.

"టెన్షన్ తగ్గిందా నీకు?"

ఇంకో పెగ్ ఆర్డరిచ్చి పాణి చెప్పాడు.

"ఇప్పుడు నాకు కొద్దిగా హాయిగా ఉంది. నీకు?"

"నిన్ను ఇంటికెలా తీసుకెళ్ళాలా అని టెన్షన్ ఎక్కువైంది."

"ఛ. ఇవాళ నేనేం గొడవ చేయదలచుకోలేదు."

రెండో పెగ్‌లో పావు వంతు తాగాక పాణి అడిగాడు.

"ఊహ కిడ్నాపింగ్, మా అమ్మ రోగం, దేశంలో పాలిటిక్స్, విమెన్స్ లిబ్, ధరలు వదిలేస్తే ఎలా ఉన్నావ్?"

"నువ్వు?"

"యమానందంగా ఉన్నాను. నువ్వు?"

"నేను టెన్షన్‌గా ఉన్నాను."

"నీకు తాగాలని ఉందా?" పాణి మరో పావు వంతు తాగాక ఉత్సాహంగా అడిగాడు.

"అవును."

"ఐతే తాగు."

"నిజంగా అంటున్నావా? అబద్ధంగానా?"

"అమ్మ తోడు. నిజంగానే. వెయిటర్. ఇంకో పెగ్ పట్రా."

రోహిత్ మొదటి పెగ్ గ్లాసుని అందుకుని చెప్పాడు.

"పొట్టతో వాదించి లాభం లేదు. ఎందుకంటే దానికి చెవులు లేవు. ఛీర్స్."

రోహిత్ మొదటి పెగ్‌ని ఆత్రంగా పూర్తి చేసి ఇంకోటి తెప్పించుకున్నాడు. బాత్‌రూంకి వెళ్ళడానికి లేచి నిలబడి మళ్ళీ వెంటనే కూర్చున్నాడు. అదే పనికి పాణి లేవబోతూంటే రోహిత్ పాణి భుజాలు పట్టుకుని ఆపి చెప్పాడు.

"లేవక. పడిపోతావు. ఈ గది కదులుతోంది."

"అది నాకు కూర్చునుండగానే అనిపించింది." పాణి తూలుతూ చెప్పాడు.

వెయిటర్ ఆమ్లెట్ తెచ్చాడు.

"ఏమిటింత పచ్చగా ఉంది ఆమ్లెట్?" పాణి అడిగాడు.

"ఇవాళ గుడ్లు చాలాభాగం పాడైపోయాయి సారూ. అందుకని." వెయిటర్ చెప్పాడు.

"కృష్ణశబ్దం అంటే ఏమిటో తెలుసా?" రోహిత్ అకస్మాత్తుగా అడిగాడు.

"తెలీదు."

"ఐతే విను."

రోహిత్ గొంతు సర్దుకుని పాట లంకించుకున్నాడు.

యదువంశ సుధాంబుధి చంద్ర
శతకోటి మన్మధాకార
నారీ జన మానస చోర
పరరాజ శతృ సంహార
భరతశాస్త్ర నిధి నీవేరా..."

అన్ని తలలు వాళ్ళ వైపు తిరిగాయి. వెయిటర్, మేనేజర్ పరిగెత్తుకొచ్చారు.

"...కవిజన పోషక మందార..."

"ఇక్కడ గొంతెత్తి పాడకూడదు." మేనేజర్ చెప్పాడు.

"ఐపోయింది...సరసతగల దొర నీవేర...అయిపోయింది. పాడేసాను. కృష్ణశబ్దం పాడేసాను." రోహిత్ చెప్పాడు.

తర్వాత మరో ఐదు నిమిషాల దాకా నిశ్శబ్దం. పాణి లేచి గట్టిగా తూలుతూ నడుస్తూ అరిచాడు.

"ఏం సిమెంట్ వాడారయ్యా పునాదికి? నేల తెగ కదిలిపోతూంటేను."

"ఎడ్వర్‌టైజ్‌మెంట్స్ చూడటంలా! నాగార్జున సిమెంట్ వాడాలని తెలీదా?" రోహిత్ అరిచాడు.

ఇద్దరూ ఇంకో పెగ్...కనీసం అర పెగ్ అడిగినా ఇవ్వలేదు. మేనేజరే స్వయంగా బిల్ తెచ్చి చేతిలో పెట్టాడు. దాన్ని చదివి రోహిత్ అడిగాడు.

"ఇంత పెద్ద బిల్ ఏమిటి?"

"ఇది బార్ బిల్ సర్." పక్కనే నిలబడ్డ వెయిటర్ ఓపికగా చెప్పాడు.

"మేం ఈ బార్‌ని కొంటామని నీతో ఎవడు చెప్పాడు?" రోహిత్ అరిచాడు.

"బార్ బిల్ అంటే మీరు తాగినదానికి, తిన్నదానికి."

"అలాగా? బార్‌ని మాకు అమ్మేస్తున్నావనుకున్నాను."

పాణి డబ్బు చెల్లించాడు. చిల్లర తెచ్చిన వెయిటర్ టిప్ కోసం నిలబడితే అరిచాడు.

"నో టిప్. డబ్బేమైనా ట్రేలలో కాస్తుందయ్యా? ట్రీలలో కాస్తుంది కాని. నో టిప్."

చిల్లరతో వచ్చిన ఐదు రూపాయల నోటుని అటూ ఇటూ ఎగాదిగా పరీక్షించి చూస్తూంటే, వాళ్ళని బయటికి పంపడానికి వచ్చిన బార్ యజమాని కోపంగా చెప్పాడు.

"మిస్టర్. అది నకిలీ నోటు కాదు."

"ఏమో? ఎవరికి తెలుసు? నిన్న నేనిచ్చిన ఐదు రూపాయల నోటేమోనని చూస్తున్నా."

నలుగురు వెయిటర్లు ఇద్దర్నీ చెరో రెక్కా పట్టుకుని బయటికి పంపారు.

మరో ఐదు నిమిషాల తర్వాత బయటేం జరుగుతోందో తెలిసాక బార్ యజమాని బయటికి పరిగెత్తుకెళ్ళాడు. ఆ ఇద్దరూ గుమ్మం దగ్గర నిలబడి బార్‌లో కస్టమర్స్‌కి 'అజీర్తి మాత్రలు. ఎందుకైనా మంచిది. కొనుక్కోండి' అని అమ్మడానికి ప్రయత్నిస్తున్నారు.

"మీరిద్దరూ ఇక్కడ నించి వెళ్ళకపోతే పోలీసులని పిలుస్తాను. కస్టమర్స్ వెనక్కి వెళ్ళిపోతున్నారు." ఆయన గట్టిగా అరిచాడు.

"సరిగ్గా గుర్తు చేసావ్. మేం వెళ్ళాల్సింది అక్కడికే." రోహిత్ చెప్పాడు.

"పోలీస్ స్టేషన్‌కి దేనికి?" పాణి అడిగాడు.

"చేసిన పాపం చెప్తే పోతుందని. మనం కిడ్నాప్ చేసామని చెప్పేద్దాం."

"అదీ మాట." పాణి మెచ్చుకున్నాడు.

పోలీస్ స్టేషన్‌కి వెళ్తూ దారిలో పాణి ప్రతీ షాపు ముందు ఆగి రూపాయి నోటిచ్చి రూపాయికి చిల్లర తీసుకోసాగాడు. లెక్క పెట్టుకుని పక్క షాపులో మళ్ళీ ఆ చిల్లర ఇచ్చి రూపాయి నోటు తీసుకోసాగాడు. ఇలా దాదాపు ఇరవై సార్లు జరిగాక రోహిత్ అడిగాడు.

"ఎందుకిలా చేస్తున్నావ్?"

"ఎవడో ఒకడు దురదృష్టవంతుడు చిల్లర లెక్క పెట్టడంలో తప్పు చేస్తాడు. రూపాయికి రూపాయి కన్నా ఎక్కువ చిల్లర రాకపోతుందా అని." పాణి వివరించాడు.

"శభాష్." రోహిత్ మెచ్చుకున్నాడు.

ఇద్దరూ సరాసరి పోలీస్ స్టేషన్ లోకి అడుగుపెట్టారు. వాళ్ళంతట వాళ్ళే ఆ స్థితిలో పోలీస్ స్టేషన్‌కి రావడం చూసిన పోలీస్ వెంకటస్వామి ఆశ్చర్యంగా అడిగాడు.

"ఇలా వచ్చారేంటి?"

"మేం చాలా పెద్ద నేరం చేసాం. అది కిడ్నాప్. చేసిన పాపం చెప్తే పోతుందని తప్పు వప్పుకోడానికి వచ్చాం." రోహిత్ చెప్పాడు.

"అవును. మమ్మల్ని అరెస్ట్ చేసి రేపు కోర్టుకి ఈడ్చుకువెళ్ళండి. మేం ఇద్దరం కిడ్నాపర్స్." పాణి చెప్పాడు.

"అయితే రండి. వివరాలు చెప్దురు గాని" పోలీస్ వెంకటస్వామి ఇద్దర్నీ జాగ్రత్తగా లోపలికి తీసుకెళ్ళాడు.

లోపల సెల్ లోంచి ఎవరివో అరుపులు వినిపిస్తున్నాయి. వెంకటస్వామి లోపలికి వెళ్ళి చలపతితో చెప్పాడు.

"సార్. మన వీక్లీ విజిటర్స్ ఇద్దరూ వచ్చారు."

"పాణి, రోహిత్ లేనా?" చేతిలో బెల్ట్ పట్టుకుని అనుమానితుడి చేత నేరం వప్పించడానికి అవస్థ పడుతున్న ఇన్‌స్పెక్టర్ చలపతి అడిగాడు.

"అవును సార్."

"వాళ్ళని ఇప్పుడెందుకు తీసుకువచ్చావు?" చలపతి చిరాగ్గా అడిగాడు.

"నేను తీసుకు రాలేదు సార్. తాగాక అలవాటుగా దారి తప్పకుండా వచ్చారు."

"వాళ్ళ మీద ఎవరు కంప్లెయింట్ చేసారు?"

"లేదు సార్. వాళ్ళంతట వాళ్ళే వచ్చారు. పిచ్చి పిచ్చిగా వాగుతున్నారు."

"ఈ రాత్రి ఒక్క సెల్ కూడా ఖాళీ లేదుగా?" చలపతి చిరాగ్గా అడిగాడు.

"లేదు సర్. ఊహని కిడ్నాప్ చేసారన్న అనుమానం గల పాత నేరస్థులందర్నీ లాక్కొచ్చాంగా. వాళ్ళతో సెల్స్ అన్నీ నిండిపోయాయి సార్."

"ఐతే ఆ జంటని ఇంటికి వెళ్ళమను. ఎడ్రస్ చెప్పి రిక్షా జాగ్రత్తగా ఎక్కించు."

"అలాగే సర్. ఎవడో ఒకడు నిజం ఒప్పుకునే దాకా ఈ రాత్రంతా వీళ్ళని బాదుతూనే ఉంటాం. బయట నించే అరుపులు విని భయపడి పోయి 'మేమే కిడ్నాపర్స్' అంటున్నారు వాళ్ళిద్దరూ." వెంకటస్వామి నవ్వాడు.

వెంకటస్వామి కనపడగానే పాణి చెప్పాడు.

"మనిసి మంచివాడుగా, నీతి నిజాయితీ గల వాడుగా ఉండేది ఒక్క తల్లి కడుపులో ఉన్న నవమాసాలే. బయటకి రాగానే ఇలా అవుతాం."

"అసలు మీరెందుకు తాగుతారు?" వెంకటస్వామి కోపంగా అడిగాడు.

"ఎందుకా? నేను వంటరిగా ఉన్నప్పుడు అది నా మిత్రుడు కనక. భయంగా ఉన్నప్పుడు నాకు ధైర్యాన్నిచ్చేది కనక. మెలకువగా ఉన్నప్పుడు నిద్ర మందులా నన్ను నిద్రపుచ్చేది కనక." రోహిత్ చెప్పాడు.

"తాగితే లివర్ పాడై చస్తారండి." వెంకటస్వామి చెప్పాడు.

"మా నాన్న ఎన్నడూ తాగలేదు. మరి ఆయన చిరంజీవి అవలేదుగా?" పాణి అడిగాడు.

"మీతో నాకు వాదనెందుకు? ఇంటికెళ్ళండి." వెంకటస్వామి చెప్పాడు.

"చచ్చు వెధవలతో వాదించి కూడా తెలివి గల వాడు నేర్చుకుంటాడు అనేది మా పెద్దమ్మ. అందుకని నీతో వాదిస్తాం." రోహిత్ చెప్పాడు.

"ఒక పెగ్ తాగితే మీరిద్దరూ మనుషులు కారని తెలిసీ ఎందుకు తాగుతారు?" పక్కనే ఉన్న ఇంకో కానిస్టేబుల్ గద్దింపుగా అడిగాడు.

"కోపం తెచ్చుకోకండి మాస్టారు. ఎన్నో పెగ్‌తో ఆపాలో మా ఇద్దరికీ తెలుస్తుంది. కాకపోతే కాస్తంత ఆలస్యంగా తెలుస్తుంటుంది. అంతే." పాణి చెప్పాడు.

"మీరు ఇంకో స్టేషన్‌కి ఇలాటి స్థితిలో వెళ్ళినా, మా సర్కిల్ ఇన్‌స్పెక్టర్ మారినా ఉంటుంది మీ ఇద్దరి పెళ్ళి." ఆ కానిస్టేబుల్ చెప్పాడు.

పోలీస్ వెంకటస్వామి రిక్షా మాట్లాడి ఇద్దర్నీ ఇంటి దగ్గర దింపమని చెప్పి పంపేసాడు.

"ఏమిటో? ఓసారి ఫైరింజను. ఇంకోసారి రోడ్డింజను ఎక్కిస్తుంటావ్ మేం తాగినప్పుడల్లా." పాణి చెప్పాడు.

రిక్షా కదలగానే రోహిత్ ఫైర్ ఇంజన్ గంట మోగుతున్నట్లుగా నోటితో 'గణగణగణ' మని శబ్దం చేయసాగాడు.

"యాగీ చెయ్యకండయ్య." రిక్షావాడు చెప్పాడు.

రిక్షా పాణి తల్లి ఉన్న హాస్పిటల్ పక్క నించి వెళ్తూంటే పాణి గట్టిగా పాడాడు.

"చక్కనయ్య...చందమామ...ఎక్కడున్నావూ-దిక్కులేని..."

"ష్..." రోహిత్ చెప్పాడు.

"ఈ పాట వింటే మా అమ్మ కోమాలోంచి బయటికి వస్తుందని."

"అలాగా?"

ఆ తర్వాత హాస్పటల్ దూరం అయే దాకా ఇద్దరూ గొంతెత్తి 'చక్కనయ్య చందమామ' పాట పాడుతూనే ఉన్నారు. ఆ పాట విన్న ఒకరిద్దరు పేషెంట్లు కోమాలోకి వెళ్ళిపోయారు.

అకస్మాత్తుగా పాణి నిటారుగా కూర్చుని చెప్పాడు.

"మనం ఊహకి ఈ రాత్రి అన్నం తీసుకెళ్ళలేదు."

"అవును."

"తీసుకెళ్దామా?"

"చాల్లే. గారాల అమ్మాయికి వారానికో మొగుడట. మాడనీ. మంచిదే."

"నీ అమ్మ కడుపు మాడ. నా లవర్ కడుపు మాడనీమంటావా?" పాణి అరిచాడు.

"సర్లే...సర్లే...రిక్షా ఆపు." రోహిత్ రిక్షావాడితో చెప్పాడు.

"నీకో రహస్యం చెప్పనా? ఊహని మేమే కిడ్నాప్ చేసింది."

"అయ్యన్ని నాకెందుకు బాబూ." రిక్షావాడు వాళ్ళని దింపాక వెళ్ళిపోయాడు.

"ష్...మూడో కంటికి రహస్యం తెలియడం అంటే, పెద్ద చిల్లున్న బియ్యపు బస్తాని కొనుక్కుని భుజాన వేసుకుని ఇంటికి తీసుకెళ్ళడం." పాణి రోహిత్ ముక్కు మీద తన చూపుడు వేలిని వేసి చెప్పాడు.

ఇద్దరూ వెజిటబుల్ బిర్యానీ పార్సిల్ కట్టించుకుని ఆటో ఎక్కి సరాసరి రింగ్ రోడ్ సమీపంలోని ఆ కాలనీలో దిగారు. అంతా చీకటి. నిశ్శబ్దం. దూరంగా ఓ ఇంట్లోంచి ఓ కుక్క గట్టిగా మొరిగింది.

"ఏవోయ్. మీ కుక్క పేరేమిటి?" పాణి అరిచాడు.

"తెలీదయ్యా. సత్తి అని పిలుస్తుంటాం." జవాబు వినిపించింది. కొత్తగా కడుతున్న ఓ ఇంటికి వాచ్‌మేన్‌గా పని చేసే అతని కంఠం కూడా బాగా తాగినట్లుగా ధ్వనించింది.

తలుపు తాళం తెరిచి ఇద్దరూ లోపలికి వెళ్ళారు. రోహిత్ కిరసనాయిలు బుడ్డిని అంటించాడు. వాళ్ళు వచ్చిన అలికిడికి ఊహకి మెలకువ వచ్చింది. మధ్య గది గొళ్ళెం తీసి తలుపు తెరుచుకుని ఇద్దరూ లోపలికి వెళ్ళారు. పాణి ఊహ పక్కనే బాసింపట్టు వేసుకుని కూర్చుని చెప్పాడు.

"బిర్యాని తెచ్చాను మీకోసం. ప్రేమగా. తిను."

ఆమె నోటికి అడ్డంగా ఉన్న ప్లాస్టర్ని విప్పతీసాడు.

"నువ్వు ఏవా? బివా?" ఊహ గుప్పున వచ్చే ఆల్కహాల్ వాసనని గుర్తు పట్టి అడిగింది.

"ఏ లేదు. బి లేదు. దొంగ పేర్లవి." రోహిత్ చెప్పాడు.

"ఐతే మీ అసలు పేర్లేమిటి?" ఊహ ఆసక్తిగా అడిగింది.

"నా పేరు పాణి, వీడి పేరు రోహిత్. నా మామయ్య. స్వయానా నా మామయ్య. అంటే మా అమ్మ తమ్ముడు." పాణి చెప్పాడు.

పాణి ఆమె కంటికి కట్టిన గంతలు విప్పదీసాడు. ఊహ కళ్ళు ఓసారి రుద్దుకుని ఇద్దరి వంకా చూసింది. పాణిని వెంటనే గుర్తు పట్టింది. కొద్ది రోజుల క్రితం శ్మశానంలో తన దగ్గర అగ్గిపెట్టె అడిగి తీసుకున్నతనే!

"ఇంతకాలం మీ గొంతు విని ఎక్కడో చూసాను అనుకున్నాను. మిమ్మల్ని చూసాక తెలిసింది ఎక్కడో." ఊహ వాళ్ళు చూడకుండా కాళ్ళకి కట్లు విప్పుకుంటూ చెప్పింది.

"తెలిసిందా? నాకూ తెలుసు. వల్ల కాట్లో చూశావు." రోహిత్ చెప్పాడు.

"మీకెవరు చెప్పారు?"

"పాణే. మొదటి చూపులోనే నీతో ప్రేమలో పడ్డాడని ఆనాడే చెప్పాడు. అవునా? నే చెప్పేదాంట్లో తప్పుందా?" రోహిత్ పాణిని అడిగాడు.

"లేదు. ముమ్మాటికీ లేదు." పాణి వప్పుకున్నాడు.

"ఐతే ఇంకేం? ఓ కన్నె పిల్లని పెళ్ళాడటానికి తేలిక పద్ధతి, పెళ్ళి కాకుండా ఆమెని గర్భవతిని చేయడం. నేను బయటికి వెళ్తాను. నువ్వు కానీ." రోహిత్ చెప్పాడు.

"అంతేనంటావా?" పాణి అడిగాడు.

"అంతే." రోహిత్ చెప్పాడు.

వెంటనే ఊహ పాణి వంక భయంగా చూసింది. కాని ఆమె భయపడిందేమీ జరగలేదు. పాణి ముక్కు మీద వేలు వేసుకుని లేస్తున్న రోహిత్‌ని ఆపి చెప్పాడు.

"తప్పురా. కన్నెపిల్లలు, బేంక్ స్ట్రాంగ్‌రూం ఒక్కలాంటివే. బలవంతంగా ఎంటరవడం నేరం."

ఆ మాటలకి ఊహ చిన్నగా నిట్టూర్చింది.

"అంతేనంటావా?" రోహిత్ అడిగాడు.

"అంతే."

ఊహ బిర్యాని తింటూ చెప్పింది.

"రోజూ ఈ టైంలో టెన్నిస్ ఆడుకునే దాన్ని."

"అవును. ఈ టైంలో లైట్ల వెలుగులో టెన్నిస్ ఆడితే బావుంటుంది." పాణి చెప్పాడు.

"బోడి గొప్ప. నాకు కర్రాబిళ్ళ ఆట వచ్చు... మీ ఇద్దరికే టెన్నిస్ ఆట వచ్చినట్లుగా." రోహిత్ కోపంగా చెప్పాడు.

"అవును. మాకు బాగా తెలుసా ఆట." పాణి చెప్పాడు.

"తెలిస్తే చెప్పు చూద్దాం. టెన్నిస్ నెట్‌కి ఎన్ని చిల్లులుంటాయి?" రోహిత్ సవాల్ చేస్తూ అడిగాడు.

"మీరెందుకు నన్ను కిడ్నాప్ చేసినట్లు?" ఊహ అడిగింది.

"ఐదు లక్షల రూపాయలకి." రోహిత్ చెప్పాడు.

"ఎంత ప్రయత్నించినా మీకు ఉద్యోగం దొరకలేదా?" అడిగింది.

"ఉద్యోగం దొరక్కపోవడం కాదు. హాస్పిటల్ ఫీజ్ కట్టడానికి." చెప్పాడు.

"ఏ హాస్పిటల్ ఫీజ్?"

"మా అమ్మ కోమాలో ఉంది." పాణి బాధగా చెప్పాడు.

"అయ్యో పాపం. ఎందుకొచ్చిందా కోమా?"

"కారు కింద పడి."

"ఎవరి కారు కింద?"

పళ్ళు పటపటా కొరికి రోహిత్ చెప్పాడు.

"కమలాకరం కారు కింద."

"కమలాకరం కారు కిందా? అసలేమైంది?" ఊహ ఆశ్చర్యంగా అడిగింది.

రోహిత్ జరిగిందంతా వివరించాడు.

"దాంతో నిన్ను కిడ్నాప్ చేస్తే కమలాకరం నించి ఐదు లక్షలు వసూలు చేయచ్చనే ఎత్తు వేసాను. తీరా చూస్తే నువ్వు కమలాకరం కూతురువి కావు. కాని వాడి సినిమాలో హీరోయిన్‌వని తెలిసాక డబ్బు అడిగాను."

"ఈ కిడ్నాప్‌లో మీ భాగం ఎంత?" ఊహ పాణిని అడిగింది.

"ఏం లేదు." పాణి చెప్పాడు.

"అవును. కిడ్నాప్ చేసి తెచ్చే దాకా వాడికి తెలీదు. ఇదంతా నా మాస్టర్ ప్లాన్. ఇందులో నాకు సహాయం చేయడానికి వాడ్ని బ్లాక్ మెయిల్ చేసాను. ఈ ఇంటికి అద్దె కట్టింది పాణే. తీరా చూస్తే నేను కిడ్నాప్ చేసింది ఎవర్నో కాదని, తను లైక్ చేసే అమ్మాయేనని తెలిసాక వెనక్కి పోలేకపోయాడు." రోహిత్ చెప్పాడు.

"నాకు నిద్ర వస్తోంది ఇక పడుకుందాం." ఊహ చెప్పింది.

"నాక్కూడా" పాణి చెప్పాడు.

ఇద్దరూ ముందు గదిలోకి వచ్చి అక్కడ పడుకున్నారు. బాగా మందు కొట్టి ఉండడంతో ఇద్దరికీ ఒళ్ళు తెలియకుండా నిద్రపట్టింది. మధ్య గది తలుపు మూసి బయట గొళ్ళెం పెట్టాలన్న ఆలోచనే ఆ ఇద్దరికి లేదు. ఆ ఇద్దరి బుర్రలు మొద్దుబారి పోయాయి. పడుకున్న కొన్ని నిమిషాలకి ఇద్దరికీ నిద్ర పట్టేసింది.

* * *

పాణి, రోహిత్‌లని వెంబడించిన బ్రహ్మానికి మందు అలవాటు లేదు. కానీ వాళ్ళు లోపల ఏం మాట్లాడుకుంటున్నారో తెలుసుకోడానికి వాళ్ళ వెనకే బార్‌లోకి వెళ్ళాడు. ఊరికే కూర్చోనివ్వరు కాబట్టి వెయిటర్‌తో చెప్పాడు.

"ఓ లార్జ్ పెగ్ ఛిల్డ్ బీర్. ఓ సోడా."

"బీర్ పెగ్స్‌లో ఇవ్వం. బాటిల్స్‌లో ఇస్తాం."

"నాకు ఓ పెగ్ చాలు."

"ఐతే మిగిలింది ఇంటికి తీసుకెళ్ళండి."

"సరే. ఓ క్వార్టర్ బాటిల్ బీర్ పట్రా."

"మీరు మొదటి సారా తాగడం?"

"అవును."

"బీర్‌లో హాఫ్‌లు, క్వార్టర్ బాటిల్స్ ఉండవు. అందులో సోడా కలుపుకోరు. ఆల్‌రెడీ కలిపే అమ్ముతారు."

అది వచ్చాక బ్రహ్మం కొద్దిగా వంచుకుని తాగాడు. అతనికి బీర్ కుంకుడుకాయ రసంలా అనిపించింది. ఆ కాస్తకి నిషా రాకపోవడంతో ఇంకాస్త తాగాడు. ఐనా రాలేదు. రాలేదు కదా అని ఇంకాస్త తాగాడు. ఊహు. నిషా రాదే. మళ్ళీ కొద్దిగా తాగాడు.

కొద్దిగా ఏదోగా అన్పించింది. అది నిషా కాదనుకుని ఇంకాస్త తాగాడు. ఆ తర్వాత వచ్చింది నిషా అని అనుమానం కలిగినా తాగకుండా ఉండలేకపోయాడు. ఒళ్ళంతా తిమ్మిరితిమ్మిరిగా అనిపించింది.

బ్రహ్మం బీర్ పూర్తిగా తాగాక చూస్తే పాణి, రోహిత్‌లు కనిపించలేదు.

20

మర్నాడు ఉదయం మొదట రోహిత్‌కి మెలకువ వచ్చింది. తను కటిక నేల మీద అడ్డదిడ్డంగా పడుకుని ఉండడం గమనించి లేచి కూర్చున్నాడు. అలవాటు ప్రకారం బద్ధకం పోడానికి లేచి నాలుగైదు సార్లు బస్కీలు తీసాడు. తను అక్కడ ఎందుకున్నాడా అని తీస్తూ ఆలోచించాడు.

క్రమంగా గత రాత్రి బార్‌లో తాగడం, పోలీస్ స్టేషన్‌కి వెళ్ళి అక్కడికి బిర్యానీ పేకెట్‌తో రావడం గుర్తుకొచ్చాయి. తమిద్దరి మొహాలని ఊహ చూసేసింది!

అప్పుడు చూసాడు రోహిత్ ముందు గది, మధ్య గది తలుపు వంక. తెరిచి ఉంది. వెంటనే వీధి తలుపు వంక చూసాడు. అది ఓరవాకిలిగా వేసి ఉంది. గబగబా వెనక గదిలోకి వెళ్ళి చూసాడు.

ఊహ లేదు. నేల మీద ఆమెని కట్టడానికి ఉపయోగించిన తాళ్ళు పడి ఉన్నాయి. కంగారుగా బాత్‌రూం తలుపు తెరిచి చూసాడు. అది ఖాళీగా ఉంది.

రోహిత్ ఒక్క గంతులో ముందు గదిలోకి వచ్చి పడ్డాడు. తన మేనల్లుడు మృదుపాణిని గబగబా తట్టి లేపాడు.

"ఒరేయ్ పాణి. లేవరా లే. కొంప మునిగింది."

పాణి బద్ధకంగా కళ్ళు తెరిచి రోహిత్‌ని చూసి, మళ్ళీ కళ్ళు మూసుకుని అడిగాడు.

"ఏమిట్రా పొద్దున్నే గొడవ?"

"ఊహ పారిపోయింది."

"వాట్?"

వెంటనే నిఠారుగా లేచి కూర్చున్నాడు పాణి.

"ఊహ పారిపోయిందా? ఎలా?" అడిగాడు.

"రాత్రి ఇద్దరం మందు కొట్టి వచ్చాక మధ్య తలుపు గొళ్ళెం పెట్టడం మర్చిపోయాం. ఎంచక్కా పారిపోయింది."

"ఛ. ఛ. అందుకే నిన్ను మందు తాగద్దన్నాను. నిన్నెవడు తాగమన్నాడు?"

"నువ్వే. నేను వద్దన్నా నువ్వు వద్దనలేదు."

పాణి లేచి లోపలికి వెళ్ళి చూసి బయటికి వచ్చి చెప్పాడు.

"ఎంత సేపైంది పారిపోయి?"

"ఇప్పుడే అయి ఉంటుంది. లేకపోతే ఈపాటికి పోలీసులు వచ్చి మనల్ని నిద్ర లేపేవారు."

పోలీసులు అనగానే పాణి గుండెల్లో రాయి పడింది వెంటనే.

"పోలీసులా?" అడిగాడు.

"అవును. ఊహ సరాసరి పోలీసుల దగ్గరకి వెళ్తుంది. లేదా కమలాకరం దగ్గరికి వెళ్తే, ఆయన చలపతిని ఇక్కడకు పంపిస్తాడు."

"అయితే పారిపోదాం" పాణి వెంటనే చెప్పాడు.

"మనల్ని ఇద్దర్నీ చూసింది. పేర్లు, ఇతర వివరాలు రాత్రి చెప్పేసాం. మనల్ని పట్టుకోవడం పోలీసులకు తేలిక."

"ఎలా మరి? పాకిస్థాన్ పారిపోదామా?" పాణి అడిగాడు.

"కుదరదు. మన దగ్గర పాకిస్థాన్ డబ్బు లేదు. ఎన్నాళ్ళు జైలు ప్రాప్తం ఉంటే అన్నాళ్ళు అక్కడ కూర్చుని తర్వాత బయటికి రావాలి." రోహిత్ చెప్పాడు.

"పోనీలే. ఇదీ మన మంచికే. కమలాకరం మా అమ్మకి చేసిన అన్యాయం గురించి మనం పేపర్ వాళ్ళకి చెప్పచ్చు." పాణి చెప్పాడు.

"అనవసరంగా నిన్ను కూడా ఇందులో ఇరికించాను కదూ." రోహిత్ బాధగా అడిగాడు .

"ఇదవక. నా గీతలో ఉంది. జరిగింది అనుకుంటాను నేను."

ఇద్దరూ తాత్కాలికంగా కలిగే అధైర్యంతో అలా మాట్లాడుకున్నాక వీధి తలుపు తెరిచారు. దూరంగా రింగ్ రోడ్‌లోంచి ఆ కాలనీ రోడ్‌లోకి వస్తున్న వ్యక్తిని చూసారు. కాని ఆ వ్యక్తి వెంట ఇంకెవరూ లేకపోవడం గమనించి ఆశ్చర్యపోయారు.

ఊహ వాళ్ళ దగ్గరికి వచ్చింది. ఇద్దర్నీ చూసి చిరునవ్వు నవ్వి చెప్పింది.

"గుడ్ మార్నింగ్."

ఇద్దరూ తబ్బిబ్బు పడ్డారు.

"గుడ్ మార్నింగ్." తేరుకున్న రోహిత్ చెప్పాడు.

"మీరు పారిపోలేదా?" పాణి ఆశ్చర్యంగా అడిగాడు.

"పోలీసులని పిలుచుకు రాలేదా?" రోహిత్ కూడా వెంటనే అడిగాడు.

ఊహ చిన్నగా నవ్వి చెప్పింది.

"పోలీసుల దగ్గరికి వెళ్ళలేదు."

"అదేం?" పాణి అడిగాడు.

"మిమ్మల్నిద్దర్నీ పట్టించాలని నేను అనుకోలేదు కాబట్టి."

"ఎందుకు అనుకోలేదు? మిమ్మల్ని కిడ్నాప్ చేసినందుకు మా మీద మీకేం కోపం లేదా?" పాణి అడిగాడు.

"లేదు...ఒకరు అమ్మని, ఇంకొకరు అక్కని రక్షించుకోడానికి చేసిన నేరం కదా ఇది. మీరు నిజంగా డబ్బు కోసం ఈ నేరం చేసిన క్రిమినల్స్ అయుంటే పట్టించి ఉండేదాన్ని. రాత్రి మీరు అన్ని వివరాలు చెప్పాక నాకు మీ మీద సానుభూతి కలిగింది."

"ఈజిట్?" రోహిత్ ఆనందంగా అడిగాడు.

"పూర్తిగా ఇట్ ఈజ్." ఊహ నవ్వింది.

"మీరు ఎంతో మంచివారు." పాణి ఉత్సాహంగా చెప్పాడు.

"మీరు కూడా." ఊహ సిగ్గుగా చెప్పింది.

రోహిత్‌కి పరిస్థితి అర్థమైంది. వెంటనే పాణి భుజం మీద చరిచి చెప్పాడు.

"కంగ్రాచ్యులేషన్స్."

"ప్రత్యేకంగా నాకు కంగ్రాట్స్ దేనికి? ఊహ నీ మీద కూడా పోలీసులకి రిపోర్ట్ చేయడం లేదుగా?" పాణి అడిగాడు.

ఒంగి పాణి చెవిలో చెప్పాడు.

"వల్లకాట్లో చూసిన ఈ రామనాథాన్ని ఊహ కూడా ప్రేమిస్తోంది. అసలు అందుకే పోలీసుల దగ్గరికి వెళ్ళలేదని నా అనుమానం."

వెంటనే పాణి మొహంలోకి కొత్త వెలుగు ప్రవేశించింది.

ఊహ గొంతు దగ్గర తన అర చేతిని ఉంచుకుని చెప్పింది.

"కమలాకరం మీద నాకు ఇంతదాకా కోపం ఉండటం అసలు కారణం."

"ఆయన మీద మీకు కోపమా? మిమ్మల్ని హీరోయిన్‌ని చేసారుగా?" రోహిత్ ఆశ్చర్యంగా అడిగాడు.

"అందుకే. నాకు హీరోయిన్ అవాలనే కోరిక ఎంత మాత్రం లేదు. కాని ఆయనకి నేను నచ్చాను, ఫలితంగా మా నాన్నని ఒప్పించి బలవంతంగా ఇక్కడికి తీసుకు వచ్చాడు."

"మీ నాన్నతో చెప్పలేదా మీకిష్టం లేదని?" పాణి అడిగాడు.

"చెప్పాను. కానీ ఆయనా ఏం చేయలేకపోయాడు. కమలాకరానికి మా నాన్న ఏభై వేల దాకా బాకీ ఉన్నాడు. కోర్టుకి వెళ్ళి అది కట్టలేక సివిల్ జైలుకి వెళ్ళే కంటే నేను నటించడం మంచిదని ఆయన అనుకున్నాడు. నా రెమ్యునరేషన్‌గా చివర్లో ఆ ప్రామిసరి నోటుని మా నాన్నకి ఇచ్చే ఒప్పందంతో నేను నటిని అయ్యాను."

"ఆయనకి ఎందుకంత పట్టుదల మీ విషయంలో?" రోహిత్ అడిగాడు.

"బయట ప్రేక్షకులకి తెలీదు కాని తెలుగు సినిమా ఇండస్ట్రీలో హీరోయిన్స్‌కి ఎంతో కొరత. బాంబే నించి ఇతర భాషల నించి హీరోయిన్స్‌ని తెస్తున్నారు. ఎలాగూ కొత్త హీరోయిన్‌ని పెట్టాలని అనుకున్నారు. ఈ త్రిభాషా చిత్రానికి కమలాకరం హీరోయిన్స్‌ని సెలెక్టు చేసే విధానంలో ఓ ప్రత్యేకత ఉంది. ఓ సారి ఓ అమ్మాయిని చూడగానే ఆయనకి నచ్చితే ఆ అమ్మాయిని హీరోయిన్‌గా తీసుకుంటారు. అలా చూసీ చూడగానే ఆయనకేదో స్పందన కలుగుతుందిట. ఇదే ఆయన కొలబద్దట. నన్ను చూస్తే ఆయనకి అలాగే అనిపించిందట. ఓసారి మా ఊరుకి అవుట్‌డోర్‌లో లొకేషన్స్ చూడటానికి వచ్చాడు. అప్పుడు నన్ను చూసాడు. నాకప్పుడు పదహారేళ్ళే. అందుకని ఈ రెండేళ్ళు ఆగి ఇప్పుడు నన్ను హీరోయిన్‌ని చేస్తున్నాడు."

"ఓరి వీడమ్మ కడుపు మాడా." రోహిత్ కోపంగా చెప్పాడు.

అతని మాటలకి ఊహ చిన్నగా నవ్వి చెప్పింది.

"ఆయనమ్మ పరమపదించి చాలాకాలమైంది. మీ అక్కయ్య ఆరోగ్యం కుదుట పడటానికి నా వంతు సహాయం నేను చేయాలని అనిపించింది. అదీ కాక పాణి జేబులోని డైరీ బయట పడితే చదివాను." ఊహ సిగ్గుగా అంత దాకానే చెప్పి ఆపింది.

స్మశానంలో ఊహని చూసినప్పటి నించి తనామెని ఎంతగా ఆరాధిస్తున్నాడో వివరంగా రాసుకున్నవన్నీ ఆమె చదివి ఉంటుందని, అందుకే తని ప్రేమించి ఉండచ్చని, పాణి అనుకున్నాడు.

"... అందులో పాణి కమలాకరం పేర రాసిన ప్రామిసరీ నోటు చూసాను. అతనిలోని నిజాయితీ నాకు నచ్చింది. అందుకని కాసేపు వాకింగ్ చేస్తూ ఆలోచించుకుని తిరిగి వచ్చేసాను."

రోహిత్, పాణి ఒకరితో మరొకరు ఆనందంగా కరచాలనం చేసుకున్నారు. ఊహ నవ్వుతూ తన కుడి చేతిని చాపింది. ఇద్దరూ ఆమెతో కరచాలనం చేసారు.

"కమలాకరం నీ చేత ఫోన్‌లో మాట్లాడించమని తెగ గొడవ పెడుతున్నాడు. ఆనక ఓసారి మాట్లాడి ఆయన కోరిక తీరుద్దువు గాని. పద." రోహిత్ చెప్పాడు.

"తీరుద్దాం. పదండి." ఊహ చెప్పింది.

ఆ ఇంటి ముందో స్కూటర్ ఆగింది. దాని మీంచి దిగుతున్న ఇంటాయన్ని చూసి వాళ్ళు తబ్బిబ్బు పడ్డారు. ఆయన ఊహ వంక, వాళ్ళిద్దరి వంక బయట నించే అనుమానంగా చూసాడు. స్కూటర్‌కి స్టాండ్ వేసి వాళ్ళ దగ్గరకి వస్తూ అడిగాడు.

"స్త్రీ పాత్రలేని నాటకం అన్నారు?"

"అవును."

"మరి?"

"మరేమిటి?" పాణి అడిగాడు.

"ఈ స్త్రీ పాత్ర ఎక్కడ నించి వచ్చింది? గృహప్రవేశం కూడా చేయని ఇంట్లో ఇలాంటివి..." ఆయన కోపంగా చెప్పాడు.

ఊహ వెంటనే ఆయనకి అడ్డు పడుతూ చెప్పింది.

"జనాభా లెక్కల సేకరణ కోసం వచ్చాను. మీరు నాటకాలు వేస్తుంటారా?"

"అవును." రోహిత్ చెప్పాడు.

"నాకు నాటకంలో నటించాలని ఎప్పటి నించో కోరిక. నాకో వేషం ఇస్తారా?"

"ఊహు. మేం స్త్రీ పాత్రల్లేని నాటకాలే వేస్తుంటాం." పాణి చెప్పాడు.

"పోనీ పురుష పాత్రే ఇవ్వండి." ఊహ కోరింది.

"మనం రిహార్సల్ మొదలు పెడదామా?" ఇంటాయన అడిగాడు.

"ఊహు. మేం బయటికి వెళ్తున్నాం." రోహిత్, పాణి వెంటనే ఒకే సారి చెప్పారు.

ఊహ పక్కింటి వైపు నడిచింది. ఆయన ముందే ఇంటికి తాళం వేసి పాణి, రోహిత్‌లు కొద్ది దూరం వెళ్ళారు.

"ఊహ నో అనకుండా నా ప్రేమని అంగీకరించినందుకు నాకిప్పుడు ఎంత ఆనందంగా ఉందో తెలుసా మామా? " పాణి చెప్పాడు.

అతని సంతోషం అనేక రకాలుగా వ్యక్తం చేసాడు. దారిలో ఓ కుక్క ఎదురు పడితే ఆనందంగా చెప్పాడు.

"కుక్కా. కుక్కా విన్నావా? ఊహ నా ప్రేమని అంగీకరించింది."

ఆకాశంలో ఎగురుతున్న కాకిని చూసి అరిచి చెప్పాడు.

"కాకి! కాకి! కడవల కాకి! విన్నావా? ఊహ నా ప్రేమని తిరస్కరించ లేదు."

గుమ్మంలో కూర్చున్న ఓ నాలుగేళ్ళ పసివాడ్ని చూసి చెప్పాడు.

"కుర్రాడా...కుర్రాడా... విన్నావా? ఊహకి, నాకూ త్వరలో పెళ్ళి."

"నా కాలికి తగిలిన రాయి. విన్నావా? ఊహ నా జీవిత భాగస్వామి కాబోతోంది."

"ఇందుకే కామోసు. వెనకటికి కేరీ గ్రేంట్ కొంతమంది ఆడవాళ్ళ వక్షోజాలు ఓ నాలుగంగుళాలు చిన్నవైనా లేదా పెద్దవైనా ప్రపంచంలో ఇన్ని ప్రేమ కథల ఉండేవి కావు అన్నాడు." పాణి ఆనందాన్ని చూసిన రోహిత్ చిన్నగా నిట్టూర్చి చెప్పాడు.

"మా అమ్మకి ఏక్సిడెంటైన రోజు నా జీవితంలో ఎంత చెడ్డ రోజో, అట్టే శ్రమ పడకుండా ఊహ నా ప్రేమని అంగీకరించినందుకు ఇవాళ అంత మంచి రోజు నాకు."

"నిజమే. లేచింది మొదలు ఎన్ని ప్రేమ ఫెయిల్యూర్స్ చూడటం లేదు?" రోహిత్ అభినందించాడు.

పావుగంట తర్వాత ఇద్దరూ తిరిగి అద్దె ఇంటికి చేరుకున్నారు. ఇంటాయన లేడు.

"ఈ అమ్మాయి తిరిగి రాదా మళ్ళీ?" పాణి కంగారుగా అడిగాడు.

"వస్తుంది. కాళ్ళు కొద్దిగా పొట్టి కాబట్టి ఎక్కువ అడుగులు వేయడానికి టైం పట్టచ్చు. ఇంతకీ ప్రేమ అంటే ఎలా ఉంటుందొరేయ్?" రోహిత్ అడిగాడు.

"ఎలా ఉంటుందంటే... ఎలా అంటే...నంబర్ ఒన్‌కి వెళ్ళాల్సిన అవసరం వచ్చి, అవకాశం లేక బస్సులో ఉండిపోయి నాలుగు గంటల తర్వాత బస్సాగితే దిగాక ఆ పని చేసేస్తావ్ కదా. అప్పుడెలా ఉంటుందో తెలుసా?"

"తెలుసు. ఎంతో హాయిగా, ప్రశాంతంగా ఫీలవుతాం."

"మన ప్రేమ అంగీకరింపబడితే సరిగ్గా అంతకు వంద రెట్లు హాయిగా, ప్రశాంతంగా ఫీలవచ్చు. ఆ అమ్మాయి ఒప్పుకుంటుందో, లేదో అనే స్థితిలో ఉన్నప్పుడు బస్సులో ఉన్నట్లుగా ఉంటుంది." పాణి చెప్పాడు.

"బాగా అర్థమైంది. కొత్త బూటు వేసుకుని నడుస్తూ, అవి కరుస్తూంటే భరిస్తూ ఎప్పుడెప్పుడు ఇంటికి వెళ్ధామా వాటిని విప్పుదామా అన్నట్లుగా ఉండటం ఒన్‌వే లవ్ స్టేజ్. ఇంటికి వెళ్ళి విప్పేసి పాదాలని రుద్దుకుని, కరిచిన చోట కొబ్బరి నూనె రాయడం లాంటిది టూ వే లవ్."

"అప్పుడు నువ్వు అనుభవించే హాయికి వంద రెట్లు హాయిని ఇస్తుంది ప్రేమ. నూటొక్క రెట్లు కాదు. తొంభై తొమ్మిది రెట్లు కూడా కాదు. ఖచ్చితంగా వంద రెట్లు."

"ఐతే ప్రేమలో పడితే అమ్మాయి సరే అనే దాకా కష్టమే."

"కొద్దిగా కష్టపడాలి. కాని బస్సు దిగి ఆ పనయ్యాక పొందే ఆనందం, ఇంటికొచ్చి బూట్లు విప్పాక అనుభవించే హాయి ఎంత బావుంటాయో ఒక్క సారి ఊహించుకో. వాటి కోసమైనా మనిషన్నవాడు ఒక్క సారైనా ప్రేమలో పడి తీరాలి." పాణి చెప్పాడు.

"అంతేనంటావా?" రోహిత్ అడిగాడు.

"అంతే! ఎందుకు చెప్పానో ఆలోచించుకో. మగాడు తనని పొగిడే అమ్మాయిని ఇష్టపడతాడు. తనని ఇష్టపడే అమ్మాయిని ప్రేమిస్తాడు. తనని ప్రేమించే అమ్మాయిని పెళ్ళి చేసుకుంటాడు. అదీ అసలు విషయం."

"నేను మాత్రం నేను ప్రేమించే అమ్మాయిని ఇష్టపడతాను. నన్ను పెళ్ళి చేసుకునే అమ్మాయినే ప్రేమిస్తాను. నేను పొగడదగ్గ అమ్మాయినే పెళ్ళి చేసుకుంటాను." రోహిత్ ఆలోచించి చెప్పాడు.

ఊహ కొద్ది సేపటికి చిరునవ్వుతో లోపలికి వచ్చింది. ఆమె చేతిలో సబ్బు.

"నాకు చక్కగా ఓ గంటన్నర సేపు స్నానం చేసి, బట్టలు మార్చుకోవాలని ఉంది. మీరు బయటికి వెళ్ళి బట్టలు తేవడానికి కనీసం గంటన్నర పడుతుంది. కాబట్టి మీరు

బయల్దేరితే నేను స్నానం మొదలుపెడతాను. ఈ చెమట బట్టలతో చిరాగ్గా ఉంది. బయట తాళం వేసి వెళ్ళండి.” చెప్పింది.

ఇద్దరూ తలలూపి బయటికి వెళ్తుంటే చెప్పింది.

“నాకు గ్రీన్ కలర్ శారీ అంటే ఇష్టం. ప్లెయిన్ బావుండదు కాబట్టి దాని మీద డిజైన్ ఉంటే బావుంటుంది. గ్రీన్ మీద బ్లాక్ అంటే నాకసహ్యం. రెడ్‌ది నా దగ్గర ఆల్‌రెడీ ఉంది. పింక్ గ్రీన్ మీద నప్పదు. ఎల్లో గాడీగా ఉంటుంది. లైట్ అయితే మాపు తెలుస్తుంది స్కై బ్లూ కాని, టర్కాయిస్ బ్లూ కాని, సీ బ్లూ కాని, టినోపాల్ బ్లూ కాని ఆక్వర్డ్‌గా ఉంటాయి. బ్రౌన్ కాని, చాక్‌లెట్ కాని అసలొద్దు. మెజెంటా కూడా గాడీగా ఉంటుంది. సిల్వర్ లేదా గోల్డ్ కలర్స్ ఫేషన్స్ కావు. ఇంకేం కలరైనా తెండి.”

“ఇంక లోకంలో ఏం రంగులు మిగిలి ఉన్నాయి?” ఇద్దరూ ఒకేసారి అడిగారు.

బయటకి వచ్చాక రోహిత్ చెప్పాడు.

“నేను ప్రేమలో పడతాను కాని పెళ్ళి చేసుకోను.”

“ఏం?”

“చీరలు కొనడం అంటే నాకు తిక్క రేగుతుంది.”

రెండు గంటల తర్వాత ఇద్దరూ తెచ్చిన చీరని చూసి ఊహ పెదవి విరిచి చెప్పింది.

“ప్లెయిన్ గ్రీన్ వద్దన్నానా?”

“ప్లెయిన్ గ్రీన్ కాదు. గ్రీన్ మీద గ్రీన్‌తో లతల ప్రింటు ఉంది. ఒకే కలర్ కాబట్టి కలిసి పోయిందని సేల్స్ మేన్ చెప్పాడు.” పాణి చెప్పాడు.

“గ్రీన్‌కి వయెలెట్ అంచేం బావుంటుంది?” ఊహ గొణిగింది.

ఊహ ఆ చీర కట్టుకు వచ్చాక రోహిత్ తన స్ట్రాటజీని మిగతా ఇద్దరికీ వివరించాడు.

“కమలాకరంతో ఫోన్‌లో మాట్లాడుదాం. పోలీసులకి మన గురించి చెప్పాడు కాబట్టి...”

ఇద్దరూ పూర్తిగా విన్నారు. అది ఆ ఇద్దరికీ నచ్చింది. తలుపు తాళం వేసి అంతా బయటకు బయల్దేరారు.

21

సాధారణంగా ఏం పనీ లేని వారు తోచడానికి చెక్కిన పెన్సిల్‌నే మళ్ళీ మళ్ళీ చెక్కుతుంటారు. లేదా పెన్సిల్ మీద తమ ఇనీషియల్స్‌ని చెక్కుతారు.

ప్రయివేట్ ఇన్‌వెస్టిగేటర్ సింహం పెన్సిల్‌ని చెక్కుతున్నాడు. దాని మీద 'ఎస్' అన్న అతని ఇనీషియల్స్ అరడజను పైనే చెక్కి ఉన్నాయి. ఓ యువతి లోపలికి వచ్చింది. ఆమె మొహం బాగా ఉబ్బి, కళ్ళు ఎర్రబడి ఉన్నాయి.

"మా ఆయన కనిపించడం లేదు." చెప్పింది.

"మంచిది. అలా కూర్చోండి. మీ పేరు?" పెన్సిల్, బ్లేడ్‌లని దాచేసి అడిగాడు.

"కుమారి."

"కుమారా? మీకు పెళ్ళి కానప్పుడు మీకు ఆయనెలా వచ్చాడు?"

"నేను శ్రీమతినేనండి." చెప్పింది.

"సారీ! కుమారి అన్నట్లుగా వినపడింది. శ్రీమతి అనే పేరుంటుందా?"

"నా పేరు శ్రీమతి కాదు. కుమారి. కాని నేను శ్రీమతిని. మా ఆయన కనిపించడం లేదు."

"ఓహో. మీరు శ్రీమతి కుమారి గారా? మీ ఆయనకి ఎన్నేళ్ళు?"

"ఇరవై తొమ్మిది. పేరు జనార్దన్."

"మీ ఇద్దరి పెళ్ళై ఎంతకాలమైంది?" సింహం లేచి వెళ్ళి గాజు బీకర్‌లోని ఓ ఎర్రరంగు ద్రవంలోకి టెస్టు ట్యూబ్ లోని పచ్చ రంగు ద్రవం కలుపుతూ అడిగాడు.

అది తను బిజీగా ఉన్నానని చెప్పడానికి వేసే వేషం మాత్రమే.

"ఇరవై ఏడు రోజులు. నిన్ననే కాపురానికి వచ్చాను." కుమారి చెప్పింది.

"ఆఖరిసారి ఆయన్ని ఎప్పుడు చూసావమ్మాయ్?"

ఆ బీకర్‌లోని రంగు పసుపు పచ్చగా మారింది.

"నిన్న ఉదయం."

"ఇరవై నాలుగ్గంటలు గడిచాయన్నమాట. అంటే నిన్న రాత్రి ఇంటికి రానట్లేగా?"

"ఉహు." వెక్కుతూ చెప్పింది.

"కొత్తగా పెళ్ళైంది. ఐనా రాత్రి రాలేదంటే ఆలోచించాల్సిందే. ఆయనకి ఆర్ధికపరమైన బాధలేమైనా ఉన్నాయా?"

"నాకు తెలిసి లేవు."

"మీకు తెలీకుండా?"

"ఆయన నా మేనమామే. ఆయన గురించి నాకు అన్నీ తెలుసు."

"పోనీ అక్రమ సంబంధాలు? అలాంటివి తెలీవుగా."

"ఛీ. లేవు."

"ఆఫీస్ వ్యవహారాల్లో ఏదైనా చిక్కుల్లో ఇరుక్కుని ఉండచ్చా?" మరి కొన్ని బీకర్ల లోని రంగులు కలుపుతూనే అడిగాడు.

"ఊహు. ఆయనకి ఫేన్సీ స్టోర్సు ఉంది. మంచి లాభాల్లో నడుస్తోంది."

"మీది బలవంతపు పెళ్ళా?"

"కాదు."

"మీ ఇద్దరి మధ్య రాత్రి పూట అన్ని విషయాల్లో సౌఖ్యంగానే జరుగుతున్నాయా?"

"అంతా సౌఖ్యంగానే ఉంటోంది." సిగ్గుగా చెప్పింది.

"మీకే కాదు. మీ ఇద్దరి సంగతి నేను అడిగేది."

"ఆహా. మా ఇద్దరికీ అంతా సౌఖ్యంగానే జరుగుతోంది."

"ఎలా తెలుసు?"

"నేను మూలగను కాని మా మామయ్య మూలుగుతాడు."

"మరి. అలాంటి మనిషి కనిపించకుండా ఎందుకు పోయాడు చెప్మా?" ఇంకో రంగు ద్రవం పోస్తే బీకర్‌లోని పదార్థం బుసబుసా పొంగసాగింది. ఆ బీకర్‌లోకి పింక్ రంగు మందుని వంచాడు. వెంటనే బీకర్‌లోని ద్రవంలో ఓ పెద్ద విస్ఫోటం. అది పేలిపోయి రంగంతా సింహం వంటి మీద పడింది.

సింహం వెంటనే తల పంకించి ఓ పుస్తకంలో ఏదో రాసుకుని అడిగాడు.

"నిన్న ఉదయం ఏం జరిగిందో వివరంగా చెప్పండి."

"మా మామయ్యకి సగ్గుబియ్యం పరమాన్నం ఇష్టం. కాబట్టి అది చేద్దామని అనుకున్నాను. రేషన్ షాప్‌కి వెళ్ళి చక్కెర తెస్తానని సంచీతో వెళ్ళారు. గంటైంది. రెండు గంటలైంది. చివరికి రాత్రి దాటింది. రాలేదు." కుమారి మళ్ళీ భోరుమంది.

"ఏడవకమ్మాయ్. ఏదో బలమైన కారణం వల్లే మీ ఆయన తిరిగి ఇంటికి రాలేదు. ఏక్సిడెంట్ జరిగి ఉండచ్చు. సాయంత్రానికి హాస్పిటల్ నించి ఇంటికి కట్లతో రావచ్చు."

"ఉదయం పోలీస్ స్టేషన్‌కి వెళ్ళి రిపోర్టు ఇచ్చాను. గత రెండు రోజుల్లో హైదరాబాద్‌లో ఎలాంటి రోడ్డు ఏక్సిడెంట్లు జరగలేదని ఇన్‌స్పెక్టర్ వాకబు చేసి చెప్పారు." చెప్పింది.

"సరే. ఆయన ఫోటో తెచ్చారా?"

కుమారి ఓ ఫోటోని హేండ్ బేగ్ లోంచి తీసి సింహానికి ఇచ్చింది. దాన్ని చూస్తూ తీవ్రంగా ఆలోచించి అడిగాడు.

"పేకాట అలవాటుందా? లేదా మందు? అందులో పడ్డవాళ్ళు ముప్ఫై ఆరు గంటల దాకా సర్వం మర్చిపోగలరు."

"ఛీ...ఛీ...మా మామయ్యకి అలాంటి దుర్వ్యసనాలు ఏవీ లేవండి."

సింహం మొహంలో అకస్మాత్తుగా చిన్న చిరునవ్వు మొలకెత్తింది. తల పంకించి చెప్పాడు.

"మీరుండేది ఎక్కడ?"

"సీతాఫల్‌మండి."

"సరే. నువ్విక్కడే కూర్చో అమ్మాయ్. మీ ఆయన ఎక్కడున్నా సరే వెదికి తెస్తాను. నా ఫీజు ఐదు వందలమ్మాయ్."

"మా ఆయన దొరకాలే కానీ ఐదు వందలకేం భాగ్యం?" కుమారి కళ్ళనీళ్ళతో చెప్పింది.

సింహం బయటికి వెళ్ళిపోయాడు. సరిగ్గా గంటంపావు తర్వాత ఓ యువకుడితో లోపలికి ప్రవేశించాడు.

"ఈయనేనా మీ ఆయన? ఐ మీన్ మామయ్య?" అడిగాడు.

వెంటనే కుమారి వెనక్కి తిరిగి చూసింది. చేతిలో సంచీతో, పెరిగిన గడ్డంతో, అలసి పోయిన మొహంతో, చెదిరిన జుట్టుతో నిలబడ్డ ఆ వ్యక్తిని చూసి ఒక్క ఉదుటున లేచి పరుగెత్తుకెళ్ళి అతన్ని కౌగిలించుకుని ఏడుస్తూ అడిగింది.

"ఏమిటిది మామయ్యా? నన్ను విడిచిపెట్టి ఎక్కడికెళ్ళావు? సింహంగారు. ఈయన ఎక్కడ దొరికారు?"

"ఇంకెక్కడా? రేషన్ షాపులో, చక్కెర క్యూలో. అప్పటికీ ఇక్కడికి రమ్మంటే లైన్ పోతుందని రానంటాడు."

"ఎంత పని చేసావు కుమారీ! నువ్వు ఇంకొక్క పూటకి ఓపిక పడితే నా వంతు వచ్చేది. మళ్ళీ వెళ్ళి క్యూలో చివర్లో రోజున్నర నిలబడితే కాని రేషన్ కార్డు మీద చక్కెర రాదు." కుమారి మామయ్య జనార్దన్ భోరుమన్నాడు.

"వద్దు. మీ ఇద్దరికీ ఎడబాటు కలిగించే ఆ చేదు చక్కెర మీకొద్దు జనార్దన్. మీ ఆవిడ మీద నీకు ప్రేమ ఉంటే ఇక మీదట నువ్వు బెల్లం సగ్గుబియ్యం పరమాన్నమే తినాలి." సింహం సూచించాడు.

వాళ్ళిద్దరు ఒకరి చేతుల్లో మరొకరు ప్రేమగా ఉండిపోవడం గమనించాక కొద్ది క్షణాల్లో ఇంగ్లీష్ సినిమాల్లో సీన్స్ మొదలవుతాయని సింహం భయపడి వాళ్ళని డిస్టర్బ్ చేస్తూ చెప్పాడు.

"నా ఫీజు ఐదు వందలు."

ఫీజ్ చెల్లించి ఇద్దరూ ఒకరి చేతులు మరొకరు పట్టుకుని వెళ్ళిపోయారు. వాళ్ళలా వెళ్ళగానే అతని అసిస్టెంట్ బ్రహ్మం లోపలకి వచ్చాడు.

"ఏమైంది? వాళ్ళని వెంబడించావా? ఊహ గురించి తెలిసిందా?" సింహం ఆత్రంగా అడిగాడు.

"లేదు."

"ఆఫీసుకి ఇంతాలస్యంగానా రావడం?"

"ఏం చెప్పను బాస్. రాత్రి వాళ్ళతో పాటు బార్‌కి వెళ్ళాను. బీర్ ఓ డజనున్నర పెగ్స్ దాకా తాగాను. ఎప్పుడు ఇంటికి వెళ్ళానో, ఎలా వెళ్ళానో చస్తే గుర్తు రాదే? మెలకువ వచ్చేసరికి ఇంతసేపైంది." బ్రహ్మం చెప్పాడు.

"అఘోరించావులే." సింహం మెత్తగా కోప్పడ్డాడు.

బ్రహ్మం అతని చేతిలో ఓ బిల్ ఉంచాడు.

"ఏమిటిది?" సింహం అడిగాడు.

"బార్ బిల్. ప్రొఫెషనల్ ఎక్స్‌పెండిచర్." బ్రహ్మం చెప్పాడు.

22

కమలాకరం నిర్మించే సినిమాలు సాంకేతికం గాను, దృశ్యపరం గాను ఎంతో ఉన్నతంగా ఉంటాయన్నది చిత్ర పరిశ్రమతో పాటు ప్రేక్షకులు కూడా గుర్తించిన సత్యం. ప్రొడక్షన్ ఖర్చుకి ఎంత మాత్రం వెనకాడని మనిషి.

కాని ఆయన నటీనటులకి కాని, సాంకేతిక నిపుణులకి కాని ఇచ్చే పారితోషికాల విషయంలో ఉన్నతంగా ఉండడు. చెప్పింది ఖచ్చితంగా మాట ప్రకారం ఇచ్చినా ఆ చెప్పేది మాత్రం చాలా తక్కువ మొత్తం.

ఆయన ఓ స్టూడియోలోని సెట్లో జరుగుతున్న షూటింగ్‌కి హాజరయ్యాడా రోజు. ఊహ హీరోయిన్‌గా తీసే చిత్రంలోని కామెడీ సీన్ అది. అందులో ఊహ అవసరం లేదు. ఆయన సెట్లోకి వెళ్ళేసరికి యూనిట్ మెంబర్స్ అంతా ఎవరి పని వాళ్ళు చేసుకు పోతూండడం చూసాడు.

ఒక్క వ్యక్తి తప్ప.

అతను ఓ మూల ఖాళీగా నిలబడి అందర్నీ చూస్తున్నాడు. కమలాకరానికి కోపం వచ్చింది. వెంటనే అతని దగ్గరికి వెళ్ళి కోపంగా చెప్పాడు.

"మనిషివా? గాడిదవా? వాళ్ళని చూసైనా బుద్ధి తెచ్చుకుని పని చేయలేవా?"

"అది కాదు సార్..." అంటూ అతను ఏదో చెప్తూంటే వినిపించుకోకుండా జేబులోంచి పాతిక రూపాయలు తీసి అతని చేతిలో ఉంచి చెప్పాడు.

"ఇంద సగం రోజు కూలీ. ఇక బయటకి నడు. ఇంక నీ మొహం చూపించకు. నీలాంటి బడుద్దాయిల వల్ల మిగతా వాళ్ళు కూడా చెడిపోతారు."

అతను వెంటనే తల వంచుకుని బయటికి వెళ్ళిపోయాడు. ఆయన అరుపులు విన్న ప్రొడక్షన్ మేనేజర్ పరుగెత్తుకు వచ్చాడు.

"ఏమిటి సార్? ఏమైంది?" అడిగాడు.

"ఆ వెళ్ళే వెధవని ఇంక పనిలో పెట్టుకోకండి. ఇంతకీ అతను ఏ డిపార్ట్‌మెంట్‌లో పని చేసేది?" కమలాకరం అడిగాడు.

"అబ్బే. అతను మన యూనిట్ మెంబర్ కాదు సార్. షూటింగ్ చూడడానికి వచ్చిన విజిటర్." అతన్ని చూసి ప్రొడక్షన్ మేనేజర్ చెప్పాడు.

"అలాగా. సరే సీన్ పేపర్ ఏది?" అడిగాడు.

ఆయన సీన్ పేపర్ చదువుతూండగా ముగ్గురు వచ్చి పారితోషికం అడిగారు.

"షూటింగ్ అయ్యాక రేపు సాయంత్రం పే చేస్తాను." చెప్పాడాయన.

ఎవరికి వారు తమకున్న ఇబ్బందులు చెప్పినా ఆయన ముందుగా ఇవ్వడానికి వప్పుకోలేదు.

నాలుగో వ్యక్తి వచ్చి ఆయన్ని పలకరించాడు. అతను కంపెనీ మేకప్ అసిస్టెంట్. అతని నోట్లో ఓ టూత్ పిక్ ఉంది.

"ఏమిటి?" కమలాకరం అడిగాడు.

"నాకు అర్జెంటుగా ఓ ఏభై రూపాయలు కావాలి సర్." అతను చెప్పాడు.

"దేనికో అంత అర్జెంట్?"

"మూడు రోజులుగా భోజనం లేదు సార్. హోటల్‌లో అన్నం తినడానికి."

"అబద్ధం ఆడినా అతికినట్లుండాలయ్యా. నిజంగా నువ్వు ఆకలి మీద ఉంటే నోట్లో ఆ టూత్ పిక్ ఎందుకుంది?" కమలాకరం నవ్వుతూ అడిగాడు.

"మీకు తెలీందేముంది సార్! సినిమా ఇండస్ట్రీలో బయటికి దర్జాగా కనిపించడం ముఖ్యం. చూసేవాళ్ళు నాకు అన్నం తినడానికి డబ్బు లేదని అనుకోకూడదని టూత్ పిక్‌ని నోట్లో ఉంచుకున్నాను. కాని భోజనం చేసి కాదు సార్. కనీసం ఓ పాతికైనా ఇవ్వమని ప్రొడక్షన్ మేనేజర్‌కి చెప్పండి" ఆ మేకప్ అసిస్టెంట్ బతిమాలాడు.

"సార్. మీకు ఫోన్ వచ్చింది." స్టూడియో కుర్రాడు వచ్చి చెప్పాడు.

కమలాకరం వెంటనే లేచి సెట్లోంచి బయటికి టెలిఫోన్ దగ్గరికి వెళ్ళాడు.

"హలో. ఎవరు?" అడిగాడు.

"కిడ్నాపర్‌ని." అవతల నించి నోట్లో పది పైసల బిళ్ళ ఉంచుకున్న రోహిత్ చెప్పాడు.

"ఏమిటి?"

"ఏమిటేమిటి? డబ్బు."

"ఊహ ఊటీలో కన్నడ షూటింగ్‌కి వెళ్ళింది అని నాకు తెలిసింది." కమలాకరం అబద్ధం చెప్పాడు.

వెంటనే రోహిత్ ఊహకి సౌంజ్ఞ చేసాడు. రోహిత్ చేతిలోని రిసీవర్‌ని అందుకుని ఊహ ఎంతో నీరసంగా, బాధగా చెప్పింది.

"డేడీ! వీళ్ళ చేతుల్లో చిక్కుకున్నాను నేను."

"ఎక్కడున్నావమ్మాయ్?" కమలాకరం కంగారుగా, ఆదుర్దాగా అడిగాడు.

"ఓ పాడుబడ్డ బంగ్లాలో నన్ను బంధించారు. వీళ్ళడిగిన డబ్బు ఇచ్చేయండి డేడీ. లేకపోతే నన్ను చంపేస్తారట..."

"నీకేం భయం లేదు..."

"నే చెప్పేది వినండి డేడీ. వీళ్ళని పోలీసులు పట్టించడానికి ప్రయత్నించారటగా. అందుకని నా బుగ్గ మీద వాత పెడతామని అట్లకాడ కాల్చి తెచ్చారు. వద్దని చెప్పు డేడీ."

"అమ్మో! బుగ్గ మీదే? ఫోన్ ఆ వెధవకి ఇవ్వు."

ఊహ చిన్నగా నవ్వి రిసీవర్ని రోహిత్‌కి అందించింది. రోహిత్ చెప్పాడు.

"నువ్వు చేసిన ద్రోహానికి మేం కటకటాల్లో ఉండేవాళ్ళం. ఛాయిస్ నీది. కుడి బుగ్గ మీద పెట్టనా లేక ఎడం బుగ్గ మీదా?"

"ఒద్దొద్దు. అంత పని చెయ్యొద్దు. అందమైన ఊహ మొహం మీద సినిమా పూర్తయ్యే దాకా మచ్చ పెట్టొద్దు." కమలాకరం కంగారుగా చెప్పాడు.

"మేం టాప్ క్రిమినల్స్‌మి. చెప్పింది చేస్తాం. చేసింది చెప్తాం. త్వరగా నీ ఛాయిస్ ఏమిటో తేల్చు."

"నా ఛాయిస్ ఏమీ లేదు. మీకు డబ్బు..."

"అది తర్వాత. కుడి బుగ్గని ఖాయం చేసాను."

"వద్దు...వద్దు...డేడీ! వద్దని చెప్పండి డేడీ." ఊహ గట్టిగా అరిచింది.

"ఇడియట్. వద్దు" కమలాకరం అరిచాడు.

"తప్పదు కమలాకరం. నువ్వు మోసం చేసి మమ్మల్ని పోలీసులకి పట్టించాలని అనుకున్నావు. అందుకు తగిన శాస్తి చేసి తీరతాం. త్వరగా చెప్పు. ఎక్కడ?"

"ఏ బుగ్గ మీదా వద్దు. కుడి అరికాలు కింద."

"సరే. ఈ సారికి నీ మాట వింటున్నాను. ఇంకో సారి వినేది లేదు."

ఊహ కెవ్వున అరిచిన అరుపు ఎంతో హృదయ విదారకంగా వినపడింది. కొద్ది క్షణాల తర్వాత రోహిత్ కంఠం మళ్ళీ వినపడింది.

"పెట్టేసాను. వాత పెట్టేసాను."

"ఎక్కడ?" కమలాకరం ఆదుర్దాగా అడిగాడు.

"నువ్వు చెప్పిన చోటే."

"ఆనందం. డబ్బు ఎప్పుడు ఇవ్వాలి? ఎలా ఇవ్వాలి?" కమలాకరం అడిగాడు.

ఆయనకి అప్పటికే ముచ్చెమటలు పోసాయి.

"చెప్తా. అది మళ్ళీ చెప్తా."

"ఓసారి ఊహతో మాట్లాడతాను."

"నీకు ఎవరైనా, ఎప్పుడైనా అరికాలి మీద వాత పెట్టారా?"

"లేదు."

"ఓసారి పెట్టించి చూసుకో. తర్వాత గంట దాకా మాట్లాడలేవని నీకే తెలుస్తుంది."

రోహిత్ ఫోన్ పెట్టేసాడు. రోహిత్, పాణి, ఊహ ఒకరి వంక మరొకరు చూసుకుని చిన్నగా నవ్వుకున్నారు. తర్వాత ఎదురుగా ఉన్న ఏర్‌కండిషన్డ్ రెస్టారెంట్‌లోకి లంచ్‌కి నడిచారు.

రెస్టారెంట్‌లోకి వెళ్తున్న వాళ్ళ మధ్య ఉన్న ఊహని చూసిన కానిస్టేబుల్ వెంకటస్వామి తన జేబులోంచి ఓ ఫోటోని తీసి చూసి చూసాడు. వెంటనే చిన్నగా తల పంకించాడు.

23

పోలీస్ ఇన్‌స్పెక్టర్ చలపతి దగ్గరికి ఇద్దరు పోలీసులు ఓ దొంగని తీసుకు వచ్చారు. ఆ దొంగ కళ్ళ నించి నీళ్ళు కారుతున్నాయి.

"వీడు దొంగ సార్. లారీనాపి దొంగతనం చేస్తుంటే చూసి పట్టుకున్నాం." ఓ కానిస్టేబుల్ చెప్పాడు.

"కొట్టకుండానే ఏడుపా?" చలపతి ఆ దొంగ వంక గద్దింపుగా చూస్తూ అడిగాడు.

"ఏడవడం లేదు సార్. దొంగిలించింది ఉల్లిపాయలు బస్తాలు." రెండో కానిస్టేబుల్ చెప్పాడు.

"లోపల వెయ్యండి. తర్వాత చూద్దాం." చలపతి చెప్పాడు.

చలపతి టేబిల్ మీది టెలిఫోన్ మోగింది. రిసీవర్ అందుకుని చెప్పాడు.

"సి.ఐ. చలపతి హియర్."

"నమస్తే కమలాకరాన్ని."

"హలో. నమస్తే సార్. ఆ కిడ్నాపర్ వివరాలు ఇంకా తెలీలేదు. మా స్టాఫ్ మొత్తం ఆ పని మీదే తిరుగుతున్నారు. ఇరవై నాలుగ్గంటల్లోగా..."

"వద్దు. కిడ్నాపర్‌ని పట్టుకోవద్దు. అది చెప్పడానికే ఫోన్ చేసాను." కమలాకరం అర్థించాడు.

"అదేం?"

"మీకు ఇచ్చిన రిపోర్ట్‌ని విత్‌డ్రా చేసుకుంటున్నాను కనక."

"అదేం మళ్ళీ?"

"ఆ విషయాలు తర్వాత. మీకెందుకు? ఇక మీరు ఈ కేసు విషయం మరిచిపోండి."

"వాళ్ళేమైనా మళ్ళీ బెదిరించారా?"

"ఇందాకే కుడి కాలి కింద వాత పెట్టాడా దుర్మార్గుడు. ఈ కేసు విషయం ఇక మర్చిపోండి."

"మీరెలా అంటే అలానే." చలపతి చెప్పాడు.

"సరే. నేనిలా అన్నా. మీరూ అలా చెయ్యండి."

అవతలి వైపు ఫోన్ లైన్ కట్టయింది. చలపతి కూడా ఫోన్ పెట్టేస్తూండగా పోలీస్ వెంకటస్వామి లోపలికి వచ్చాడు. అతని మొహం వెలిగిపోతోంది.

"సార్! ఫోటోలో ఉన్న ఊహ కనపడింది సార్." చెప్పాడు.

"ఎక్కడ?" చలపతి అడిగాడు.

"రండి సార్! హోటల్లో మన పాణి, రోహిత్‌ల పక్కన కూర్చుని భోజనం చేస్తోంది." వెంకటస్వామి చెప్పాడు.

"పాణి, రోహిత్‌ల పక్కన కూర్చునా?" చలపతి ఆశ్చర్యపోయాడు.

"నా కళ్ళారా చూసి పరిగెత్తుకొచ్చాను సార్. అన్నం తింటున్న వాళ్ళని, పెళ్ళి చేసుకుంటున్న వాళ్ళని అరెస్ట్ చెయ్యలేం కదా సార్."

"చావు కర్మలు చేసే వారిని కూడా. కమలాకరం ఇప్పుడే ఫోన్ చేసి ఈ కేసు విత్‌డ్రా చేసుకుంటున్నాని చెప్పాడు. పాపం. ఊహ కుడి కాలి కింద పనిష్మెంట్‌గా వాత కూడా పెట్టారు."

"ఆలస్యం చేస్తే వాళ్ళు వెళ్ళిపోవచ్చు. మజ్జిగన్నానికి వచ్చేసి ఉంటారు సార్."

చలపతి, పోలీస్ కానిస్టేబుల్ వెంకటస్వామి వెంటనే ఆ హోటల్‌కి బయలుదేరారు. దూరం నించే చలపతి ఊహని చూసాడు. తన జేబులోని ఫోటోని తీసి చూసాడు. సరిగ్గా కలర్ ఫోటోలోని ఆ అమ్మాయి మొహంలాగే అనిపించింది. ఇద్దరూ వాళ్ళ దగ్గరికి వెళ్ళారు.

"నీ పేరు ఊహ కదమ్మాయ్?" చలపతి అడిగాడు.

చలపతిని చూడగానే పాణి, రోహిత్‌ల పై ప్రాణాలు పైనే పోయాయి. ఊహ మాత్రం భయపడలేదు. కంట్రోల్ తప్పలేదు. చలపతి వంక చూసి ఇంగ్లీష్‌లో అడిగింది.

"వాట్ డిడ్ యూ సే?"

"వాటీజ్ యువర్ నేమ్?" చలపతి ప్రశ్నించాడు.

"అఖిలేశ్వరి." ఊహ సమాధానం చెప్పింది.

"ఊహ కాదా? నిన్నెవరూ కిడ్నాప్ చేయలేదా?" పోలీస్ వెంకటస్వామి అడిగాడు.

"కిడ్నాపా? నన్నా? నా పేరు ఊహా?" పకపక నవ్వి ఇంగ్లీష్‌లోనే చెప్పింది.

"కాదు."

"నీకు తెలుగు రాదా?" చలపతి అడిగాడు.

"రాదు. నా మాతృభాష కొంకిణి. కావాలంటే నా ఫ్రెండ్ పాణిని అడగండి."

"అవునవును." తేరుకున్న పాణి చెప్పాడు.

ఊహ పాణితో ఓ వింత భాషలో మాట్లాడింది. బదులుగా పాణి కూడా అలాంటి శబ్దాలు వచ్చేలా అదే విధంగా మాట్లాడాడు.

"ఎక్కడో పొరపాటు జరిగింది. ఈమె అఖిలాండేశ్వరి." పాణి చెప్పాడు.

"అఖిలేశ్వరి." రోహిత్ కరెక్ట్ చేసాడు.

"కాని పోలికలు అచ్చు గుద్దినట్లుగా ఉన్నాయే." చలపతి అనుమానంగా అడిగాడు.

ముగ్గురూ చలపతి ధోరణిని గమనించి తమని పోలీస్ స్టేషన్‌కి తీసుకెళ్ళడం ఖాయం అనుకున్నారు. చలపతి ఆ మాటే అన్నాడు.

"సోంప్ తిని ముగ్గురూ ఓసారి స్టేషన్‌కి రండి."

"అలాగే కాని మాకు కాస్తంత అర్జెంట్ పనుంది. సాయంత్రం రామా?" రోహిత్ అడిగాడు.

"షెర్లాక్ హోమ్స్‌లా ఆలోచించండి ఇన్‌స్పెక్టర్. కిడ్నాప్ చేయబడితే నేను ఇలా బాహాటంగా ఓ రెస్టారెంట్‌కి వచ్చి భోజనం చేయలేనుగా?" ఊహ ఇంగ్లీష్‌లో చెప్పింది.

"నిజానిజాలు తేల్చడానికే పోలీస్‌స్టేషన్ ఉంది. రండి." చలపతి గద్దించాడు.

ముగ్గురూ ఒకరి మొహాల వంక మరొకరు నిస్సహాయంగా చూసుకున్నారు. నెమ్మదిగా లేచి నిలబడ్డారు.

పోలీస్ వెంకటస్వామి చలపతితో చెప్పాడు.

"సర్. ఆ అమ్మాయి కుడి కాలి కింద కిడ్నాపర్ వాత పెట్టారని ఇందాక మీరు అన్నారు. అది చూస్తే ఈ అమ్మాయి ఊహో, అఖిలేశ్వరో తెలుస్తుంది కదా సార్."

"కరక్టే! చూడు." చెప్పాడు చలపతి.

"మీ కుడి కాలు చూపించండి." వెంకటస్వామి ఊహతో తెలుగులో చెప్పాడు.

"వాట్ ఈజ్ కుడి కాలు?" ఊహ అడిగింది.

పాణి కొంకణి భాషలో ఏదో చెప్పాడు. వెంటనే తన అరిపాదాలు రెండింటిని చూపించింది.

"వాత కాదు కదా. ముల్లు గుచ్చుకున్న ఛాయలు కూడా లేవు సార్. ఈమె అఖిలేశ్వరే. అదీకాక వీళ్ళిద్దరూ ఒక్క మందు కొట్టినప్పుడు తప్ప మిగతా సమయాల్లో మంచివాళ్ళే సార్." పోలీసు వెంకటస్వామి చెప్పాడు.

"కరెక్ట్ సార్! చక్కగా అబద్ధాలాడటం చేతకాని వాళ్ళు నిజం చెప్పడమే బెటర్ కదా సార్. అందుకని నిజమే చెప్పాం." రోహిత్ చెప్పాడు.

చలపతి చిన్నగా తల పంకించి చెప్పాడు.

"ఎస్! మీరు అఖిలేశ్వరే. సారీ టు బాదర్ యు."

"ఇట్సాల్‌రైట్." ఊహ చెప్పింది.

చలపతి, వెంకటస్వామి వెళ్ళిపోయారు. పాణి గట్టిగా శ్వాస వదిలి గుండెల మీద చేతులు వేసుకుని చెప్పాడు.

"పోలీసు వెంకటస్వామి మనల్ని రక్షించాడు."

"మనం ఇలా బయట తిరగడం తప్పు. బుద్ధొచ్చింది." రోహిత్ చెప్పాడు.

ఊహ వాళ్ళిద్దరి వంక చూసి ఇందాకటిలా కొంకణి భాషలో మాట్లాడింది.

"క్షణంలో ప్రమాదం తప్పిందని చెప్తోంది." పాణి రోహిత్‌కి చెప్పాడు.

బదులుగా అంతా గట్టిగా నవ్వారు.

ఐతే వాళ్ళు ఊహించిన్లుగా ఇన్‌స్పెక్టర్ చలపతి వాళ్ళ మాటలని నమ్మలేదు. బొగ్గు గనుల్లో పని చేసే వారికి ఎలా క్షయవ్యాధి వస్తుందో అలాగే పోలీసు ఉద్యోగం చేసే వాళ్ళకి అనుమానం అనే జబ్బు అంటుకుంటుంది. చలపతి కేషియర్ దగ్గరున్న ఫోన్ అందుకుని కమలాకరానికి ఫోన్ చేసి ఊహలా ఉన్న కొంకణి స్త్రీ గురించి చెప్పాడు.

"ఆ అమ్మాయి అరిపాదానికి గాయం ఉందో లేదో చూసారా?" కమలాకరం అవతల నించి అడిగాడు.

"చూసాను! లేదు."

"ఐతే ఆ అమ్మాయి ఊహ కాకపోవచ్చు. ఊహే అయితే కొంకణి స్త్రీలా నటించి ఉండేది కాదు."

"ఇందులో ఏదైనా తిరకాసు ఉండచ్చు. ఇలా అచ్చు గుద్దినట్లుగా మనిషిని పోలిన మనిషి ఉంటారా?" చలపతి అడిగాడు.

"ఎందుకుండరు? ఇద్దరు మిత్రులు సినిమా చూసారా?" కమలాకరం అడిగాడు.

"లేదు."

"రాముడు-భీముడు?"

"చూసాను."

"అందులో ఇద్దరు ఎన్. టి. రామారావులు అచ్చు గుద్దినట్లుగా లేరు? అఖిలేశ్వరి ఊహలానే ఉంది కాబట్టి ఆమెని నా సినిమాలో బుక్ చేసుకుంటాను. ఆ అమ్మాయిని నా దగ్గరికి తీసుకురాగలరా?" కమలాకరం అడిగాడు.

"ఓ ఎస్! అలాగే తెస్తాను."

చలపతి ఫోన్ పెట్టేసి రెస్టారెంట్‌లోకి వెళ్ళాడు.

మళ్ళీ వచ్చే ఇన్‌స్పెక్టర్ చలపతిని చూసిన వాళ్ళ గుండెలు గతుక్కుమన్నాయి.

"ఏమిటి? మీ అనుమానం తీరలేదా?" రోహిత్ అడిగాడు.

"తీరింది. 'గంగ-మంగ' సినిమాలోలా మనుషుల్ని పోలిన మనుషులు ఉండటం సహజమేగా." చలపతి చెప్పాడు.

"ఇంకేమిటి?" రోహిత్ అడిగాడు.

"మీరు అఖిలేశ్వరితో ఓసారి నాతో రావాలని చెప్పండి."

"ఎక్కడికి?" రోహిత్, పాణి ఒక్కసారే అడిగారు.

"కమలాకరం ఇంటికి."

"అక్కడికి దేనికి?" రోహిత్ అడిగాడు.

"ఆయన తీసే సినిమాలో నటించే ఊహ అచ్చం ఈ అమ్మాయిలానే ఉంటుంది. ఆ అమ్మాయి ప్లేస్‌లో నటిస్తుందేమో కనుక్కోవాలని."

"నో. నో. నో. నో. అఖిలేశ్వరికి తెలుగు రాదు." పాణి చెప్పాడు.

"డబ్బింగ్ వేరే వాళ్ళు చెప్తారు." పోలీస్ వెంకటస్వామి వెంటనే చెప్పాడు.

"ఈమెకి నటన కూడా రాదు." పాణి చెప్పాడు.

"సినిమా హీరోయిన్స్‌కి నటన అవసరం లేదు. ఇలా అందంగా కనిపిస్తే చాలు." పోలీస్ వెంకటస్వామి చెప్పాడు.

"అఖిలేశ్వరి మీరనుకున్నంత అందగత్తె కాదు."

"అది తెలుస్తూనే ఉంది. మేకప్ చేసేవాళ్ళ దగ్గర పేడ్‌లని కొన్ని ఉంటాయి. అవి సరైన చోట్లలో ఉపయోగిస్తే అందంగానే కాదు. సెక్సీగా కూడా కనపడతారు." పోలీస్ వెంకటస్వామి నవ్వి చెప్పాడు.

"అసలు ఏమంటుందో మీరే అడిగి చూడండి." చలపతి కోరాడు.

కొంకణి భాషలో పాణి మధ్యలో కమలాకరం, చలపతి, హీరోయిన్ పదాలు ఉపయోగిస్తూ అడిగాడు. వెంటనే ఊహ మొహం విప్పారింది.

"ఎస్. ఎస్. ఎస్. ఎస్." చెప్పింది.

"ఎస్టట." రోహిత్ చెప్పాడు.

ఊహ మళ్ళీ ఆ వింత భాషలో ఏదో చెప్పింది. అది విన్న పాణి చెప్పాడు.

"కమలాకరాన్ని సాయంత్రం ఆరున్నరకి వాళ్ళింట్లో కలుస్తుందట. వాళ్ళ చెల్లెలికి ఐస్‌క్రీం హోంపేక్ కొన్నదట. ఇంటికెళ్ళకుండా ఆలస్యం చేస్తే అది కరిగిపోతుందని చెప్పమంటోంది."

"సరే." చలపతి చెప్పాడు.

"ఆ ముక్కుకి కొద్దిగా ప్లాస్టిక్ సర్జరీ చేయిస్తే అచ్చం సినిమా స్టార్‌లా ఉంటుంది." పోలీస్ వెంకటస్వామి చెప్పాడు.

వెనక్కి తిరిగిన ఇన్‌స్పెక్టర్ చలపతిని ఊహ ఇంగ్లీష్‌లో అడిగింది.

"మీ డేట్ ఆఫ్ బర్త్ ఎంత?"

"ఏప్రిల్ రెండు. ఏం?" చలపతి అడిగాడు.

"ఏం లేదు."

వాళ్ళు వెళ్ళాక కొంకణీలో పాణి, రోహిత్‌లతో చెప్పింది.

"మాకు అర్థం కాలేదు." పాణి చెప్పాడు.

"ఆ చలపతి నేననుకున్న దాని కన్నా ఓ రోజు ఆలస్యంగా పుట్టాడు." చెప్పింది.

నవ్వుకుంటూ లేచి బయటకి వెళ్తున్న ఆ ముగ్గురూ తమని ఎవరో గమనిస్తూండడం గమనించలేదు.

అలా వెంబడించే ఆ వ్యక్తి అసిస్టెంట్ బ్రహ్మం. అతను పాణి, రోహిత్‌లని వెంబడిస్తూండడంతో వాళ్ళు ఇందాక ఎవరికో ఫోన్ చేసి ఏదో మాట్లాడడం చూసాడు. ఎవరితో మాట్లాడారో, ఏం మాట్లాడారో వినపడి ఉంటే కమలాకరానికి ఫోన్ చేసారని తెలిసిపోయేది. వాళ్ళని అనుసరిస్తూ ఆ రెస్టారెంట్‌కి వచ్చాడు. ఊహ తను అఖిలేశ్వరిగా, తన భాష కొంకిణిగా నటించడాన్ని గుర్తించాడు.

ఈ కిడ్నాపింగ్ వ్యవహారంలో ఊహ కూడా రోహిత్, పాణిలతో చేతులు కలిపిందన్న సంగతి అర్థం అవగానే వాళ్ళ స్థావరం ఎక్కడో తెలుసుకోవాలని అనుకున్నాడు. మళ్ళీ వాళ్ళని వెంబడించసాగాడు.

"ఇంటికెళ్తే బోర్ కొడుతుంది. ఎక్కడికి వెళదాం?" ఊహ అడిగింది.

"మనం అందరికీ కనపడేలా ఇలా పబ్లిక్‌గా తిరగడం మంచిది కాదు. పోలీసులు నీ కోసం వెదుకుతున్నారు." రోహిత్ గుర్తు చేసాడు.

"అవును. తప్పదు కాబట్టి ఇంటికే వెళదాం." పాణి కూడా చెప్పాడు.

"కావాలంటే చదువుకోడానికి నవలలు కొని తెస్తాం" చెప్పాడు రోహిత్.

ముగ్గురూ ఆటో ఎక్కి ఇంటి దారి పట్టారు. కొంతదూరం వెళ్ళాక పాణి చెప్పాడు.

"దారిలోనేగా హాస్పిటల్. ఓసారి మా అమ్మని చూసి వెళదాం."

ఆటోని హాస్పిటల్ ఆవరణలో ఆపించి ముగ్గురూ లోపలికి వెళ్ళారు. ఎప్పటిలాగే ఆవిడ ఇంటెన్సివ్ కేర్ యూనిట్‌లో కోమాలో ఉంది. నోట్లోంచి, ముక్కులోంచి గొట్టాలతో వున్న తల్లిని చూస్తే పాణి కళ్ళు చెమర్చాయి. ఆవిడ్ని ఆ స్థితిలో చూసిన ఊహ చెప్పింది.

"మీరే పరిస్థితిలో నన్ను కిడ్నాప్ చేసారో ఇప్పుడు నాకు అర్థమైంది. ఆ డబ్బు తిరిగి కమలాకరానికి ఇవ్వాలన్న మీ ఆలోచన విరమించుకోవచ్చు పాణీ. ఆయన దగ్గర అంత నీతివంతంగా ఉండక్కరలేదని నాకు అనిపిస్తోంది."

పాణి ఏం కామెంట్ చేయలేదు. ముగ్గురూ మళ్ళీ ఆటో ఎక్కి బయలు దేరారు. వాళ్ళ ఆటోని బ్రహ్మం లూనా అనుసరిస్తూనే ఉంది.

"ఇటైతే చుట్టూ అవుతుంది. అటు పోనీ." ఓ రోడ్డు వంక చూపిస్తూ పాణి చెప్పాడు.

"అటు ఒన్ వే ట్రాఫిక్. పోలీసులు పట్టుకుంటారు." ఆటో డ్రయివర్ అభ్యంతరం చెప్పాడు.

"పోలీసులంతా మా బాబాయిలే కాని పోనీ చెప్తా." రోహిత్ చెప్పాడు.

"చలానా చేస్తే మీరే ఫైన్ కట్టాలి." ఆటో డ్రయివర్ గొణుక్కుంటూ చెప్పాడు.

"అలాగే కాని పద."

ఒన్-వే-ట్రాఫిక్ రోడ్‌లో వెళ్తున్న ఆటోని తెల్లటి యూనిఫాంలో ఉన్న ఓ ట్రాఫిక్ కానిస్టేబుల్ ఆపాడు. పాణి తల బయటికి పెట్టి చెప్పాడు.

"నేనే. చలపతి గారి దగ్గరికి వెళ్తున్నాం."

పాణిని గుర్తు పట్టిన అతను వెంటనే ఆటో డ్రయివర్‌తో వెళ్ళచ్చని చెప్పాడు.

వాళ్ళని అనుసరిస్తున్న లూనాని ఆపాడు. ఆ కానిస్టేబుల్ బ్రహ్మంతో గద్దిస్తూ చెప్పాడు.

"ఇది ఒన్-వే-ట్రాఫిక్ అని తెలీదా? చలాన్ తీసుకో. ఫైన్ కట్టు."

"మరి ఆ ఆటో డ్రయివర్ దగ్గర్నించి ఫైన్ వసూలు చేయలేదే?" బ్రహ్మం అడిగాడు.

"ఆయనకి ఇన్‌స్పెక్టర్ చలపతి బాగా క్లోజ్. అలా నీకు ఎవరైనా క్లోజా?"

"నేను ప్రైవేట్ డిటెక్టివ్‌ని."

"ఐతే డబల్ ఫైన్ కట్టు."

బ్రహ్మం ఫైన్ చెల్లించి ముందుకి వెళ్ళాడు. కాని అతనికి తను నోట్ చేసుకున్న నంబరు గల ఆ ఆటో ఎక్కడా కనపడలేదు. ముందుకి వెళ్ళాక మరో ట్రాఫిక్ కానిస్టేబుల్ ఆపాడు. తను కట్టిన రసీదు చూపించి ఇంకాస్త ముందుకెళ్తే ఆ రోడ్డు రెండుగా చీలింది. ఆ ఆటో కుడి వైపు వెళ్ళిందో లేదా ఎడం వైపు వెళ్ళిందో బ్రహ్మానికి అర్థం కాలేదు. ఎడం వేపు వెళ్ళాడు. ఎంత దూరం వెళ్ళినా ఆ ఆటో అతనికి కనపడ లేదు.

తను కనుగొన్న 'ఎక్సయిటింగ్ న్యూస్'ని తన గురువు డిటెక్టివ్ సింహానికి తెలియ చేయడానికి వెనక్కి తిరిగాడు.

24

ప్రైవేట్ డిటెక్టివ్ సింహం ఆ రోజు దినపత్రికలో వచ్చిన 'క్రైం కార్నర్' లోని న్యూస్ ఐటమ్స్ అన్నీ చదివాడు. వాటిలో కొన్ని నోట్ చేసుకున్నాడు. ఒకటి నగర శివార్లలో జరిగిన దొంగతనం. ఎక్సైజ్ ఆఫీసులో పని చేసే 'బృందావనం' అనే యువతి ఇంట్లో బందిపోటు దొంగలు పడి నగలు, నగదు దోచుకు వెళ్ళారు.

సింహం టెలిఫోన్ డైరెక్టరీ తిరగేసి ఎక్సైజ్ ఆఫీస్‌కి ఫోన్ చేసి బృందావనాన్ని ట్రేస్ చేసాడు. ఆమె ఫోన్లోకి వచ్చాక చెప్పాడు.

"ఇవాళ ఉదయం పేపర్లో మీకు జరిగిన విపత్తు గురించి చదివాను. మై సింపతీస్ టు యు. పోతే నేను ప్రైవేట్ డిటెక్టివ్‌ని. పేరు సింహం. పోలీసుల్ని నమ్మి కూర్చోకుండా డిటెక్టివ్‌ని నియమించాలనే ఉద్దేశం మీకుంటే నేను రెడీ. ఫీజు అదీ మాట్లాడుకున్నాక..."

"పోయినవన్నీ గిల్టు నగలు. ఘనంగా ఉంటుందని ఆ సంగతి ఎవరికీ చెప్పలేదు. మా పక్కింటి వాళ్ళు నేను బాగా రిచ్ అనుకుంటున్నారు. పోలీసులు బంగారు నగలు పట్టి తెచ్చినా తేగల సమర్థులు కూడా." నవ్వింది.

"మరి నగదు కూడా పోయిందిగా?" సింహం అడిగాడు.

"ఏభై ఆరు రూపాయల ముప్పావలా పోయింది."

అతను ఫోన్‌లో మాట్లాడుతూండగా నీలాంబరి అతని గదిలోకి వచ్చింది. ఆమె మొహం విచారంగా, సీరియస్‌గా ఉంది.

"నా భర్త మొదటి పెళ్ళి గురించి తెలుసుకున్నారా?" అడిగింది.

ఆమె కూర్చున్నాక ఆమె గతంలో తనకి ఇచ్చిన శుభలేఖని తీసి ఆమెకి ఇచ్చి నవ్వుతూ చెప్పాడు.

"మీరు అనుకున్నంత ఘోరం ఏమీ జరగలేదు. మీ ఆయన మీ పెళ్ళికి ముందు ఎవర్నీ వివాహం చేసుకోలేదు."

"మరి ఆ శుభలేఖ ఏమిటి?"

"మీ ఆయన బ్రహ్మచారిగా ఉన్నప్పుడు వంట తనే చేసుకునేవారు. అప్పట్లో రేషన్‌లో బియ్యం, చక్కెర లాంటివి కొనేవారు. వాళ్ళిచ్చేవి సరిపోక తనకి పెళ్ళైందని, రేషన్ పెంచమని అప్లికేషన్ పెట్టుకున్నారు. అయితే రేషన్ ఆఫీసర్ అందుకు తగ్గ ఋజువు చూపించమంటే ఈ దొంగ శుభలేఖని అచ్చు వేసి రేషన్ అధికారికి ప్రొడ్యూస్ చేసారు. ఒకటి, రెండు వేయమంటే వేయరు కాబట్టి ఏకంగా ఏభై కార్డులు వేయించారు."

"అంతేనంటారా?" సంతోషంగా అడిగింది.

"అంతే అంటాను. మీ ఆయన నెల్లో సగం రోజులు కేంప్‌కి వెళ్ళడం నిజమే తప్ప ఇంకో పెళ్ళాం దగ్గరికి వెళ్ళడంలో ఎలాంటి నిజం లేదు."

"మరి ఆ శుభలేఖలో మా ఆడపడుచు కూతురు పేరు ఉంది?"

"సింపిల్. ఏదో ఓ పేరు పెట్టాలి. కాబట్టి తనకి తెలిసిన, వరసైన అమ్మాయి పేరు పెట్టారంతే. మీరు అనుకున్న ఘోరమేమీ జరగలేదు అని నా పరిశోధనలో తేలింది."

నీలాంబరి మొహం పూర్తిగా వికసించింది. హాయిగా నవ్వి చెప్పింది.

"చాలా థాంక్సండి. నాకు కడుపుకి సరిగ్గా తిండి, కంటికి నిద్ర లేదంటే నమ్మండి. ఇప్పుడు కొండంత బలం వచ్చినట్లైంది."

"బేలన్స్ ఫీజు చెల్లించి ఆ బలంతో వెళ్ళండి." సింహం చెప్పాడు.

నీలాంబరికి ఎదురు పడ్డ అసిస్టెంట్ బ్రహ్మం తన బాస్ దగ్గరికి వచ్చి చెప్పాడు.

"బాస్. మొత్తం కూపీ లాగేసాను. ఊహని ఎవరూ కిడ్నాప్ చేయలేదు. వాళ్ళు ముగ్గురూ కలిసి ఈ నాటకం ఆడుతున్నారు."

"ఎవరా ముగ్గురు?" సింహం అడిగాడు.

"ఇంకెవరు? పాణి, రోహిత్, ఊహలే. నేను వాళ్ళని వెంబడించాను..."

తను చూసింది మొత్తం వివరించాడు. మొత్తం విన్న సింహం తల పంకించాడు.

"చలపతికి ఈ విషయం చెప్పి వాళ్ళ ముగ్గుర్నీ అక్కడికక్కడే ఎందుకు అరెస్ట్ చేయించలేదు?" సింహం అడిగాడు.

"రెండు కారణాలు బాస్. ఒకటి, అపరాధ పరిశోధన చేసి కనిపెట్టిన ఈ విషయం తాలూకు క్రెడిట్ చలపాయ్‌కి పోతుంది. మనం కనుక్కుని కమలాకరానికి చెప్పి, ఆయన ద్వారా వాళ్ళని పట్టిస్తే మన ఫీజ్ మనకి ఇస్తాడు. రెండు, వాళ్ళని వెంబడించి వాళ్ళ స్థావరాన్ని కూడా కనిపెట్టాలి అనుకోవడం వల్ల."

"ఎక్కడుందది?"

"తెలీలేదు..." అతను ఒన్-వే-ట్రాఫిక్‌లో వెళ్తూండగా జరిగిన ప్రహసనం చెప్పాడు.

"బేడ్‌లక్." సింహం చెప్పాడు.

"కమలాకరాన్ని మళ్ళీ వాళ్ళు డబ్బు ఇవ్వమని బెదిరిస్తారు. ఆయన మరింత భయపడతాడు. అప్పుడు మనం డబ్బు తీసుకుంటున్న ఆ ఇద్దర్నీ పట్టుకుని నిజం బయటపెడదాం. 'అయిదు లక్షలు పోయాయి' అని కమలాకరం నిస్సహాయంగా ఫీలయ్యాక, అప్పుడు ఈ కేసుని క్లియర్ చేస్తే మన గొప్పతనం ఇంకాస్త బలంగా ఆయనలో నాటుకుంటుంది." బ్రహ్మం చెప్పాడు.

"నీ పథకం నాకు నచ్చింది." సింహం తన అసిస్టెంట్‌ని మెచ్చుకున్నాడు.

"అంతదాకా వాళ్ళని అనుసరిస్తూనే ఉంటాను. అన్ని రహస్యాలు పోలీసులు వాళ్ళ చేత చెప్పించాల్సిన అవసరం లేకుండా మనమే టకటకా బయటపెట్టచ్చు సార్."

"గుడ్. ఐతే ప్రస్థుతానికి నువ్వా పని మీద ఉండు."

బ్రహ్మం జేబులోంచి ఓ కాగితం తీసి సింహానికి ఇచ్చాడు.

"ఇదేమిటి?" సింహం అడిగాడు.

"ప్రొఫెషనల్ ఎక్స్‌పెండిచర్. ఒన్-వే-ట్రాఫిక్‌లో వెళ్ళినందుకు చలాన్." బ్రహ్మం చెప్పాడు.

25

ఆ సాయంత్రం కమలాకరం విడుదలకి సిద్ధంగా ఉన్న సినిమాకి అనేక టైటిల్స్‌లో ఏది బావుందో చూసి ఎంపిక చేసే పనిలో బిజీగా ఉన్నాడు. ఆ జాబితాలోని కొన్ని టైటిల్స్‌కి టిక్ పెట్టాడు. వాటిలోంచి ఒకటి ఎన్నిక చేయాలి.

ఆయన టిక్ పెట్టిన టైటిల్స్ 'నారాయణమ్మ మొగుడెవరు? సానికొంప, ఎండలో రాముడు-నీడలో భీముడు, పాలకొల్లు పాపమ్మ, నా కసి తీరాలి, ఆంధ్రా అందగాడు, చిందుల చిదంబరం, పప్పులో కాలు-బియ్యంలో రాయి, అత్త పైసా-అల్లుడు జల్సా.' వాటి ముందు స్పీడ్, సాఫ్ట్ అన్న పేర్లు రాసాడాయన. స్పీడ్ టైటిల్స్, సాఫ్ట్ టైటిల్స్‌ని బట్టి కూడా జనం సినిమాలకి రావడంలో తేడా ఉంటుంది.

ఆయనకి వరసగా కొన్ని ఫోన్స్ వచ్చాయి. మొదటిది ఓ జర్నలిస్ట్ నించి. డైలీ పేపర్‌లోని ఓ క్విక్ ఇంటర్వ్యూ కోసం ఫోన్ చేసాడు.

"సర్. ఓ సినిమా ఎలాంటిదో ఎలా జడ్జి చేయడం?" అతను అడిగాడు.

కమలాకరం కొద్ది క్షణాలు ఆలోచించి జవాబు చెప్పాడు.

"సినిమా మీకు నచ్చినా కథేమిటో అర్థం కాకపోతే అది కమర్షియల్ సినిమా. మీకు నచ్చకపోయినా కథేమిటో అర్థమైతే అది సాధారణ సినిమా. మీకు నచ్చక పోవడమే కాకుండా కథ కూడా అర్థం కాకపోతే అది ఆర్ట్ ఫిలిం. అది మీకు నచ్చి, కథేమిటో కూడా అర్థమైతే ఆ సినిమాలు విజయా వారి మాయాబజార్. లేదా అన్నపూర్ణ వారి దొంగరాముడు అయి ఉంటాయి."

"ఈ ప్రశ్నని చాలామంది నిర్మాతలని అడిగి వాళ్ళ వాళ్ళ సమాధానాలు వేస్తున్నాం. మీది అందరికన్నా బావుందండి. థాంక్సండి." జర్నలిస్ట్ అవతలి నించి చెప్పాడు.

"వెల్‌కం." కమలాకరం చెప్పాడు.

ఇంకో ఫోన్ కాల్ ఓ నిర్మాత నించి వచ్చింది.

"మీరు 'విమాన మేఘాలు' అనే టైటిల్ రిజిస్టర్ చేయించారు. మీకు అభ్యంతరం లేకపోతే అది నాకు ఇవ్వండి. నేను తీసే సినిమాకి అది కరెక్ట్‌గా సరిపోతుంది."

"అమ్మో! ఆ టైటిల్ చాలా ఘనంగా ఉందని, హై బడ్జెట్ సినిమాకి సరిపోతుందని రిజిస్టర్ చేయించాను. మీ సినిమాకి 'రైలు మేఘాలు లేదా కారు మేఘాలు' అన్న టైటిల్ పెట్టుకోండి. వెరీ సారీ." కమలాకరం జవాబు చెప్పాడు.

ఓ కొత్త ప్రొడ్యూసర్ ఫోన్ చేసి సినిమాకి పదిహేను వేలలో డైలాగ్స్ రాసే రచయితలు ఎవరైనా ఉంటే సజెస్ట్ చేయమని కోరాడు.

"అలాంటివారు అరడజను మంది తెలుసు. కాకపోతే వాళ్ళకి సినిమాకి ఏభై వేలు ఇస్తున్నారు. అదీ వచ్చిన చిక్కు." చెప్పాడు.

ఓ రచయిత ఫోన్ చేసి తను రాసిన కొత్త కామెడీ నవల ఇచ్చి నెలైందని, దాన్ని చదవడం పూర్తి చేసారా అని అడిగాడు.

"నీ పుస్తకం చేతిలోకి తీసుకుని మళ్ళీ బుక్ షెల్ఫ్‌లో ఉంచేదాకా విపరీతంగా నవ్వొస్తోందయ్యా! ఏదో ఓ రోజు మొదలు పెడతాలే." కమలాకరం చెప్పాడు.

ఓ డిస్ట్రిబ్యూటర్ దగ్గర తన డబ్బు ఇరుక్కుందని, అతను ఎలాంటి వాడని ఆ డిస్ట్రిబ్యూషన్‌లో సినిమా రిలీజ్ చేసిన ఓ నిర్మాత ఫోన్‌లో అడిగాడు.

"హి ఈజ్ ఏ జాకాల్ ఇన్ షీప్స్ క్లోతింగ్... ఎప్పుడూ గొర్రె బొచ్చుతో చేసిన ఉన్ని బట్టలు వేసుకుంటూంటాడు కాబట్టి అలా అన్నాను. ఇంక నీకు రావాల్సిన ఆ బేలన్స్ సంగతి మర్చిపో." చెప్పాడు.

"అరకు లోయలో షూటింగ్ పెట్టుకుంటే బావుంటుందా లేక హార్స్‌లీ హిల్స్ బెటరా?" ఓ దర్శకుడు అడిగాడు.

"అరకు లోయ, నరకం నా స్వంతంవి ఐతే నేను అరకు లోయ అద్దెకి ఇచ్చి నరకంలో ఉండడానికి ఇష్టపడతానయ్యా." కమలాకరం చెప్పాడు.

"సార్. మన తర్వాతి సినిమాకి హీరోయిన్‌గా ఆ కన్నడం అమ్మాయిని సెలెక్టు చేద్దామా? లేక తమిళం అమ్మాయినా? పంజాబీనా లేక మళయాళం అమ్మాయినా?" తర్వాతి సినిమా దర్శకుడు ఫోన్ చేసి అడిగాడు.

"మళయాళం అమ్మాయిని." కమలాకరం గుంభనంగా నవ్వుతూ చెప్పాడు.

"ఎందుకు సార్? కన్నడం అమ్మాయి బెటర్ అనిపిస్తోంది నాకు."

"నేను ఆ నలుగురిని క్షుణ్ణంగా అర్థం చేసుకున్నాకే ఈ మాటన్నాను. కన్నడం అమ్మాయి నేనడిగిన ప్రశ్నకి సమాధానం చెప్పడానికి కూర్చుని ఆలోచిస్తుంది. తమిళం అమ్మాయి నిల్చుని ఆలోచిస్తుంది. పంజాబీ అమ్మాయి అటు, ఇటు తిరుగుతూ ఆలోచిస్తుంది. కాని మళయాళీ అమ్మాయో? 'పడుకున్న తర్వాత' ఆలోచిస్తుందయ్యా. అదీ సంగతి."

"సరే సార్. మీరెలా అంటే అలానే"

ఈసారి ఫోన్ అమెరికా నించి ఆయన దూరపు బంధువు. ఆయన అమెరికాకి వెళ్ళినప్పుడల్లా వాళ్ళింట్లో ఉంటాడు కాబట్టి ఆ దూరపు బంధువు కమలాకరానికి దగ్గర బంధువు అయ్యాడు.

"ఏమిటి సంగతి?" కమలాకరం అడిగాడు.

"ఇక్కడ హాలీవుడ్‌లో డైరెక్టర్‌గా పని చేసే ఫ్రేంక్ ఫాక్స్ నా ఫ్రెండ్ అన్నయ్య కొడుకు ఫ్రెండ్. అతను నీతో మాట్లాడుతాడట. ఫోన్ ఇస్తున్నాను."

"హాయ్." కొన్ని క్షణాల తర్వాత అవతల నించి వినిపించింది.

"హాయ్."

"మీ టి.విలో సీరియల్‌గా వచ్చిన కేసెట్స్ ఈ వారం రోజులుగా చూస్తున్నాను. నాకు టి.వి.కి రాసే ఇద్దరు రైటర్ల ఫోన్ నంబర్లు, చిరునామాలు కావాలి. ఇవ్వగలరా?"

"ఓ...తప్పకుండా. ఎవరు వాళ్ళు?"

"వాళ్ళు కథ రాసిన రెండు సీరియల్స్ గొప్పగా ఇండియాలో పాపులర్ అయ్యాయని తెలిసింది. ఒకరు మిస్టర్ వాల్మీకి. 'రామాయణ్'లో గొప్ప పాత్రలు, మలుపులు ఉన్నాయి. రెండో అతను మిస్టర్ వ్యాష్. మహాభారత్‌లో ఇంకా గొప్ప పాత్రలు, మలుపులు ఉన్నాయి. ఆ ఇద్దర్నీ కూర్చోబెట్టి స్పీల్‌బర్గ్ ఓ సైంటిఫిక్ చిత్రానికి కథ రాయించాలని అనుకుంటున్నాడు. వాల్మీకి, వ్యాష్‌ల ఫోన్ నంబర్లు, చిరునామాలు కావాలి."

కమలాకరానికి ఏడవాలో, నవ్వాలో అర్థం కాలేదు. వాళ్ళెప్పటి వారో, వాళ్ళా కథలు రాసిన ఎన్ని వేల సంవత్సరాల తర్వాత వాటిని టి.వి సీరియల్స్‌గా తీసారో వివరించాడు. అది విన్న ఫ్రేంక్ ఫాక్స్ అవతల నించి చెప్పాడు.

"ఐయాం డిజప్పాయింటెడ్. కాని ఓ సంగతి మెచ్చుకోవాలి. టి.వి. ఇంకా కనిపెట్టకపోయినా అన్ని వేల సంవత్సరాల క్రితమే టి.వి టెక్నిక్ ప్రకారం ఆ కథలు రాయగలిగారంటే వాళ్ళిద్దరూ మంచి జీనియస్‌లు."

సరిగ్గా ఆరున్నరైంది. అఖిలేశ్వరి కోసం ఎదురు చూడసాగాడు. ఏడున్నర దాకా ఎదురు చూసాడు. ఆమె రాకపోవడంతో డిజప్పాయింట్ అయ్యాడు. ఫోన్ అందుకుని ఇన్‌స్పెక్టర్ చలపతి నంబర్ తిప్పాడు. ఆయన లైన్‌లోకి రాగానే చెప్పాడు.

"అఖిలేశ్వరి రాలేదేమిటి?"

"రాలేదా? ఆరున్నరకి వస్తానని నాతో చెప్పిందే?"

"రాలేదు. ఓసారి ఏమైందో ఎంక్వయిరీ చేసి చిరునామా సంపాదించవయ్యా."

"అలాగేనండి." చలపతి చెప్పాడు.

"అలాగే అని మర్చిపోక. అర్జెంట్."

"అలాగే." చలపతి మళ్ళీ చెప్పాడు.

కమలాకరం రిసీవర్‌ని క్రెడిల్ మీద పెట్టీ పెట్టకుండానే ఫోన్ మోగింది. అదే చేత్తో రిసీవర్‌ని లేపి చెవి దగ్గరుంచుకుని చెప్పాడు.

"హలో. కమలాకరం స్పీకింగ్."

"దిసీజ్ కిడ్నాపర్ స్పీకింగ్. రేపు డబ్బు మాకు అందజేయాల్సిన రోజు." రోహిత్ అవతలి నించి చెప్పాడు.

సరిగ్గా అదే సమయంలో డిటెక్టివ్ సింహం, అసిస్టెంట్ బ్రహ్మం లోపలికి వచ్చారు. సింహాన్ని చూడగానే కమలాకరం ఫోన్‌లో 'ఒక్క క్షణం' అని రిసీవర్ మూసి గుసగుసలాడుతూ సింహంతో చెప్పాడు.

"కిడ్నాపర్-కిడ్నాపర్."

"ఏమంటాడు?" సింహం అడిగాడు.

"డబ్బులు కావాల్ట."

"ముందు వాడ్ని మాట్లాడనివ్వండి. తర్వాత మనం మాట్లాడుకుందాం." సింహం తాపీగా చెప్పాడు.

"ఎస్. ఒక్క క్షణం ఐపోయింది. ఇప్పుడు మాట్లాడు." కమలాకరం మళ్ళీ చెప్పాడు.

"నేను పూర్తిగా విసిగిపోయానయ్యా కమలాకరం" నోట్లో పది పైసల నాణెం పెట్టుకున్న రోహిత్ అవతల నించి చెప్పాడు.

"చిత్తం. దేనికి?" కమలాకరం అడిగాడు.

"డబ్బు ఇంకా నా చేతిలో పడనందుకు."

"ఎలా ఇవ్వాలో, ఎప్పుడు ఇవ్వాలో చెప్పు మరి."

"ఇదేమైనా సినిమా కొనుగోలు, అమ్మకం వ్యవహారమటయ్యా కమలాకరం? పోలీసులని మధ్యవర్తులుగా ఎంచుకుంటున్నావు?" రోహిత్ చిరాగ్గా అడిగాడు.

"అబ్బే. లేదే."

"తక్షణం చలపతికి ఫోన్ చేసి ఓ పెద్ద పదం చెప్పాలి నువ్వు."

"ఏమిటది?"

"సంహరించుకుంటున్నావని చెప్పు."

ఆ మాట విన్న పాణి రోహిత్ చెవిలో చెప్పాడు.

"ష్...సంహరించుకోవటం కాదు ఉపసంహరించుకోవడం సరైన పదం."

"ఏమన్నావ్?" కమలాకరం అర్థం కాక అడిగాడు.

"ఈ కేసుని నువ్వు పోలీసుల నించి ఉపసంహరించుకోకపోతే నేను ఊహని సంహరించి ఆమె భౌతికకాయాన్ని నీకు పంపాల్సి ఉంటుంది అంటున్నాను."

రోహిత్ చెవిలో పాణి మళ్ళీ చెప్పాడు.

"భౌతికకాయం అని గాంధీకి, ఇందిరాగాంధీకి, రాజీవ్‌గాంధీకి వాడతారు. శవం అనాలి."

"ఈసారి ఎవరికీ ఇన్ఫాం చేయకుండా నేనే తెస్తా కాని ప్లేస్ అండ్ టైం చెప్పు." కమలాకరం కోరాడు.

"ఐతే విను. రేపు ఉదయం సరిగ్గా తొమ్మిదిన్నరకి అబిడ్స్ లోని జనరల్ పోస్టాఫీస్‌లోకి డబ్బున్న సూట్ కేస్‌తో రా. పోలీసులకి చెప్పక. వంటరిగా రా. మమ్మల్ని పట్టుకునే ఎలాంటి ఏర్పాట్లు చేసినా ఊహ ఖతం అవుతుంది. సో, నేను అడగ్గానే ఆ సూట్ కేస్ ఇవ్వు." రోహిత్ చెప్పాడు.

"అడిగిన వాళ్ళే కిడ్నాపర్స్ అని ఎలా తెలుసుకోవడం?" కమలాకరం అడిగాడు.

"ఇన్ని అనుమానాలు పెట్టుకుంటే మేమసలు ఈ కిడ్నాప్ ప్రొఫెషన్‌ని చేయలేం." రోహిత్ విసుగ్గా చెప్పాడు.

"అనుమానాల్లేకుండా నేనెప్పుడూ వ్యాపారం చేయను. డబ్బు ఇచ్చే పార్టీని నేను కదా. అందుకని ఓ కోడ్ వర్డ్ చెప్తాను. అది మీరు చెప్తే మీరే కిడ్నాపర్లని అర్థం చేసుకుంటాను." కమలాకరం సూచించాడు.

"సరే. చెప్పు."

"ఊహ క్షేమంగా ఉంది అనండి చాలు."

"అది బావుళ్ళేదు." రోహిత్ వెంటనే చెప్పాడు.

"ఎందుకు బావుళ్ళేదు?"

"ఎవరైనా వచ్చి 'ఊహ క్షేమంగా ఉందా?' అని అడిగితే తప్పుగా విని వాళ్ళే కిడ్నాపర్స్ అనుకుని నువ్వు ఆ డబ్బు ఇచ్చేయచ్చు. నేనోటి చెప్తాను. అది కిడ్నాపర్స్ తప్ప ఇంకెవరూ చెప్పలేనిది."

"సరే చెప్పు."

"నువ్వు బెడ్‌రూంలో ఏం చేసినా ఫర్వాలేదు. దాన్ని రోడ్ల మీద చేసి కుక్కలని భయపెట్టనంత కాలం."

"నువ్వు నన్ను అవమానిస్తున్నావు." కమలాకరం వెంటనే ఎర్రబడ్డ మొహంతో చెప్పాడు.

"ఇందులో అవమానం ఏముంది?" రోహిత్ అడిగాడు.

"మరి లేకపోతే ఆ విషయాలన్నీ నీకెలా తెలుసు?"

"అబ్బే. నాకేం తెలీదు. ఇప్పుడు మీరన్నాక తెలిసింది. నిజానికి మిసెస్ పేట్రిక్ కేంప్‌బెల్ అనే ఆవిడ చెప్పిన కొటేషన్ అది."

"ఆవిడకెలా తెలుసు నా బెడ్ రూం గురించి? నాకు అసలావిడ పరిచయమే లేదు." కమలాకరం విభ్రాంతిగా అడిగాడు.

"ఆవిడ మీరు పుట్టక మునుపే పోయింది. వందేళ్ళ క్రితం టెక్సాస్‌లో ఈ మాటలు అన్నదావిడ."

"సరే. ఉన్నా పోయినా సెక్స్‌కి వ్యతిరేకంగా మాట్లాడేవారు నా దృష్టిలో దేవుడు సృష్టించిన జోక్స్. ఊహ కాలికి మందేసావా?"

"ఊహు. పారిపోకూడదని అలాగే వదిలేసాను."చెప్పి రోహిత్ ఫోన్ పెట్టేసాడు.

"ఏమంటాడు?" పాణి అడిగాడు.

"ఏమంటాడు? పతివ్రత మొహం ఫోటోజెనిక్ ఫేస్ కాదంటాడు." రోహిత్ చెప్పాడు.

ఇటువేపు కమలాకరం కూడా ఫోన్ పెట్టేసి చిన్నగా నిట్టూర్చాడు.

"ఏమంటాడు?" సింహం అడిగాడు.

"ఏమంటాడు? సెక్స్‌వల్ పర్‌వర్షన్స్‌లో అతి హీనమైంది పాతివ్రత్యం అంటాడు."

"అలా అన్నాడా?"

"వాడి మాటల తాత్పర్యం అలా అర్థం అయింది నాకు."

కిడ్నాపర్ డబ్బు ఎలా తీసుకోదలచుకున్నాడో వివరించాక సింహాన్ని అడిగాడు.

"ఇంతకీ వీడి సంగతి ఎంతదాకా తేల్చావు?"

సింహం నర్మగర్భంగా నవ్వి చెప్పాడు.

కేసు తొంభై శాతం పరిష్కారమైంది. ఇంకో పది శాతం అనుమానాలు తీర్చుకున్నాక కిడ్నాపర్ ఎవరో చెప్పి, ఊహని నీ ముందుకు తీసుకువస్తాను."

"పది శాతం సంగతలా ఉంచు. ఎవరా కిడ్నాపర్?" కమలాకరం ఆసక్తిగా అడిగాడు.

"ఇప్పుడే చెప్పను. కేసు పూర్తిగా పరిష్కరింపబడాలి. నాకో సంగతి చెప్పు. పాణి తల్లి చికిత్సకి నిన్ను డబ్బివ్వమని ఎందుకు అడుగుతున్నాడు?"

"నా కారు కింద పడింది కాబట్టి. ఏం? వాళ్ళేనా ఈ కిడ్నాపర్స్?"

"కేసు పూర్తయ్యే దాకా అనుమానితుల పేర్లు బయటికి చెప్పడం నా పాలసీ కాదు. ఇంకొక్క రోజు ఓపిక పట్టు. అది సరే కాని ఈ కేసు గురించిన ఏదైనా కొత్త న్యూస్ చెప్పగలవా?" సింహం అడిగాడు.

"ఈ కేసుకి సంబంధించింది కాదు కాని నీకో కొత్త న్యూస్ ఏమిటంటే, ఇప్పుడు నువ్వు కూర్చున్న కుర్చీకి అరగంట క్రితమే రంగు వేసారు." కమలాకరం చెప్పాడు.

26

కమలాకరంతో రోహిత్ ఫోన్‌లో మాట్లాడాక ఊహ చెప్పింది.

"కొత్తగా కట్టిన, రంగుల వాసన కొట్టే ఆ ఫేన్ లేని ఇంట్లో ఉండలేక పోతున్నాను. మీ అసలింటికి వెళ్దాం."

"మా అసలింటికే? అక్కడే డేంజర్. పక్క పోర్షన్ లోనే పోలీస్ ఇన్‌స్పెక్టర్ చలపతి అద్దెకి ఉండేది."

"మరెలా? ఈ ఇంట్లో మాత్రం నేనుండలేను." ఊహ చెప్పింది.

"అయితే మరెలా?" పాణి రోహిత్ వంక చూస్తూ అడిగాడు.

"ఎలా ఏమిటి? ఇంకో ఇల్లు అద్దెకి తీసుకుందాం." రోహిత్ చెప్పాడు.

"ఏ. సి. గదున్న ఇల్లు అయితే మరీ బెటర్." ఆగి మళ్ళీ చెప్పాడు.

"కాని విటమిన్ ఎం లేదే మన దగ్గర. ఇప్పుడు అప్పు ఎవరిస్తారు మనకి?"

"వరవీణని అడిగితే నో అనదు." రోహిత్ చెప్పాడు.

"వరవీణ ఎవరు?" ఊహ చురుగ్గా చూస్తూ అడిగింది.

"వీణ్ణి ప్రేమించే అమ్మాయి."

వెంటనే ఊహ మొహం ఎర్రబడింది.

"ప్రేమ? మరి నన్ను..." ఆర్థోక్తిగా ఆగిపోయింది ఊహ.

"వరవీణ నేను పని చేసే ఆఫీసులో టైపిస్టమ్మాయి. నేనంటే ఇష్టం. నాకైతే ఆ అమ్మాయి అంటే సోదరి భావం తప్ప ఇంకేం లేదు." పాణి చెప్పాడు.

"ఎప్పుడూనా?" ఊహ అడిగింది.

"ఎప్పుడూ." పాణి నెత్తి మీద చేతిని ఉంచుకుని చెప్పాడు.

"అది కరెక్ట్." రోహిత్ చెప్పాడు.

"నాకన్నా బావుంటుందా?"

"ఛీ! మీరు సినిమా స్టార్. వీణ మీ పక్కన నటించే చెలికత్తె లాంటిది. బావుండదు."

"అలా ఐతే అడిగి చూడండి." ఊహ చెప్పింది.

"ఇంతకీ మన పథకం ఏమిటి?" పాణి రోహిత్ని అడిగాడు.

"మాస్టర్ ప్లాన్ వేసాను." రోహిత్ గర్వంగా చెప్పాడు.

"ఏమిటది? మీరు చెప్తే మాస్టర్ ప్లాన్ అవునో, కాదో చెప్తాను." ఊహ చిన్నగా నవ్వి చెప్పింది.

"ముందస్తుగా మేమిద్దరం కలిసి మోటార్ సైకిల్, రెండు కార్లు దొంగిలించాలి." తన ప్లాన్ మొత్తాన్ని టైమ్తో, పూర్తి డీటైల్స్తో రోహిత్ వివరించాడు.

మొత్తం విన్నాక పాణి చెప్పాడు.

"టైమింగ్స్ కరెక్ట్గా పాటించకపోతే పట్టుబడతాం."

"ఐదు లక్షల కోసం ఓ అరగంట సేపు ఆ మాత్రం పంక్చువల్గా లేకపోతే ఎలా?" రోహిత్ కోప్పడ్డాడు.

ముగ్గురూ ఆటోలో పాణి ఆఫీస్కి వెళ్ళారు. వాళ్ళిద్దరూ ఆటోలో కూర్చుని ఉంటే పాణి ఆఫీస్లోకి వెళ్ళాడు. సరాసరి వరవీణ సీట్ దగ్గరికి వెళ్ళాడు.

"హలో. గుడ్ మార్నింగ్." అతన్ని చూడగానే వరవీణ విప్పారిన మొహంతో చెప్పింది.

"గుడ్ మార్నింగ్! నీతో చిన్న పనుండి వచ్చాను."

"మీకు చిన్న పనైనా నాకది పెద్ద పనే. చెప్పండి. ఏమిటి?" వరవీణ అడిగింది.

"అర్జెంటుగా నాకో రెండు వేల రూపాయలు కావాలి."

"ఇంతేనా? తీసుకోండి."

డ్రాయర్ తెరిచి హేండ్ బేగ్ లోంచి ఆఫీసు కోపరేటివ్ క్రెడిట్ సొసైటీ చెక్ బుక్ తీసి చెక్ మీద సంతకం చేసి పాణికి ఇచ్చింది.

"అకౌంట్‌లో పదహారు వేలున్నాయి. మీ ఇష్టం. అమౌంట్ మీరు ఫిలప్ చేసుకోండి."

మొదటిసారిగా పాణికి వరవీణ మీద జాలి, సానుభూతి కలిగాయి. తనామెని మోసం చేస్తున్నాడనే భావన కూడా కలిగింది.

"పోనీ వద్దులే. ఇంకెవర్నైనా అడుగుతాను." చెప్పాడు.

"ఒద్దొద్దు. బేంక్ మూసేసే టైమైంది. వెంటనే వెళ్ళి తీసుకోండి. తెల్ల జాకెట్ కూడా వేసుకు రాలేదు. సాయంత్రం సినిమాకి వెళ్దామా?" ఆశగా అడిగింది.

"నాకు ఇవాళ తీరిక లేదు. సారీ."

"ఓకే. నేను తెల్ల జాకెట్టు వేసుకోని ఏ రోజైనా సరే." వరవీణ చెప్పింది.

"నిన్ను మోసం చేస్తున్నానని అనిపిస్తోంది వీణా."

"రెండు వేలకే? మీ అమ్మగారి వైద్యానికే అని నాకు తెలుసు. కాబోయే కోడలిగా ఆ మాత్రం సహాయం చేయలేనా?"

"అంత పెద్ద మాట వద్దులే."

పాణి వెళ్ళిపోతూండగా అప్పుడే గుర్తొచ్చిన దానిలా డ్రాయర్ లోంచి ఓ కవర్ తీసి లేచి అతని దగ్గరికి వడిగా వెళ్ళి దాన్నందించి చెప్పింది.

"మీకో ఉత్తరం!"

అది వరవీణ రాసిందేనని పాణి గుర్తించాడు.

"థాంక్స్." చెప్పి దాన్ని జేబులో ఉంచుకుని బయటికి నడిచాడు.

డబ్బు డ్రా చేస్తూ టోకెన్ తీసుకుని తనని కేషియర్ పిలిచే లోగా ఆ కవర్ తెరిచి అందులోంచి మూడు మడతలు పెట్టిన కాగితం తీసాడు. ఆ కాగితం మీద 'ఇందులో

మీ భూత, భవిష్యత్, వర్తమాన కాలాలు ఉన్నాయి చదువుకోండి.' అన్న వరవీణ రాసిన మాటలు ఉన్నాయి.

మొదటి మడత విప్పతీస్తే అందులో 'నేను నిన్ను ప్రేమించాను' (భూత కాలం) అని ఉంది. రెండో మడత విప్పితే 'నేను నిన్ను ప్రేమిస్తున్నాను' (వర్తమానం) అని ఉంది. మూడో మడత విప్పి కాగితం పూర్తిగా తెరిస్తే 'నువ్వు నన్ను ప్రేమిస్తూంటే ఈ వాక్యం కింద ముద్దు పెట్టుకుంటావు. ఎందుకంటే సరిగ్గా అక్కడే నేను ముద్దు పెట్టుకున్నాను' (భవిష్యత్ కాలం) అని ఉంది.

వాటిని మళ్ళీ యథావిధిగా మడతలు పెట్టి ఆ కవరులో ఉంచేసాడు. ఆటో ఎక్కాక ఆ కవరు ఊహకి ఇచ్చి చెప్పాడు.

"మీకే."

ఊహ మౌనంగా ఆ ఉత్తరం మడతలు విప్పి చదువుకుని ఆ కాగితం మీద ఓ చోట సిగ్గుగా ముద్దు పెట్టుకుంది. తర్వాత ప్రేమగా పాణి అర చేతిని తన అర చేతిలోకి తీసుకుంది.

దారిలో ఇళ్ళు అద్దెకి చూపించే బ్రోకర్ ఆఫీస్ బయట ఆటోని ఆపించి రోహిత్ వెళ్ళి తమకి ఎలాంటి ఇల్లు కావాలో మాట్లాడి వచ్చాడు. సరాసరి రింగ్ రోడ్ దగ్గరున్న అద్దెకి తీసుకున్న ఇంటికి వెళ్ళారు. ఆటో ఫేర్ చెల్లించి తలుపు తాళం తీసుకుని ముగ్గురూ లోపలికి నడిచారు.

ఇంటి బయట ఓ మూల పడుకుని తమ వంక చూస్తున్న ఓ కుక్కని చూసి మృదుపాణి రోహిత్‌తో భయంగా చెప్పాడు.

"అది పోలీస్ కుక్కేమో? అలా చూస్తోంది?"

"ఛ. కాదు ! పోలీసు కుక్కైతే అలా వంటి నిండా గజ్జి ఉంటుందేమిటి?" అడిగాడు రోహిత్.

"మారువేషంలో ఉండచ్చుగా?"

"నీది ఉట్టి భయమే కాని లోపలికి పద." రోహిత్ చెప్పాడు.

వాళ్ళని అనుసరించిన సింహం అసిస్టెంట్ బ్రహ్మం ఆ ఇంటి బయట పేర్చిన ఇటుక రాళ్ళ మధ్య నించి వాళ్ళ రాకని గమనించాడు.

* * *

డిటెక్టివ్ సింహం వెళ్ళగానే కమలాకరం రిసీవర్ అందుకుని పోలీస్ స్టేషన్‌కి ఫోన్ చేసాడు. ఇన్‌స్పెక్టర్ చలపతి లైన్‌లోకి వచ్చాక చెప్పాడు.

"వాళ్ళు మళ్ళీ ఫోన్ చేసారు. ఐదు లక్షల రూపాయలున్న సూట్ కేస్‌తో అబిడ్స్‌లోని జనరల్ పోస్టాఫీస్‌కి రమ్మన్నాడు..." ఆ వివరాలు చెప్పాడు.

"వాళ్ళు చెప్పినట్లే చేయండి. మేం మిమ్మల్ని కవర్ చేస్తాం." చలపతి చెప్పాడు.

27

చలపతి ఆ రోజు ఉదయం పాణి, రోహిత్‌ల పోర్షన్ తలుపు తట్టి నిద్రలేపాడు.

"ఏమిటి?" అడిగాడు రోహిత్ కళ్ళు నులుముకుంటూ.

"గుడ్ మార్నింగ్." చలపతి చెప్పాడు.

"గుడ్ మార్నింగ్ చెప్పడానికి ఇంత తెల్లారే లేపాలా?" పాణి అడిగాడు.

"అందుకు కాదు ! మీరు అర్జెంట్‌గా అఖిలేశ్వరి అడ్రస్ చెప్పాలి."

"అఖిలేశ్వరి ఎవరు?" రోహిత్ అడిగాడు.

"ఆ పేరు గల వాళ్ళెవరూ మాకు తెలీదు." పాణి కూడా చెప్పాడు.

"నిన్న హోటల్‌లో లంచ్ తీసుకున్న కొంకణి ఫ్రెండ్." చలపతి గుర్తు చేసాడు.

"ఓ...ఆ అఖిలేశ్వరా? దేనికి?" రోహిత్ అడిగాడు.

"కమలాకరానికి ఆమెతో పనుందట."

పాణి కొన్ని క్షణాలు ఆలోచించి చెప్పాడు.

"అఖిలేశ్వరి ఇక్కడ ఎందుకుంటుంది?" ఎన్. ఆర్. ఐ.గా. నాన్ రెసిడెంట్ ఇండియన్. వాళ్ళ పేరంట్స్ ఆమె చిన్నప్పుడే ఆస్ట్రేలియాలో సెటిల్ అయ్యారు. ఇండియా చూసి పోదామని వచ్చి నిన్ననే ఆస్ట్రేలియా వెళ్ళిపోయింది."

"అరెరె! కమలాకరం గారు ఆ అమ్మాయి మీద చాలా ఆశ పెట్టుకున్నారే?"

"ఛీ...ఛీ... ఆ అమ్మాయి అలాంటి రకం కాదు. చెయ్యి పట్టుకుంటే కాలు చెప్పు విప్పుతుంది." పాణి చెప్పాడు.

"ఆశంటే అలాంటి ఆశ కాదు. తన సినిమాలో హారోయిన్‌గా వేషం వేయిద్దామని."

"హాలీవుడ్ వాళ్ళు అడిగితేనే 'నో' అన్నది. ఇంక ఇండియన్ సినిమాలో వేషానికేం వప్పుకుంటుంది?" రోహిత్ చెప్పాడు.

చలపతి ఆ సంగతి కమలాకరానికి ఫోన్ చేసి చెప్పాడు.

"డేమిట్. అఖిలేశ్వరి దొరికితే ఈ ఐదు లక్షల వృధా ఖర్చు తప్పుతుందనుకున్నాను." కమలాకరం బాధగా చెప్పాడు.

* * *

మర్నాడు ఉదయం తొమ్మిదికి సఫారీ సూట్ కేస్‌తో తన కారెక్కుతూంటే కమలాకరం కూతురు స్వప్న అడిగింది.

"డేడి. నేనూ రానా? నీకు తోడుగా ఉంటాను."

"నువ్వొద్దులేమ్మా. క్రైం ఇన్‌వాల్వ్ అయిన ఇలాంటి వాటికి నువ్వు దూరంగా ఉండటమే మంచిది." ఆయన చెప్పాడు.

కారు బయలుదేరింది. చలపతి పోలీస్ జీప్ దాన్ని అనుసరించింది. దాదాపు పావుగంట తర్వాత కారు బషీర్‌బాగ్ ట్రాఫిక్ ఐలండ్ దగ్గర ఎర్ర లైట్ పడడంతో ఆగింది. ఎర్ర లైటు నించి పచ్చ లైటుకి మారాక కూడా ముందు కార్లు వెళ్ళక పోవడంతో అందరితో పాటు కమలాకరం డ్రైవర్ కూడా ముందు కార్లని వెళ్ళమన్నట్లుగా హారన్ కొట్టసాగాడు. అన్నిటికన్నా ముందు ఆగిన కారు, వెనక కారు ముందుకి వెళ్ళకుండా అడ్డం తిరిగి ఆగిపోవడంతో ఏ కారూ కదల్లేదు. అదే సమయంలో దాని పక్కన ఎవరో మోటార్ సైకిల్‌ని పార్క్ చేసి వెళ్ళిపోవడంతో కారు ముందుకి వెళ్ళే ఖాళీ లేకపోయింది. ఆ కారూ, మోటర్ సైకిల్ దొంగిలింపబడ్డాయి. వాటిని అలా ట్రాఫిక్‌కి అడ్డంగా ఆపిన ఇద్దరు వ్యక్తులు పాణి, రోహిత్‌లే.

గ్రీన్ సిగ్నల్ వచ్చినా వాళ్ళ వేపు వాహనాలు కదలకపోవడంతో రష్ అవర్ అవడంతో నిమిషంలో ట్రాఫిక్ జామ్ ఏర్పడింది. పోలీస్ కానిస్టేబుల్ గట్టిగా ఈల వేయసాగాడు. కొందరు ముందుకు వెళ్ళాలన్న కోరికతో ట్రాఫిక్ లైట్లని లక్ష్యపెట్టకుండా రాంగ్ సైడ్‌లో వాహనాలని ముందుకి పోనించారు. ఒకదానికి ఒకటి ఎదురు రావడంతో రెండు నిమిషాల్లో పెద్ద ట్రాఫిక్ జామ్ ఏర్పడింది.

అకస్మాత్తుగా కమలాకరం కారు వెనక తలుపు తెరుచుకుంది. అందులోకి నల్లటి బురఖాలో ఉన్న ఓ ఆకారం ప్రవేశించింది.

"ఏయ్! ఎవరు నువ్వు?" కమలాకరం గాభరాగా అడిగాడు.

"ఆ డబ్బిలా తే. కిడ్నాపర్‌ని." బురఖా లోంచి మగ కంఠం వినపడింది.

"కోడ్ వర్డ్ చెప్పు."

"నువ్వు బెడ్‌రూంలో ఏం చేసినా ఫర్వాలేదు. దాన్ని రోడ్ల మీద చేసి కుక్కలని భయపెట్టనంత కాలం."

"ఇక్కడ కాదు. మన ఒప్పందం ప్రకారం పోస్టాఫీసులో ఇస్తాను."

ఆ ఆకారం బలవంతంగా సూట్ కేస్‌ని లాక్కుని దాన్ని తెరిచింది. నోట్ల కట్టలని అందుకున్నాయా ఆకారం చేతులు. రెండూ పరదాలోకి వెళ్ళి ఖాళీగా బయటికి తిరిగొచ్చాయి. చుట్టుపక్కల వాళ్ళ దృష్టి ముందు ఆగిన బళ్ళ మీద తప్ప కమలాకరం కారులో జరిగే దాని మీద లేదు.

కొద్ది దూరంలో కమలాకరం కారుని వెంబడిస్తున్న పోలీస్ జీప్ లోంచి జరిగేది గమనించిన చలపతి గబగబ జీప్ దిగి ఆగిన వాహనాలని అతి కష్టం మీద దాటుకుంటూ కమలాకరం కారు వేపు నడిచాడు.

చలపతి ఆ కారు దగ్గరికి చేరుకునే లోగానే ఆ బురఖా ఆకారం ముందు అనుకున్న ప్లాన్ ప్రకారం ఆగి ఉన్న కార్ల మధ్య దూరి మాయమైంది. గబగబ పోలీసులు దిగి కార్ల మధ్య జొరబడసాగారు.

పోలీసులు వెదకడం చూసి అంతా కార్లు దిగారు. అక్కడంతా పెద్ద గోలగా తయారైంది. కార్ల హారన్లు కొట్టేవారు. కార్లు దిగి ముందు వాళ్ళని కదలమని చెప్పేవారు. పోలీసులు తమ వాహనాల కిందకి దూరడంతో ఒంగుని ఏం జరుగుతోందా అని చూసేవారు.

ఐతే ఆ బురఖా ఓ కారు కింద నించి ఇంకో కారు కిందకి, అక్కడ నించి మళ్ళీ ఇంకో కారు కిందకి దూరి పాములా చకచక పాకి చివరికి ఆగి ఉన్న ఓ కారులోకి ఎక్కడాన్ని ఎవరూ చూడలేదు.

ఆ కారులోకి ఎక్కిన ఆకారం తన వంటి మీది ఆ నల్లటి బురఖాని విప్పతీస్తే అది రోహిత్ అన్న సంగతి బయటపడింది. కాని అది గమనించేందుకు ఆ కారులో ఒక్క పాణి తప్ప ఇంకెవరూ లేరు. ఆ కారు చాలాసేపటి నించి అక్కడ రోడ్డుకి ఓ పక్కగా పార్క్ చేయబడి ఉంది. దాని అద్దాలు ఒన్-వే-సీ-త్రూ కాబట్టి లోపల ఏం జరుగుతుందో బయటివాళ్ళకి ఎవరికీ కనపడదు. రోహిత్ నవ్వుతూ నోట్ల కట్టల్లో సగాన్ని పాణికి అందించాడు. పాణి తన చేతులకి ఉన్న చర్మం రంగు గ్లవ్స్‌తో కారు తలుపు హేండిల్ మీద చేతి వేలిముద్రలు పడకుండా తెరిచాడు. ఆ ఇద్దరూ బయటికి దిగారు.

మరుక్షణం కాలినడకన ఆ ఇద్దరూ ఆ ట్రాఫిక్ జామ్ లోంచి బయటపడ్డారు. ఓ ఆటో ఎక్కి ఆ ప్రదేశం నించి జారుకున్నారు.

"ఏమిటో అనుకున్నా కానీ టెన్షన్‌తో, భయంతో చచ్చాననుకో." మృదుపాణి చెప్పాడు.

"ఏడ్చావ్‌లే. హైవే పక్కనే లారీ ఆపి, రోడ్డు పక్కన దొరికిన వేశ్యని చెట్టు వెనక్కి తీసుకెళ్ళినంత తేలికైన పని అనుకున్నావా ఇది?" రోహిత్ చెప్పాడు.

కమలాకరం కారు దిగి జుట్టు పీక్కుంటూ గట్టిగా అరుస్తున్నాడు. ట్రాఫిక్ పోలీసులు రోడ్డుకి అడ్డుగా ఉన్న డ్రైవర్ లేని వాహనాలని గుర్తించారు. కాని వాటిని పక్కకి నెట్టడానికి చోటు లేకుండా వాటి చుట్టూ వాహనాలు ఆగి ఉన్నాయి.

అక్కడ పరిస్థితి మళ్ళీ మామూలు అవడానికి గంట పైనే పట్టింది. ఆ రెండు వాహనాలు అంతకు గంటన్నర క్రితం ఎత్తుకుపోబడ్డ వాహనాలని చలపతి తెలుసుకున్నాడు.

"డేమిట్. ఐదు లక్షలు పోయినట్లేనా?" కమలాకరం చలపతిని చూసి బాధగా అరిచాడు.

"ఆ కిడ్నాపర్‌ని గుర్తు పట్టారా?" చలపతి ఆయన్ని అడిగాడు.

"ఆహా. మగ గొంతుతో మాట్లాడే ఓ ముస్లిం యువతి." కమలాకరం కన్నీళ్ళతో చెప్పాడు.

28

"సక్సెస్. అంతా సక్సెస్." ఊహ తలుపు తీయగానే రోహిత్, పాణి చెప్పారు.

ఇద్దరూ లోపలికి వచ్చి ఐదు లక్షల రూపాయల నోట్లని బయటికి తీసారు. ఆనందంగా వాటిని పైకి ఎగరేసి పట్టుకున్నారు. ఊహ ఆనందంగా నవ్వి చెప్పింది.

"కంగ్రాచ్యులేషన్స్ టు బోత్ ఆఫ్ యు."

"ఇంక మా అమ్మ వైద్యానికి ఎలాంటి ఢోకాలేదు. ఐ ఫీల్ వెరీ హేపీ." పాణి చెప్పాడు.

అకస్మాత్తుగా తలుపుని ఎవరో కొడుతున్న చప్పుడు వినిపించడంతో ముగ్గురూ ఎక్కడివాళ్ళక్కడ చేష్టలు ఉడిగినట్లుగా నేలకి అంటుకు పోయారు. మళ్ళీ తలుపు చప్పుడు విని పాణి అడిగాడు.

"ఎవరు?"

"అర్జెంట్‌గా తలుపు తీయండి ముందు." ఓ కంఠం వినిపించింది.

"ఇంటాయన కాదు. ఎవరో కొత్తవాళ్ళు" పాణి భయంగా చెప్పాడు.

"తలుపు తీయకపోతే మీ ప్రాణాలకే ప్రమాదం. వెంటనే తలుపు తీయండి." ఇందాకటి కంఠం ఇంకాస్త గట్టిగా మళ్ళీ వినపడింది.

అందరిలోకి ముందు తేరుకున్న ఊహ చెప్పింది.

"ఆ వచ్చినవాళ్ళు పోలీసులైనా అయి ఉంటారు. లేదా మన సంగతి తెలిసి మన దగ్గర డబ్బు దోచుకోడానికి వచ్చిన నిజమైన నేరస్థులైనా అయి ఉంటారు. ఈ డబ్బు వాళ్ళకి కనపడకుండా దాచేయాలి. లేకపోతే మనల్ని చంపేస్తారు."

"ఎక్కడ దాచడం?" పాణి చుట్టూ కంగారుగా చూస్తూ అడిగాడు.

"ఫర్నిచర్ లేని ఈ కొత్తింట్లో ఎక్కడ దాచినా కనుక్కుంటారు." రోహిత్ చెప్పాడు.

మళ్ళీ తలుపు మీద దబదబ కొట్టిన చప్పుడు.

"మిమ్మల్నే. ప్రాణాలు పోతాయన్నా తలుపు తీయరే? చావడానికి రెడీనా?"

ఠక్కున ఊహ డబ్బు కట్టలని, చీర కొనుక్కొచ్చిన ప్లాస్టిక్ సంచీలో పడేసి దాని మూతి కట్టేసి, ఆ సంచీని చీర కింద నించి లోపలికి పోనించి, తాడుతో సంచీని తన పొట్టకి కట్టేసుకుంది. రోహిత్ వెళ్ళి తలుపు తీసాడు. ఎదురుగా నలుగురు దృఢకాయులు చేతిలో కర్రలతో నిలబడి ఉన్నారు.

"ఎవరు మీరు?" మేకపోతు గాంభీర్యంతో పాణి అడిగాడు.

అందులో ఒకడి బలం, మీసం చూడగానే ఊహ పై ప్రాణాలు పైనే పోయాయి..

"మీ ఇంట్లోకి పాము దూరింది." ఆ బలాఢ్యుడు చెప్పాడు.

"పామా?"

"అవును. కొత్తగా వస్తున్న కాలనీ కాబట్టి చుట్టుపక్కల పొలాలు ఎక్కువ తప్ప. జనావాసం లేదుగా. నల్ల తాచొకటి ఎదురింటి దగ్గర ఇటుక రాళ్ళు కదిలిస్తూంటే బయటికి వచ్చింది. మేం చూస్తుండగానే ఈ ఇంట్లోకి దూరింది."

"వెతకండ్రా. చూస్తారేంటి?" ఓ బక్కపలచటి వాడు లోపలికి వస్తూ చెప్పాడు.

మరుక్షణం ఆ నలుగురూ ఇంట్లోకి; పాణి, రోహిత్, ఊహలు బయటికి వచ్చారు. నాలుగైదు నిమిషాల దాకా లోపల నించి వాళ్ళ మాటలు వినపడ్డాయి. ఐదో నిమిషంలో చచ్చిన పాముని కర్ర మీద యు ఆకారంలో వేలాడదీసి బక్కవాడు బయటికి తెచ్చాడు.

"తాచే. సందేహంలేదు" పాణి చెప్పాడు.

"బాబోయ్. ఎంత పొడుగుందో. ఇంకా నయం." రోహిత్ చెప్పాడు.

"నన్ను వంటరిగా ఉంచి వెళ్ళినప్పుడు వచ్చి ఉంటే ఈ పాటికి ఏమయ్యేదాన్నో?" ఊహ దాని వంక భయంగా చూస్తూ చెప్పింది.

"అయ్యా. ఏదైనా ఇప్పించండి." ఆ నలుగురిలోని ఒకడు అడిగాడు.

పాణి జేబులోంచి వంద నోటుని తీసిచ్చాడు. వాళ్ళు నమస్కారం చేసి వెళ్ళాక రోహిత్ కోపంగా చెప్పాడు.

"వందెందుకు? పది సరిపోయేది."

"మనం ఓ సంగతి మర్చిపోతున్నాం. డబ్బు చేతిలో పడింది కాబట్టి. ఇక నన్ను కిడ్నాప్‌లో ఉంచాల్సిన అవసరం లేదు. కాబట్టి ఇక్కడ నేను ఇంక ఉండాల్సిన అవసరం లేదు." ఊహ చెప్పింది.

"అలాగా? అవును. నిజమే కదూ?" పాణి చెప్పాడు.

"వెంటనే ఈ డబ్బుని బేంక్‌లో జమ చేసి ఊహని కమలాకరానికి అప్పగిద్దాం." రోహిత్ చెప్పాడు.

"బేంక్‌లో జమ చేస్తే అంత డబ్బు ఎక్కణ్ణించి వచ్చిందని మిమ్మల్ని అడగరా? ఇంట్లో మంచం కింద దాచి ఉంచండి," ఊహ సలహా ఇచ్చింది.

ముగ్గురూ టెలిఫోన్ బూత్‌కి వెళ్ళారు. రిసీవర్ అందుకుని రోహిత్ కమలాకరం నెంబరు డయల్ చేసాడు.

"పది పైసలు." ఊహ గుర్తు చేసింది.

వెంటనే పాణి రోహిత్ నోట్లో పదిపైసల బిళ్ళని చొప్పించాడు.

"హలో...దిసీజ్ కిడ్నాపర్ స్పీకింగ్." రోహిత్ చెప్పాడు.

"ఊహ ఏది? డబ్బు ముట్టిందిగా?" కమలాకరం ఆదుర్దాగా అడిగాడు.

"ముట్టింది. ఊహని ఇంకో నిమిషంలో విడిచిపెడతాం. తీసుకెళ్ళు."

"ఎక్కడ నించి?"

"ఊహే చెప్తుంది."

ఊహ ఫోన్ అందుకుని ఆదుర్దా నటిస్తూ చెప్పింది.

"హలో డేడీ. నేను ఊహని."

"క్షేమంగా ఉన్నావామ్మా?"

"ఆ. నన్ను పబ్లిక్ గార్డెన్‌లో దింపారు. అక్కడికి వచ్చి తీసుకెళ్ళండి నన్ను."

"వచ్చేస్తున్నామమ్మా."

రోహిత్ మళ్ళీ రిసీవర్ అందుకుని కమలాకరంతో చెప్పాడు.

"థాంక్స్. గుడ్ బై. మా కోసం పోలీసులు ఎలాంటి ప్రయత్నం చేసినా బెల్ట్ బాంబ్‌తో నిన్ను చంపుతాం జాగ్రత్త. అదెలా తయారు చేయాలో మాకు తెలుసు."

రిసీవర్ పెట్టేసాక పాణితో చెప్పాడు.

"ఊహని పబ్లిక్ గార్డెన్‌లో నీ స్కూటర్ మీద వదిలిపెట్టు. వచ్చేప్పుడు డబ్బు జాగ్రత్తగా తీసుకురా."

ఇద్దరూ స్కూటర్ ఎక్కారు. రోహిత్ బస్సు కోసం వెయిట్ చేయసాగాడు. స్కూటర్ మీద వెళ్తూ జాగ్రత్తగా డబ్బున్న సంచీని విప్ప తీసి చీర కింద నించి తీసి పాణికి అప్పగించింది. పాణి దాన్ని స్కూటర్ ముందు బాక్స్‌లో కుక్కాడు.

"మనం విడిపోతున్నాం." బాధగా చెప్పాడు.

"అవును."

"నాకు బాధగా ఉంది."

"నాక్కూడా."

"ఇవాళ డబ్బు దొరక్కపోతే ఇంకొన్నాళ్ళు మాతో ఉండేదానివి అనిపిస్తోంది."

"అవును. కమలాకరం తొందరపడ్డాడని అనిపిస్తోంది."

పబ్లిక్ గార్డెన్‌కి కొద్ది దూరంలో ఆపాడు స్కూటర్‌ని దిగాక అడిగాడు.

"పునర్దర్శనం మళ్ళీ ఎప్పుడు?"

"మీరే చెప్పండి."

"ఇవాళ సాయంత్రం?" పాణి అడిగాడు.

"ఇది ఇవాళ సాయంత్రమే. రేపు సాయంత్రం. ఇవాళ పోలీసులు, హంగామా అంతా ఉంటుంది."

"సరే. రేపు సాయంత్రం ఎక్కడ? ఎన్నింటికి?"

"షెరాటన్‌లో ఇద్దరం కలిసి డిన్నర్ తీసుకుందామా?" ఊహ అడిగింది.

"అమ్మో. ఫైవ్ స్టార్ హోటల్‌లోనా?"

"ఐదు లక్షలు ఉన్నాయిగా?"

"ఓ...మర్చేపోయా చూసావా. సాయంత్రం అయిదున్నరకి."

"అక్కడ ఏడున్నరకి కాని భోజనం మొదలవదు."

"సరే. ఏడున్నరకి."

"ఫోన్ చేసి టేబుల్ రిజర్వ్ చేయించటం మర్చిపోకండి."

"అలాగే. ఐలవ్ యూ ఊహ."

"ఐ లవ్ యు పాణి."

"గుడ్ బై. సో లాంగ్."

పాణి స్కూటర్ని ఇంటి వైపు తిప్పాడు. ఊహ లోపలికి వెళ్ళేసరికి పోలీస్ జీప్‌లో ఇన్‌స్పెక్టర్ చలపతి, ఇంపోర్టెడ్ కారులో కమలాకరం ఎదురు చూస్తున్నారు.

"డేడీ." ఊహ పరిగెత్తుకుని వెళ్ళింది.

"అమ్మాయ్. క్షేమంగా వచ్చావా అమ్మాయ్!" ఆయన ఆనందంగా చెప్పాడు.

"వాళ్ళని పట్టుకోడానికి మిమ్మల్ని కొన్ని ప్రశ్నలు వేయాలి." చలపతి వచ్చి ఊహతో చెప్పాడు.

"ఇప్పుడు కాదు. ముందు నేను హాయిగా స్నానం చేసి బట్టలు మార్చుకున్నాకే."

"అవును. రేపు ఉదయం మా ఇంటికి రండి. ఈలోగా అమ్మాయి కొంత విశ్రాంతి తీసుకోవాలి." కమలాకరం చెప్పాడు.

"అలాగే."

వాళ్ళు ఇంటికి వెళ్ళేసరికి బయటే డిటెక్టివ్ సింహం కారు ఆగి ఉంది. లోపల సింహం, బ్రహ్మం హాల్లో కూర్చుని ఉన్నారు.

"ఊహ వచ్చేసిందా? వచ్చేస్తుందని మాకు తెలుసు." బ్రహ్మం చెప్పాడు.

"వీళ్ళెవరు డేడీ?" ఊహ అడిగింది.

"నిన్ను ఎత్తుకెళ్ళిన వారి వివరాలు కనుక్కోడానికి నేను నియమించిన డిటెక్టివ్‌లు."

"మాకంతా తెలుసు. ఐ నో ఎవ్విరిథింగ్." సింహం చెప్పాడు.

"డేడీ. వీళ్ళని కూడా రేపు ఉదయం రమ్మనండి." ఊహ చెప్పింది.

"అవును. మీరు రేపు రండి." కమలాకరం వాళ్ళతో చెప్పాడు.

"వై? వై?" సింహం అడిగాడు.

"ఆ కిడ్నాపర్స్ నన్నెంత కష్టపెట్టారో. నాకు విశ్రాంతి కావాలి." చెప్పింది ఊహ.

"అదంతా అబద్ధం." సింహం చెప్పాడు.

"ఏమిటిఅబద్ధం? మీరేమైనా వచ్చి చూసారా? కడుపుకి సరిగ్గా అన్నం పెట్టలేదు. నిద్ర కరువైంది." ఊహ చెప్పింది.

"చికెన్ బిర్యాని పాకెట్లు..." బ్రహ్మం ఏదో చెప్పబోతూంటే కమలాకరం కసిరాడు.

"వెళ్ళు. ఇద్దరూ వెళ్ళండి."

"సరే. కొంప మునిగిందేం లేదు. రేపే వచ్చి కుండ బద్దలు కొడతాం."

ఇద్దరూ బయటికి వెళ్ళాక ఊహ అడిగింది.

"డేడీ! వీళ్ళిద్దరూ నిజంగా ప్రైవేట్ డిటెక్టివ్‌లేనా?"

"నీకా సందేహం ఎందుకొచ్చిందమ్మా?" కమలాకరం అడిగాడు.

"నన్ను బంధించినవాళ్ళ కంఠాలు ఇలాగే ఉన్నాయి. వీళ్ళిద్దరూ ఆ కిడ్నాపర్లేమోనని అనుమానంగా ఉంది." ఊహ చెప్పింది.

"ఐతే నిన్ను ఇద్దరు కిడ్నాప్ చేసారామ్మా?" విశాలాక్షి అడిగింది.

"అవునండి."

"కిడ్నాప్ వరకేగా? కట్ చెప్పాల్సిన విషయాలేం చేయలేదుగా?" ఆవిడ అడిగింది.

"అంటే?"

"సినిమాల్లో దేనికి కట్ చెప్తామమ్మా? ముద్దు, కౌగిలింత, రేప్...ఇలాంటి వాటికి."

"ఉహు. అలాంటివేం జరగలేదండి."

"కిడ్నాపర్లు ఎంత మంది? వాళ్ళని గుర్తు పట్టగలవామ్మా?" కమలాకరం అడిగాడు.

"నన్ను ముందు స్నానం, భోజనం చేసి విశ్రాంతి తీసుకోనివ్వండి డేడీ."

"కిడ్నాప్ అయి సేఫ్‌గా రావడం, మనం వెళ్ళే ప్లేన్ కూలి మనం బతకడం. ఇలాంటివి భలే థ్రిల్ కదా?" స్వప్న ఉత్సాహంగా అడిగింది.

"ఉహు. బయటపడే దాకా ఎంతటి నరకం అనుభవించానో చెప్పలేను."

"అమ్మాయ్‌ని పాపం కాసేపు ఒంటరిగా వదలమ్మా." కమలాకరం తన కూతురుతో చెప్పాడు.

29

డిటెక్టివ్ సింహం తన బల్ల ముందు కుర్చీలో కూర్చున్న యువకుడి వంక పరీక్షగా చూసాడు. తర్వాత తన చేతిలోని, అతను ఇచ్చిన బేంక్ పాస్‌బుక్ చూసాడు. అందులో ప్రతి నెలా నాలుగు వందల రూపాయలు రికరింగ్ డిపాజిట్‌లో జమ చేయబడుతున్నాయి.

పాస్‌బుక్ ఎవరి పేరు మీద ఉందో చూసాడు.

'శ్రీమతి సమాప్తి. వైఫ్ ఆఫ్ సుఖేష్' అని రాసి ఉంది. ఇక చెప్పమన్నట్లుగా సుఖేష్ వంక చూసాడు.

"చూసారుగా. రహస్యంగా దాచిన ఈ పాస్‌బుక్ మా ఆవిడ చీరల మడతల్లో దొరికింది. సమాప్తికి నెలనెలా ఇంతడబ్బు ఎలా వస్తున్నట్లు? మీరు కనుక్కోవాలి?"

"మీకు తెలీదా?" సింహం అడిగాడు.

"తెలిస్తే ఎందుకు వస్తాను?"

"మీ ఆవిడని అడగలేదా? మా దగ్గరకి ఎందుకు వచ్చినట్లు?"

"ఎందుకంటే మా ఆవిడ్ని అడిగితే నేను అనుమానించే నిజం బయట పడక పోవచ్చు కాబట్టి." అతను బాధగా చెప్పాడు.

"ఏమిటి మీరు అనుమానించే నిజం?" సింహం ఆసక్తిగా అడిగాడు.

"నెలకి నాలుగు వందలు సంపాదించే తాహతు దానికి లేదు. ఒకే ఒక పని చేస్తే తప్ప." ఆ మాటలు చెపుతుంటే సుఖేష్ కళ్ళల్లో బాధ తొంగి చూసింది.

"ఏమిటా ఒకే ఒక్క పని?"

"ఇంకేమిటి? ఆడవాళ్ళకి ప్రపంచంలోని అతి పాత వృత్తి. వ్యభిచారం."

"మీ ఆవిడ అలాంటిదా?" సింహం ఆశ్చర్యంగా చూస్తూ అడిగాడు.

"ఏమో? ఎవరికి తెలుసు?" బాధగా చెప్పాడు.

"మీకు ఎంతమంది పిల్లలు?" సింహం అడిగాడు.

"ఇద్దరు ఆడపిల్లలు."

"మీ పెళ్ళై ఎంత కాలమైంది?"

"ఐదేళ్ళు."

"గతంలో ఎప్పుడైనా మీ భార్య మీద మీకు ఇలాంటి అనుమానం కలిగే సందర్భాలు తారసపడ్డాయా?"

"లేవు."

"మరి? మీ ఆవిడ పుట్టింటివారు ఇచ్చిన డబ్బయి ఉండచ్చుగా? లేదా మీకు తెలీకుండా ట్యూషన్స్ చెప్పి సంపాదిస్తూండి ఉండచ్చుగా? లేదా అప్పుడాలు చేసి అమ్మో, ఇంకొక విధంగానో..."

"మా ఆవిడ పుట్టింటివారు అర్భకులు. నెలకి నాలుగు వందలు ఇచ్చే స్థోమత లేని వారు. మా ఆవిడకి ట్యూషన్స్ చెప్పేంత చదువు లేదు. అప్పడాల్లాంటివి నాకు తెలీకుండా చేసి అమ్మలేదు. రహస్యంగా దాచిన ఈ పాస్‌బుక్ నాకు వారం క్రితం దొరికింది. ఇవాళ పేపర్లో ఈ వార్త చదివాక ఆ అనుమానం వచ్చింది."

సుఖేష్ ఓ పేపర్ కటింగ్‌ని ఇచ్చాడు. సింహంకి దాని హెడ్డింగ్ చూడగానే ఆ వార్త ఏమిటో అర్ధమైంది. 'భర్త ఇంట్లో ఉంటే ఇల్లాలు-అతగాడు ఆఫీసుకి వెళ్తే వెలయాలు'

బ్రహ్మం చిన్నగా నవ్వి చెప్పాడు.

"ఓస్! భర్తలు ఆఫీసుకి వెళ్ళాక డబ్బు కోసం వ్యభిచరించే వాళ్ళ గురించిన ఈ వార్త చదివాకా మీకా అనుమానం కలిగింది? నిజానికి పోలీసులకి వీళ్ళ గురించి ఇన్‌ఫర్మేషన్ ఇచ్చింది మా బాసే."

"అవును! వార్తలో అది చదివే మీ దగ్గరికి వచ్చాను." సుఖేష్ చెప్పాడు.

"ఆల్‌రైట్! మీ ఆవిడ నెలనెలా నాలుగు వందలు ఎలా సంపాదిస్తోందో పరిశోధిస్తాం. మా ఫీజు వెయ్యి." సింహం చెప్పాడు.

"ఐదు వందలు ఇప్పుడు. ఐదు వందలు పరిశోధన అయాక." బ్రహ్మం చెప్పాడు.

అతను జేబులోంచి ఐదు వందలు తీసి బ్రహ్మానికి ఇచ్చి చెప్పాడు.

"మా ఇంటి అడ్రస్ ఆ బేంక్ పాస్ బుక్‌లో ఉంది. రేపు ఈ సమయానికి వస్తాను."

"అలాగే! ఓ చిన్న అనుమానం. మీ ఆవిడ పేరు తమాషాగా ఉంది. సమాప్తి పేరు ఎందుకు పెట్టారు?" సింహం అడిగాడు.

అతను ఆ గదిలోకి వచ్చాక మొదటి సారిగా సన్నగా నవ్వాడు.

"సమాప్తి వాళ్ళ నాన్నగారు పెట్టిన పేరు. ఆయన వృత్తిరీత్యా రచయిత. దాంతో మొదటి కొడుక్కి ఆరంభ్ అని, రెండో కొడుక్కి సశేష్ అని, ఆఖరుగా పుట్టిన మూడో సంతానానికి 'సమాప్తి' అని పేర్లు పెట్టి ఆపరేషన్ చేయించుకున్నాడు."

సుఖేష్ బయటికి వెళ్ళిపోయాడు.

30

పాణి స్కూటర్ మీద ఇంటికి వెళ్ళి మంచం కింద డబ్బు సంచీని దాచి స్నానం చేస్తుండగా రోహిత్ వచ్చాడు.

"హాస్పిటల్‌కి వెళ్ళి ముందు డబ్బు కట్టొద్దామా?" రోహిత్ అడిగాడు.

"రేపు ఉదయం కడదాం."

"అలాగే. డబ్బు సరిగ్గా ఉందో లేదో లెక్క పెట్టుకోకుండా ఊహని వదిలేసాం."

ఇద్దరూ తలుపులు వేసుకుని డబ్బు లెక్క పెట్టుకున్నారు. రెండుసార్లు లెక్క తప్పి ఓ సారి ఐదున్నర లక్షలు, మరోసారి నాలుగున్నర లక్షలుగా లెక్క వేసాక మూడో సారి ఒకో పది వేల రూపాయలని విడిగా ఉంచి లెక్క చూసుకుంటే సరిపోయింది.

"డబ్బు లెక్క వేయడం కూడా ప్రాక్టీసు మీద రావాలి. ఇన్నేసి లక్షలు ఎలా లెక్క పెట్టుకుంటూంటారో సినిమా వాళ్ళు." పాణి చెప్పాడు.

"వాళ్ళకి డబ్బు లెక్కపెట్టుకోడానికే టైం చాలదు. ఇంక ఏక్ట్ చేయడానికి ఎక్కడ టైముంటుందో?" రోహిత్ చెప్పాడు.

"ఇప్పుడు మనిద్దరం ఆనందంగా ఉన్నట్లేనా?" రోహిత్ డబ్బు దాచేసాక అడిగాడు.

"అవును?"

"ఐతే ఓ కప్పు లెమన్ టీ తాగుదామా?"

"టీ వద్దు."

"పోనీ లెమన్ జ్యూస్ విత్ సాల్ట్?"

"లెమన్ జూస్ వద్దు."

"పోనీ సాల్ట్ విత్ బటర్‌మిల్క్?"

"బటర్‌మిల్క్ అసలు వద్దు."

"పోనీ బ్రాందీ విత్ సోడా?" రోహిత్ అడిగాడు.

"సోడా వద్దు." పాణి చెప్పాడు.

"ఐతే బ్రాందీ కొడదామా?" రోహిత్ ఉత్సాహంగా అడిగాడు.

"తప్పకుండా." పాణి చెప్పాడు.

"మంచి ఖరీదైన బార్‌కి వెళ్దాం పద."

"వద్దు. చలపతి పోలీస్ స్టేషన్ పరిధిలోని బార్‌కే వెళ్ళాలి."

ఇద్దరూ నాలుగైదు బార్‌లకి వెళ్ళారు కాని వాటి ప్రొప్రైటర్స్ వాళ్ళని అనుమతించ లేదు. చివరికి ఓ చిన్న బార్ యజమానిని విపరీతంగా బతిమాలి, ఈసారికి గొడవ చేయమని చెప్పారు.

"అసలు మీరు తాగడం మానేయరాదూ?" ఆయన సలహా ఇచ్చాడు.

"మానేసాం. మాకెంతో సెల్ఫ్ కంట్రోల్." పాణి చెప్పాడు.

"కాని మా 'సెల్ఫ్ కంట్రోల్'కి బానిసై పోతున్నాం. అనే అనుమానం వచ్చి ఇవాళ అసలు తాగగలమో లేదో చూద్దాం అని వచ్చాం." రోహిత్ చెప్పాడు.

ఆయన బార్ లైసెన్స్ రెన్యువల్‌కి డబ్బు అవసరం కాబట్టి అయిష్టంగానే ఇద్దరినీ అనుమతించాడు.

ఇద్దరూ క్వార్టర్ చెప్పారు. కాని వాళ్ళ యజమాని ఆర్డర్ మీద ఇద్దరికీ చెరో పెగ్గే తెచ్చాడు బేరర్. అంతకు మించి ఇవ్వద్దన్నారని చెప్పాడు.

"సరే! ఏం చేస్తాం? కానీ." ఇద్దరూ ఛీర్స్ చెప్పుకుని చెరో గుక్క తాగారు.

"అహ! ఏం రుచి! ఏం రుచి!" పాణి ఆల్కహాల్ నాలిక మీద పడగానే చెప్పాడు.

మళ్ళీ ఇద్దరూ చెరో గుక్కా తాగాక రోహిత్ చెప్పాడు.

"అహ! ఏం సుఖం! ఏం సుఖం!"

"ఒరేయ్. ఇట్రా." పాణి వెయిటర్‌ని పిలిచాడు.

"ఒరేయ్ గిరేయ్ అంటే పడను." వెయిటర్ కోపంగా చెప్పాడు.

"టిప్ ఇచ్చేప్పుడు నీ కోపం మర్చిపోయేలా చేస్తాం కానీ ఒరేయ్, హైదరాబాద్‌లో మోటార్ సైకిల్ తోలడం సుఖమా లేక కారు తోలడం సుఖంరా? చెప్పు." పాణి అడిగాడు.

"టిప్ ఎంతిస్తారు?"

"పది రూపాయలు చాలా?"

"తెలీదు."

"పోనీ ఇరవై?" రోహిత్ చెప్పాడు.

"తెలీదు."

"ముప్పై? సరా? ఏది సుఖమో చెప్పరొరేయ్."

"తెలీదంటే టిప్ గురించి కాదు తెలీదంట. ఏదీ తోలితే సుఖమో తెలీదని." వెయిటర్ విసుగ్గా చెప్పాడు.

"శెభాష్! తెలీకపోతే అలా తెలీదను. ఒప్పుకుంటారోయ్. మోటార్ సైకిల్ తోలితే సుఖరతి అంత సౌఖ్యంగా ఉంటుంది. కారు తోలితే రేప్ చేస్తున్నంత ఇబ్బందిగా ఉంటుంది. రోడ్లు, ట్రాఫిక్‌సెన్స్ లేని ప్రజలు...అబ్బెబ్బెబ్బెబ్బెబ్బె...అవున్రా ఒరేయ్?" పాణి అడిగాడు.

"ఏమిటండీ?"

"అసలు నువ్వు బ్రాందీలో నీళ్ళెందుకు కలిపావు? రెండూ పాడవలా?" అడిగాడు.

"అలా కలపకుండా తాగితే ఇంకేమైనా ఉందా? బ్లేక్ కమెండోలు కాని మిమ్మల్ని పట్టలేరు." వెయిటర్ చెప్పాడు.

పాణి కిసుక్కున నవ్వాడు.

"ఇది కూడా సరే కాని, నువ్వు కూడా నన్ను ఒరేయ్ అనవచ్చుగా?" అడిగాడు.

"భేషుగ్గా అనచ్చు. మనం మనం మనుష్యులం." రోహిత్ చెప్పాడు.

"ఒరేయ్! నన్నో సారి నువ్వు 'ఒరేయ్' అను. సరదాగా ఉంటుంది." పాణి కోరాడు.

"వద్దండి. అలా అననండి."

"ఒరేయ్! నిన్నట్నించి ఇక్కడ నిన్ను ఎన్నో సార్లు ఒరేయ్ అన్నానా? లేదా?"

"అన్నారండి."

"మరి నన్ను ఒరేయ్ అనడంలో తప్పేమిట్రా అడ్డగాడిదా? 'ఒరేయ్ అడ్డగాడిదా ఇంకో పెగ్ కావాలా?' అని అడుగు నన్ను నువ్వు చెప్తా." రోహిత్ చెప్పాడు.

వెయిటర్ ఆ మాట అన్నాక కాని బంధుద్వయం అతన్ని వదల్లేదు.

"ఎగ్ ధర పెరిగిందండీ. ఇవాల్టి నించి రెండు ఎగ్‌లకి పదిహేను రూపాయలు." వెయిటర్ చెప్పాడు.

"అదేంట్రా? ఎగ్స్‌కి కరువొచ్చిందా మార్కెట్లో?" పాణి అడిగాడు.

"కాదురా. ఈ బార్‌కి వచ్చే కస్టమర్స్ కరువొచ్చింది. వచ్చిన వాళ్ళ దగ్గరే దండుకోవాలని రా." వెయిటర్ చెప్పాడు.

"సరే. అలాగే కానీ. ఏం చేస్తాం?"

వెయిటర్ వెళ్ళాక ఇద్దరూ గ్లాసులు ఖాళీ చేసేసారు.

రోహిత్ అప్పటికప్పుడు నోటికి వచ్చిన కవితని గట్టిగా అందుకున్నాడు.

"భూగోళం తాగుతుంది.

పగలు ఎండని రాత్రి వెన్నెలని

చేపలు తాగుతాయి
సముద్రంలోని ఉప్పు నీటిని

ఆకాశం తాగుతుంది
భూగోళం లోని వేడి ఆవిరిని

చెట్లు తాగుతాయి
చెట్లు తాగుతాయి
(ఇక్కడ పాణి 'వహ్వా' అనడంతో రెండు సార్లు రోహిత్ ఆ వాక్యాన్ని చెప్పాడు.)
మేఘాలిచ్చే వర్షాన్ని

మనం తాగుతాం మనం తాగుతాం
మనం నిజంగా తాగుతాం
పళ్ళు ఇచ్చే రసాన్ని..."
మేనేజర్ పరిగెత్తుకొచ్చి కంగారుగా అడిగాడు.
"ఏమిటి? తేలేమైనా కుట్టిందా?"
"లేదు... ఈ ఒక్కటి విను...
నేను తాగుతాను నేను తాగుతాను
జిన్ కలిపిన రమ్‌ని రమ్ కలిపిన జిన్‌ని."

"అయ్యా. ఇది ఉగాది నాటి రేడియో స్టేషన్ కాదు. మీరలా ఉద్రేక పడకూడదు." ఓ టేబిల్ వాళ్ళు అరిచారు.

"మీరు పెద్దమనిషిలా కనిపిస్తున్నారు కాబట్టి అలాగే."

"ప్చ్. వీళ్ళు ఎప్పుడు తాగినా ఇంతే." బార్ యజమాని నొచ్చుకున్నాడు.

"అబ్బ. ఎంత చల్లటి మాట చెప్పారు! ప్రతీ బార్ వాళ్ళు అది మా తప్పంటారు. మీరొక్కరే కనుక్కున్నారు తప్పు మాది కాదని, మందుదని." పాణి ఆయన్ని మెచ్చుకున్నాడు.

"సినిమా షూటింగ్‌లో వాన సీన్‌కి ఫైరింజను పెట్టుకున్నట్లు, వీళ్ళని బార్‌కి అలా చేస్తే బయట పోలీసుల్ని పెట్టుకోవాలి." ఆ బార్ యజమాని చెప్పాడు.

"ఏమిటి? మమ్మల్ని పోలీసులకి పట్టిస్తావా? ఏదీ పట్టించు చూద్దాం." పాణి వెంటనే చేతులు మడుస్తూ చెప్పాడు.

"అది కాదు సార్లు. మీరు ఇలా తాగకుండా బుద్ధిగా ఇంట్లో టైంకి పడుకుని మర్నాడు టైంకి లేచి ఆఫీస్‌కి వెళ్ళి మీ పని చేస్తే మీరు సెక్షన్ ఆఫీసర్ అవచ్చు." ఆయన పాణికి ఓపికగా చెప్పాడు.

"ఏడ్చావ్. నేను తాగినప్పుడు ఫైనాన్షియల్ కంట్రోలర్ అండ్ చీఫ్ ఎకౌంట్స్ ఆఫీసర్ని. తెలుసా?" పాణి చెప్పాడు.

"ఖర్మ. ఖర్మ." విసుక్కుంటూ దూరంగా వెళ్తున్న ఆయనతో రోహిత్ ప్రశాంతంగా చెప్పాడు.

"నేనెందుకు తాగుతానో తెలుసా? నేను తాగి గొడవ చేస్తానన్న సంగతిని మర్చిపోవడానికి."

పక్క టేబిల్‌లోని మనిషి చెప్పాడు గట్టిగా.

"నేనెందుకు తాగుతానో తెలుసా? ఎనిమిది కారణాలకి. మా ఆవిడ చూసిందల్లా కొంటూంటుంది. నేను వద్దన్నానని కొంటుంది. నేను కొనమన్నానని కొంటుంది. అది పొరుగు వారికి లేదని కొంటుంది. అది పొరుగు వాళ్ళకి ఉందనీ కొంటుంది. అది ఇన్‌స్టాల్‌మెంట్‌లో వస్తోందని కొంటుంది. ఒకే సారి సేవ్ చేయచ్చని కొంటుంది. దానితో ఉచిత బహుమతి వస్తుందని కొంటుంది. రేపు దాని ధర పెరుగుతుందని కొంటుంది."

"ఐతే నేనసలు పెళ్ళి చేసుకోను." రోహిత్ చెప్పాడు.

"నేను చేసుకుంటాను." పాణి వెంటనే చెప్పాడు.

"ఐతే ఇంకో పెగ్." రోహిత్ చెప్పాడు.

పాణి వెంటనే గట్టిగా అరిచాడు.

"నా డబ్బుతో బార్‌లో అందరికీ తలో పెగ్గు ఇవ్వు. కావాలంటే చూడు డబ్బు." కట్ట తీసి చూపించాడు.

"ఏమిటి సందర్భం?" ఎవరో అడిగారు.

"కిడ్నాప్ చేసి ఐదు లక్షలు కొట్టేసాం."

ఫక్కున నవ్వి చెప్పారు ఎవరో.

"ఇందాక రిజర్వ్ బేంక్ దోచి నేనూ పాతిక లక్షలు కొట్టేసాను."

"ఏం? నమ్మవా? రోహిత్ కోపంగా లేస్తూ అడిగాడు.

"నమ్ముతాను." అతను కంగారుగా చెప్పాడు.

"తాగుబోతుల్తో పెట్టుకోక." రోహిత్ మళ్ళీ కూర్చుంటూ చెప్పాడు.

వాళ్ళ దగ్గర వంద రూపాయల కట్ట చూసిన బార్ యజమాని ధోరణి మారింది. అతను మర్యాదగా పాణి దగ్గరకి వచ్చి అడిగాడు.

"గ్లాసు ఖాళీ అయింది. ఇంకో గ్లాసు తీసుకురానా?"

"ఒకటి చాలు పిచ్చిమొహమా? నాకు రెండు ఖాళీ గ్లాసులు ఎందుకు?"

"అది కాదు సార్లు. ఇంకో పెగ్ కావాలా అని అడిగా?"

"వీళ్ళిద్దరు బయటికి వెళ్తున్నారు." లోపలికి వచ్చిన పోలీస్ వెంకటస్వామి చెప్పాడు.

"ఎందుకు? బాత్ రూంలో పోసుకుంటాలే." రోహిత్ మత్తుగా చూస్తూ అడిగాడు.

"ఇప్పుడే వచ్చేసావే. కాసేపాగితే మేమే వచ్చేవాళ్ళంగా?" పాణి అడిగాడు.

"అసలు మీరెందుకు తాగుతారు?" పోలీసు వెంకటస్వామి కోపంగా అరిచాడు.

"ఎందుకంటే ఆల్కహాల్ అనగా అందమైన ఆడదాని చిరునవ్వు కాబట్టి."

"మీరు తాగి కంట్రోల్ తప్పేప్పుడు తాగడం దేనికి?" వెంకటస్వామి విసుక్కున్నాడు.

"ఎందుకు ఉండం?" రోహిత్ అడిగాడు.

"నీ చెయ్యేది? చూపించు." పోలీసు వెంకటస్వామి రోహిత్‌ని అడిగాడు.

"ఏది చెయ్యి?" రోహిత్ తన శరీరం వంక చూసుకుంటూ అడిగాడు.

"ఇదే కంట్రోల్‌లో లేకపోవడం అంటే." పోలీసు వెంకటస్వామి అరిచాడు.

"ఎందుకు లేం? నువ్వు కంట్రోల్‌లో ఉంటే చెప్పు. నా చెయ్యి ఏది?" తూలి పడబోయి పాణి పోలీస్ వెంకటస్వామిని పట్టుకుని అడిగాడు.

పోలీసు వెంకటస్వామి నుదుటి మీద కొట్టుకున్నాడు.

పాణి తన రెండు చేతుల్నీ చూపించాడు.

"నువ్వింత కంట్రోల్‌లో ఎలా ఉండగలిగావు?" వెంకటస్వామి పాణిని అడిగాడు.

"ఎలాగా? కిడ్నీస్... కిడ్నీస్... కిడ్నీస్ పెట్టి ఆలోచిస్తే ఎవరికైనా తడుతుంది." తన తల వంక చూపించి పాణి చెప్పాడు.

"కంట్రోల్ తప్పడం అంటే ఇదే." పోలీస్ వెంకటస్వామి నవ్వుని ఆపుకోలేక చెప్పాడు.

"వీళ్ళు తాగింది చెంచాడు. వచ్చిన మత్తు గరిటెడు." బార్ యజమాని కోపంగా, చెప్పాడు.

"ఐతే సాధించింది తక్కువ. ఇంకా సాధించాల్సింది ఎక్కువ." పాణి విచారంగా చెప్పాడు.

ఇద్దరూ బిల్ పే చేసాక వెయిటర్ టిప్‌ని చూసి నిరాశగా అడిగాడు.

"సార్! ఇందాక నాకు టిప్ ఇచ్చేప్పుడు ఏదో గుర్తుంచుకుంటానన్నారు?"

"ఇవాళ్టికి ఇంతే గుర్తు."

వెయిటర్‌కి నిజంగా కోపం వచ్చి అరిచాడు.

"ఒరేయ్. సరేలేరా. ఇంకో సారి వచ్చినప్పుడు ఎక్కువ టిప్ ఇద్దువు గాని లేరా."

ఇద్దర్నీ రిక్షాలో ఎక్కించి, దారిలో పోలీస్ వెంకటస్వామి వారి చేత నాలుగు సోడాలు, మజ్జిగ బలవంతంగా తాగించాడు.

"మజ్జిగ వద్దు. దిగిపోతుంది." రోహిత్ కంగారుపడ్డాడు.

"ఇవాళ తప్పదు. మీతో చాలా పనుంది. త్వరగా మీ నిషా తగ్గాలి అన్నారు సి.ఐ. గారు." చెప్పాడు.

"చలపతి అలా అన్నాడా? కొంపతీసి మేం చేసిందంతా బయట పడిందా వెంకటస్వామి గారు." రోహిత్ అడిగాడు.

గంట తర్వాత ఇద్దరి నిషా బాగా తగ్గాక వెంకటస్వామి వాళ్ళని ఇంటి దగ్గర దింపాడు.

"లోపలికి వెళ్ళి చూడండి మీకే తెలుస్తుంది." ముసిముసిగా నవ్వుతూ చెప్పాడు.

ఇద్దరూ ఒకరి వంక మరొకరు అనుమానంగా చూస్తూ తమ పోర్షన్ లోకి వెళ్ళారు. ఇద్దరూ తమ కళ్ళని తామే నమ్మలేకపోయారు.

'బాబూ.' అంటూ పాణి తల్లి జలంధర పాణిని దగ్గరకు తీసుకుంది. పాణి 'భలే-భలే' అని గట్టిగా ఆనందంగా అరిచేసాడు. అక్కడే ఉన్న చలపతి నవ్వుతూ పాణి వంక చూసాడు.

"అక్కయ్యా? నువ్వెలా వచ్చావ్? ఎప్పుడొచ్చావ్?" రోహిత్ ఆశ్చర్యంగా అడిగాడు.

"దేవుడి దయవల్ల గంటన్నర క్రితమే కోమాలోంచి బయటపడ్డా నాయనా. డాక్టర్ అన్ని పరీక్షలు చేసి నేను సంపూర్ణ ఆరోగ్యంగా ఉన్నానని చెప్పి పంపించారు." ఆవిడ చెప్పింది.

"ఇంత కాలం బాధతో తాగుతున్నారు కాబట్టి నేను పట్టించుకోలేదు. ఇక మీదట తాగి గొడవచేసి స్టేషన్‌కి వచ్చారా మీకు పాట్లు తప్పవు." చలపతి ఇద్దర్నీ హెచ్చరించాడు.

"ఇంకెందుకు తాగుతాం?" చెప్పాడు పాణి.

"ఏదైనా కొత్త బాధని వెతికి పట్టుకోకుండా ఎలా తాగుతాం?" రోహిత్ చెప్పాడు.

"కోమాలోంచి ఎలా బయటికి వచ్చావమ్మా?" పాణి అడిగాడు.

"ఎలా వెళ్ళానో అలాగే. రెండూ తెలీవు. అకస్మాత్తుగా మెలకువ వచ్చింది. 'ఇదేమిటి? ఇక్కడున్నాను?' అనుకున్నాను. నర్స్‌ని పిలుద్దామంటే ముక్కులో, గొంతులో ఏవో ట్యూబ్‌లు. కళ్ళు తెరిచి చూస్తున్న నర్స్ నన్ను చూసి 'కోమాలోంచి బయటికి వచ్చారా?' అని అడిగింది. 'నేనే బావిలో పళ్ళేదు బయటికి రావడానికి' అన్నాను. వెంటనే డాక్టర్‌ని పిలుచుకు వచ్చింది. ట్యూబులన్నీ తీసేసారు. హాయిగా రిక్షా ఎక్కి ఇంటికి వచ్చేసాను. చలపతి భార్యతో చెప్తే చలపాయ్‌కి ఫోన్ చేసి మిమ్మల్ని గంటలో పిలిపించింది."

"అమ్మయ్యా. ఇంకెన్నటికీ నువ్వు కోమాలోంచి బయటికి రావనుకున్నానమ్మా. వంట చేసుకోలేక, ఇల్లు ఊడవలేక, అంట్లగిన్నెలు తోమలేక చస్తున్నాను." పాణి చెప్పాడు.

"ఇంటిపనికి, వంట పనికా నీకు తల్లి?" ఆవిడ చిరుకోపంగా అడిగింది.

"అది కాదు. బ్రహ్మచారులం అని నువ్వు హాస్పిటల్‌లో అడ్మిట్ అవగానే పనిమనిషి మానేసింది. అందుకని పాణి అలా చెప్పాడు." రోహిత్ చెప్పాడు.

"అమ్మా. కోమాలోకి వెళ్తే ఎలా ఉంది?" పాణి అడిగాడు.

"ఎలా ఉంటుంది? నిద్రపోయినప్పుడు ఉన్నట్లుగా ఉంటుంది."

"ఓ రాత్రి హాస్పిటల్ పక్క నించి వెళ్తూ 'చక్కనైన చందమామ ఎక్కడున్నావు? దిక్కులేని...' అంటూ పాడాం. నీకది వినిపిస్తే కోమాలోంచి బయటికి వస్తావని పాడాం. ఆ పాట వినిపించనే లేదా?" పాణి అడిగాడు.

"వినిపించింది. మళ్ళీ కోమాలోకి వెళ్ళిపోవాలని అనిపించింది." ఆవిడ హాస్యంగా చెప్పింది.

"మంచి మాటన్నారు. ఒకో రాత్రి మందు కొట్టొచ్చి వీళ్ళు 'ఎండిన రొట్టె ముక్కలో జారిన కన్నీటి చుక్కని గజ్జి కుక్క నాకుతోంది. మేం మటన్ ముక్కని విస్కీ చుక్కలో ముంచి నాకుతున్నాం' అంటూ కవిత్వాలు పాడసాగారు. మాకు నిద్ర పట్టలేదంటే నమ్మండి." చలపతి భార్య కోపంగా చెప్పింది.

"చూసారా? మర్చేపోయాం. కవిత్వం బాలా?" రోహిత్ ఆవిణ్ణి అడిగాడు.

ఆ ముగ్గురూ రాత్రి పన్నెండున్నర దాకా ఎన్నో కబుర్లు చెప్పుకున్నారు. కమలాకరం ప్రసక్తి రాగానే ఇద్దరూ అతన్ని తిట్టి పోసారు.

"తన కారు కింద పడినందుకు చికిత్సకి డబ్బు ఇస్తానని మొదట్లో ఒప్పుకుని చివర్లో చేతులెత్తేసాడు." పాణి చెప్పాడు.

"ఈలోగా మేం ఇద్దరం చిన్న అడ్వెంచర్ చేసాం." రోహిత్ గర్వంగా చెప్పాడు.

"ఏమిటది?" ఆవిడ తమ్ముణ్ణి అడిగింది.

"ఇది."

తలుపు మూసి గడియ పెట్టి నవ్వుతూ పాణి మంచం కింద నించి ఓ సంచీని బయటికి తీసి అందులోని నోట్ల కట్టలని నేల మీదకి కుమ్మరించాడు. అంత డబ్బుని ఆవిడ జీవితంలో ఒక్క సారి కూడా చూసి ఎరగదు కాబట్టి ఆశ్చర్యంగా అడిగింది.

"ఎక్కడిది? ఆఫీసు వాళ్ళు ఎరియర్స్ ఇచ్చారా?"

"కాదు. ఒకప్పుడు ఇదంతా కమలాకరం డబ్బక్కా. కొట్టేసాం." రోహిత్ నవ్వుతూ చెప్పాడు.

"ఈ డబ్బు కొట్టేయడానికి కారణం నీ హాస్పిటల్ బిల్లు కట్టాలని. నువ్వు బయటికి సేఫ్‌గా వచ్చేసావు కాబట్టి ఇంక హాస్పిటల్ బిల్ కట్టాల్సిన పని లేదు. అందుకని ఇది కమలాకరానిదే అవుతుంది." పాణి చెప్పాడు.

"అంటే ఇదంతా ఆయనకి తిరిగి ఇచ్చేయాలా?" రోహిత్ ఆశ్చర్యంగా అడిగాడు.

"అవును. మనమేమైనా గజం దొంగలమా?"

"ఎంతో రిస్క్‌తో కష్టపడి సంపాదించాం కాబట్టి ఇది మనది." రోహిత్ చెప్పాడు.

"ఈ వెధవ పాపపు సొమ్ము మనకొద్దు. వాడికే ఇచ్చేద్దాం."

"అందులో సగం నాది. కావాలంటే నీ సగం ఇవ్వు."

ఆ ఇద్దరి మాటలని ఆశ్చర్యంగా వింటున్న జలంధర ఇద్దరి చెవులని రెండు చేతులతో పట్టుకుని అడిగింది.

"వెధవల్లారా! ఇంత డబ్బు ఎలా దొంగతనం చేసారు?"

"చెప్తా కాని చెవి వదులు." పాణి చెప్పాడు.

"ఊహు. ముందు చెప్పండి." ఆవిడ కోపంగా అరిచింది.

"మేం చెప్పే దాకా చెవి వదలకపోతే అది ఎర్రగా కంది చివరికి ఈ చెవికేం వినపడదు." రోహిత్ చెప్పాడు.

హాస్పిటల్ బిల్ కట్టాల్సిన అవసరం గురించి, కమలాకరం విలనీ గురించి, సూపర్ బజార్ ముందు కారు దొంగతనం, నగల దొంగతనం విఫల ప్రయత్నాల గురించి, ఊహ కిడ్నాప్ గురించి పాణి వివరించాడు.

గుండెల మీద చేతిని వేసుకుని భయంగా విన్న ఆవిడ అడిగింది.

"ఇది మీ ఇద్దరిలో ఎవరికి పుట్టిన బుద్ధి?"

"వీడికి." ఇద్దరూ ఒకేసారి రెండో వ్యక్తిని చూపించారు.

"ఎవరికి పుట్టిన బుద్ధో మీ వాదనలు విన్నాకే తెలిసింది. ఈ ఐదు లక్షలని మర్యాదగా తీసుకెళ్ళి రేపు ఉదయం కమలాకరానికి అప్పగించి, చెంపలేసుకుని, చేసిన తప్పు ఒప్పుకుని రండి. ఆ తర్వాత గంగా స్నానం చేస్తే కాని మీ పాపం పోదు."

"అది కాదక్కా. ఇప్పుడు నువ్వున్నావనుకో. రేపు నీకు పెద్దతనంలో..." అంటూ రోహిత్ ఏదో చెప్పబోతుంటే ఆవిడ అతన్ని మాట్లాడనీయకుండా అడ్డుపడింది.

"ఒక్క అక్షరం ఎదురు చెప్పద్దు. నేను చెప్పినట్లు చేయండి. లేదా చలపతికి మీ ఘనకార్యం గురించి నేనే చెప్తాను. నేనే దగ్గరుండి జైలుకి పంపిస్తాను."

"ఇందులో నా తప్పేం లేదు. నేను తిరిగి ఇచ్చేద్దామనే అంటున్నాను. కాకపోతే గంగాస్నానం అన్నావు కాబట్టి కాశీ వెళ్ళి వచ్చే ఖర్చులు మినహాయించుకుని ఇద్దామంటున్నాను." పాణి చెప్పాడు.

"నీ డబ్బుతో వెళ్ళొస్తే పాపమేం రాదు."

"అది నిజమే అనుకో. కాని ఈ కిడ్నాప్ కోసం మాక్కొంచెం ఖర్చైంది. అదైనా..." రోహిత్ చెప్పాడు.

"ఒక్క పైసా తగ్గించి ఇవ్వడానికి ఒప్పుకోను. మొత్తం అప్పచెప్పి రండి."

"నన్ను కన్న కడుపున నువ్వెలా పుట్టావే అక్కయ్యా. సత్తెకాలపు దానివి." రోహిత్ గొణిగాడు.

"ఒప్పుకున్నట్లా? లేదా? తేల్చి చెప్పు. నాకు నిద్రొస్తోంది." ఆవిడ చెప్పింది.

"ఒప్పుకున్నట్లే అనుకో. కాని ఓ వారం ఆగి ఇస్తాం. ఈలోగా నువ్వు అలవాటుగా నిద్ర లోంచి మళ్ళీ కోమాలోకి వెళ్తే?" రోహిత్ అడిగాడు.

"నాకింకో పనేం లేదనుకున్నావా? ఇంటి పని, వంట పని... అసలు ఈ ఇంటి బూజులు దులిపి, ఫినాయిల్‌తో కడిగిస్తే కాని మనుషులు ఉండటానికి కుదరదు."

మర్నాడు ఉదయం ఆ డబ్బు తిరిగి కమలాకరానికి ఇస్తామని ఇద్దరూ మాట ఇచ్చాక కాని ఆవిడ ఊరుకోలేదు.

"ఏరా మామా? ఖర్చుల మాటేమిటి?" పాణి దిగులుగా అడిగాడు.

"ఏమోరా అల్లుడు? ఇక నేను బతికుండగా మాత్రం మళ్ళీ ఇంత డబ్బు కళ్ళ చూడను." రోహిత్ బాధగా చెప్పాడు.

"బేడ్ నైట్." పాణి నిద్రపోయే ముందు చెప్పాడు.

"బేడ్ నైట్." రోహిత్ బదులుగా చెప్పాడు.

31

ఆ రాత్రి కమలాకరం ఇంట్లో ఊహ, స్వప్నలు కూడా పోయిన ఆ ఐదు లక్షల గురించి మాట్లాడుకున్నారు.

"ఐదు లక్షలంటే ఈ రోజుల్లో మాటలా?" ఊహ చెప్పింది.

"ఏనాడు నెహ్రూ మనది సోషలిస్ట్ అన్నాడో ఆ రోజు నించే డబ్బున్న వాళ్ళని డబ్బు లేని వాళ్ళు ఎక్స్‌ప్లాయిట్ చేయడం ఆరంభమైంది" బిఏ పాలిటిక్స్ మెయిన్ సబ్జెక్ట్ ఐన స్వప్న చెప్పింది.

"నీకు డబ్బు లేని వారంటే అట్టే గౌరవం వున్నట్లు లేదు." ఊహ అడిగింది.

"కారణం తమకి లేని డబ్బుని కష్టపడి సంపాదించడం బదులు అడ్డదారిలో ధనాన్ని ఆర్జించే వెధవబుద్ధి మన దేశంలోని బీదల్లో పుష్కలంగా ఉంది కాబట్టే. ఏ రంగంలో, ఏ వాక్ ఆఫ్ లైఫ్‌లో చూడు. ఇదే తంతు."

"డబ్బు లేని వాళ్ళంతా ఒకటే అనుకోవడం తప్పు."

ఊహ స్వప్న అభిప్రాయాన్ని ఖండించింది.

"డబ్బు లేని వాళ్ళ మెంటాలిటీ చాలామందిలో ఒకటే. 'యథా రాజా-తథా ప్రజా' అన్నట్లు మన ప్రభుత్వానికే ఈ బుద్ధి ఉన్నప్పుడు మరి ప్రజలకి ఎందుకు ఏర్పడదు?"

"మన ప్రభుత్వానికే ఉందా?" ఊహ ఆశ్చర్యంగా అడిగింది.

"ఎందుకు లేదు? ప్రతి సంవత్సరం కేంద్ర బడ్జెట్ చూడు. డబ్బున్న వాళ్ళ మీదే వడ్డింపులు. కార్లు, ఏర్‌కండిషన్డ్ యంత్రాలు, విమాన టిక్కెట్లు, రైల్వే ఫస్ట్ క్లాస్ టిక్కెట్లు

ఇంకా ధనవంతులు ఉపయోగించే ప్రతి ఐటం మీద టేక్సులు వేస్తూనే ఉంటుంది. అంబాసిడర్ పెట్రోల్ కారు ఇంజను ధర ఎనిమిది వేలు మించదు. కానీ ఆ కారు ధర లక్షన్నర రూపాయలు ఎందుకు? ఎక్సయిజ్ సుంకాలు, టేక్సులు. ఇలాగే బీదవాళ్ళు ధనవంతులని పీడించి సంపాదిస్తుంటారు. ఇల్లు కట్టుకోడానికి పర్మిషన్‌కి మునిసిపాలిటీ ఆఫీసుకెళ్తే లంచం ఎందుకు అడుగుతారు? ఇల్లు కట్టేవాడి దగ్గర డబ్బుంది కాబట్టి. ఈ దేశంలో ప్రతీది ఇంతే."

ఊహ చిన్నగా నవ్వి చెప్పింది.

"ఐతే నువ్వు ఏ బీదవాడి తోనో ప్రేమలో పడక. డబ్బున్న వాళ్ళనే ప్రేమించు."

స్వప్న కూడా చిన్నగా నవ్వి చెప్పింది.

"నన్ను తప్పుగా అర్ధం చేసుకున్నావ్. నేను ఎప్పటికైనా పెళ్ళి చేసుకుంటే నా డబ్బు కోసం కాక నన్ను నన్నుగా ప్రేమించే మనసున్న పేద అబ్బాయినే పెళ్ళి చేసుకుంటాను."

"ఇందాక నువ్వు చెప్పిన దానికి ఇది విరుద్ధం."

"అవును. మా డేడి సంపాదించింది మూడు తరాలకి సరిపడా ఉంది. డబ్బు కాంక్ష లేని బీదవాడ్ని చేసుకోవాలని ఉంది నాకు."

"నీకు అణగిమణగి పడి ఉంటాడనా?"

"కాదు. లేని డబ్బు కోరుకోవడం ఒక్కటే బీదవాళ్ళలోని బలహీనత. మిగిలిన అన్ని విషయాల్లో వాళ్ళు డబ్బున్న వాళ్ళ కన్నా ఎంతో హుందాగా ప్రవర్తిస్తారు. వాళ్ళకి డబ్బు మీద కన్నా తమ కుటుంబ సభ్యుల మీద ప్రేమ ఎక్కువ. డబ్బున్న మా నాన్న లాంటి వాళ్ళకి డబ్బే ప్రధానంగా ఉంటుంది. నీకో సంగతి తెలీదు. నేను పుట్టిన నెల దాకా మా డేడీ నన్ను వచ్చి చూళ్ళేదు. అవుట్ డోర్ షూటింగ్‌లో ఉన్నారు. రెండు రోజులు వచ్చి వెళ్తే, ఆ రెండు రోజుల షూటింగ్ ఆగిపోతుందని, రోజుకి ఇరవై వేల చొప్పున నలభై వేలు హోటల్ ఖర్చులకి, యూనిట్ సభ్యుల తిండికి, బేటాలకి వృధా అవుతుందని రాలేదు. ఇదే సామాన్య ఉద్యోగస్థుడైతే లాస్ ఆఫ్ పే ఐనా రాకుండా ఉంటాడా?"

స్వప్న మాటల్లోని ఆవేదనని అర్ధం చేసుకున్న ఊహ చెప్పింది.

"ఐ థింక్ యు ఆర్ రైట్."

"అందుకే నా పన్నెండో ఏటే సాధ్యమైనంత వరకు ఎవరైనా బీదబ్బాయిని చేసుకోవాలని అనుకున్నాను. బట్. అతనికి నా డబ్బు మీద ఆశ ఉండకూడదు. అది ముఖ్యం."

విశాలాక్షి గొంతు పెద్దగా వినిపించింది.

"పొద్దు పోయినా ఇంకా పడుకోలేదేమిటి? రేపు మాట్లాడుకోవచ్చు. పడుకోండి."

ఆ తర్వాత ఇద్దరూ మౌనంగా ఉండిపోయారు.

* * *

"గుడ్ మార్నింగ్." కమలాకరం మర్నాడు ఉదయం డైనింగ్ హాల్లోకి వచ్చిన ఊహని గ్రీట్ చేసాడు.

"గుడ్ మార్నింగ్ డేడీ." ఊహ బదులుగా చెప్పింది.

"గుడ్ మార్నింగ్ ఎవ్విరిబడి." రెండు నిమిషాల తర్వాత వచ్చిన స్వప్న కూడా చెప్పింది.

"ఇవాళ టిఫిన్ ఏమిటి?" కమలాకరం విశాలాక్షిని అడిగాడు.

"ఇడ్లీ."

"ఎంతకాలమైందో గారెలు తిని. ఓ రోజు గారె చేయించకపోతే అది ఎలా ఉంటుందో స్వప్న మర్చేపోతుంది." కమలాకరం చెప్పాడు.

ఆవిడ ఓసారి తీవ్రంగా చూసి చెప్పింది.

"పకోడి అడుగు. బూరె అడుగు. అంతే కాని చేగోడీలు, గారెలు అడగద్దు."

"ఏం?" ఊహ అడిగింది.

"నేను చెప్తా. మొన్న ఇది సెన్సార్ చేసిన 'సర్వం గోవిందం' సినిమాలో పధ్నాలుగు సీన్లకి కట్ చెప్పింది. ఎందుకంటే ఓ తిండిపోతు పాత్రధారి చేగోడీలు, గారెలు తింటూ కనపడతాడట. ఆ రెండూ సెక్స్‌ని గుర్తు చేసే సింబల్స్ అని కట్ చెప్పేసింది. ఆ సీన్స్ తీసేస్తే కథ అర్థం కాదని నిర్మాత గగ్గోలు."

"అత్తయ్యా! భాషలోనే కాక ఆఖరికి తినే పదార్థాల్లో కూడా నువ్వు మాంసాహార అర్థాలు ఎలా చూడగలవు? నీ మేథస్సుకి నా జోహార్లు." స్వప్న చెప్పింది.

బట్లర్ వచ్చి ఇన్‌స్పెక్టర్ చలపతి వచ్చాడని చెప్పాడు. కొద్ది నిమిషాల్లో ఆయన లోపలికి వచ్చి డైనింగ్ టేబిల్ ఎదురుగా ఉన్న ఖాళీ కుర్చీలో కూర్చున్నాడు.

"అమ్మాయ్. నిన్నెవరు కిడ్నాప్ చేసారో తెలుసా?" అడిగాడు.

"మొత్తం ఇద్దరండి. నా కళ్ళకి గంతలు కట్టేసి ఉంచారు కాబట్టి నేను వాళ్ళని చూడలేక పోయాను." ఊహ చెప్పింది.

"వాళ్ళ పేర్లు?"

"ఒకడి పేరు గబ్బర్ సింగ్. ఇంకొకడి పేరు గజేంద్ర సింగ్."

"అలాగా? గబ్బర్ సింగ్, గజేంద్ర సింగ్‌లు ఏ భాషలో మాట్లాడుకునేవారు?"

"అదేదో నార్త్ ఇండియన్ భాషండి. హిందీ కాదనుకుంటా. అదేదో కాని 'మటాష్' అనే పదం ఉన్న భాష."

"మటాషా? ఫటాష్, మటాష్‌లు పాకిస్థానీ భాషల్లో ఉంటాయనుకుంటా." కమలాకరం చెప్పాడు.

"మేం కనుక్కుంటాం కాని...నీకు కొంకణి కాని, పాకిస్థానీ భాష కాని వచ్చామ్మా?" చలపతి అడిగాడు.

"రాదండి. అలా అడిగారేం?"

"మరేం లేదు. మరి నీతో ఏ భాషలో మాట్లాడేవారు?"

"వాళ్ళకి తెలుగు కూడా వచ్చండి. తెలుగులో మాట్లాడేవారు. ఐనా నాతో మాట్లాడడానికి వాళ్ళకేం టాపిక్స్ ఉంటాయండి? ఓ ఫ్రెండ్ కాదాయె. ఓ చుట్టం కాని, పక్కం కాని కాదాయె. నాతో పెద్దగా మాట్లాడేవారు కాదు."

"నిన్నెక్కడ బంధించారు?"

"ఓ పాడు బడ్డ బంగ్లాలోనండి. ఒకటే గబ్బిలాల వాసన." మొహం ముడుచుకుని చెప్పింది.

సరిగ్గా ఆ సమయానికి ప్రైవేట్ డిటెక్టివ్ సింహం, అతని అసిస్టెంట్ బ్రహ్మం లోపలికి వచ్చారు.

"అలాగా? ఆ గబ్బిలాలని నువ్వు చూసావా అమ్మాయ్?" సింహం అడిగాడు.

"లేదండి. కళ్ళకి గంతలు కదా."

"ఆ పాడు బంగ్లా ఎక్కడుందో నీకేమైనా క్లూలు దొరికాయా?" చలపతి అడిగాడు.

"రోజూ అరగంటకో సారి బంగ్లా పక్క నించి రైలు వెళ్తుండేది. రైల్వే ట్రాక్‌కి దగ్గర్లోనే ఉందా బంగ్లా" ఊహ కొత్త అబద్ధం చెప్పింది.

"అలాగా? అది ఎలక్ట్రిక్ రైలా? డీజిల్ రైలా?" బ్రహ్మం వెటకారంగా అడిగాడు.

"కళ్ళకి గంతలు కదండి. చూసి ఉండదు." స్వప్న చెప్పింది.

"నిన్నెలా అపహరించారు వాళ్ళు?"

"పార్టీ అయ్యాక కారులో కూర్చున్నాక తుపాకి చూపించారు. అరవద్దన్నారు. తర్వాత ముక్కుకి ఏదో రాసారు. స్పృహ తప్పింది."

"నిన్నేం హింసించలేదుగా?" చలపతి అడిగాడు.

"లేదండి."

"ఇంకా గుర్తు తెచ్చుకోమ్మా. శబ్దాలు, వాసనలని బట్టి అది ఎక్కడి ఇల్లో చెప్పగలవా?"

కళ్ళు మూసుకుని కొద్దిసేపు ఆలోచించినట్లు నటించి చెప్పింది.

"సింహం వాసనేసేది."

"సింహమా? దాని వాసన నీకెలా తెలుసు?" డిటెక్టివ్ సింహం వెటకారంగా అడిగాడు.

"సర్కస్ సింహం, అడవి సింహం కాదు. సింహం అంటే మీ వాసన." ఊహ చెప్పింది.

"నా వాసనా? నేను వాసన వేస్తానా?" సింహం ఆశ్చర్యంగా అడిగాడు.

"నా ముక్కుకి వస్తుంది. గబ్బర్ సింగ్ గొంతు అచ్చం మీ గొంతులా కూడా ఉండేది." ఊహ చెప్పింది.

"నువ్విక దాచి లాభం లేదమ్మాయ్. నీ నాటకం యావత్తూ నాకు తెలుసు." సింహం గర్జించాడు.

"నాటకమా?" ఊహ అమాయకంగా చూస్తూ అడిగింది.

"అవును. నేను చెప్తున్నా వినండి. ఈ కిడ్నాప్ వ్యవహారమంతా రోహిత్, పాణి ఇద్దరూ కలిసి చేసారు. ఊహ కిడ్నాప్ చేయబడ్డట్టుగా నటించింది."

"ఆడినట్లుగా నటించానా?" ఊహ ఆశ్చర్యం నటిస్తూ అడిగింది.

"అవును. నీ అరికాలుకి కాలిన మచ్చ ఉందేమో చూపించు." వెంటనే అడిగాడు.

"ఓ! ఆ రోజు మచ్చ పెట్టలేదు వాళ్ళు. ఊరికే అలా చెప్పమన్నారు. లేకపోతే నిజంగా కాల్చి మచ్చ పెడతామన్నారు." ఊహ చెప్పింది.

"మీ ముగ్గురూ ఓ హోటల్లో కూర్చుని సాక్షాత్తు ఈ చలపతికే టోకరా ఇచ్చారు. అంతకంటే ఋజువేం కావాలి?"

"మేం ముగ్గురమా? హోటల్లోనా. ఏ ముగ్గురూ? ఏ హోటల్లో?" ఊహ చురుగ్గా చూస్తూ అడిగింది.

"ఆమె వేరే! కొంకణి అమ్మాయి." చలపతి కల్పించుకుని చెప్పాడు.

"మనిషిని పోలిన మనుషులు ఉంటూంటారు." ఊహ చెప్పింది.

"రింగ్ రోడ్ దగ్గర కొత్తగా వస్తున్న ఓ కాలనీలో ఈమె దాక్కుంది. ఆ ఇంటిని రోహిత్, పాణి అద్దెకు తీసుకున్నారు. కావాలంటే ఋజువు చేస్తాను." బ్రహ్మం చెప్పాడు.

"ఇంట్లోనా? పాడు బడ్డ బంగ్లాలో అంటోందిగా ఆ అమ్మాయి?" కమలాకరం ఆశ్చర్యంగా అడిగాడు.

"ఇవన్నీ అబద్ధాలు."

"సరే. మీరా మాటన్నాక ఇంక నేనేం మాట్లడను. అసలు రోహిత్, పాణి ఎవరో నాకు తెలీనే తెలీదు. ఎన్నడూ వాళ్ళని చూడనైనా చూడలేదు." ఊహ చెప్పింది.

"ఇన్‌స్పెక్టర్. మీరు నా వెంట వస్తే మీకు చాలా ఋజువులు దొరుకుతాయి. మేం కష్టపడి కనుక్కున్న చాలా విషయాలు తెలుస్తాయి." ప్రయివేట్ డిటెక్టివ్ సింహం చెప్పాడు.

చలపతి అతని వంక ఆలోచనగా చూసి చెప్పాడు.

"పదండైతే. అన్నీ క్షుణ్ణంగా పరిశోధించాన్నది పోలీసులు పాటించే మొదటి రూల్."

ఇన్‌స్పెక్టర్ చలపతి, సింహం, బ్రహ్మం టిఫిన్ ముగించి లేచారు.

వాళ్ళు బయటికి వెళ్తుంటే ఊహ 'ఈ డిటెక్టివ్‌కి ఇన్ని విషయాలు ఎలా తెలుసా?' అని ఆశ్చర్యంగా అనుకుంది.

వాళ్ళు ముగ్గురూ వెళ్ళిన పది నిమిషాలకి బట్లర్ వచ్చి కమలాకరంతో చెప్పాడు.

"సర్. రోహిత్, పాణిలట. మిమ్మల్ని కలవడానికి వచ్చారు."

"వాళ్ళకి ఇంకేం పని లేదా? నేను ఇంట్లో లేనని చెప్పు. నేను చెప్పమన్నానని కాదు. నిజంగా ఇంట్లో లేను." కమలాకరం కోపంగా అరిచాడు.

బట్లర్ వెళ్ళాక బయటికి గట్టిగా చెప్పాడు.

"ఆ వెధవలు ఇద్దరికీ బుద్ధి లేదు."

"బుద్ధి లేని వాళ్ళనే వెధవలంటారు నాన్నగారు." స్వప్న నవ్వింది.

"పరాయి వాళ్ళని ఊరికే ఎందుకలా తిట్టడం?" గొణిగింది ఊహ.

కొద్ది క్షణాల తర్వాత బట్లర్ మళ్ళీవచ్చాడు.

"సర్. మీరు ఇంట్లో ఉన్నారని తెలుసని చెప్పారు. మిమ్మల్ని కలిసి కాని వెళ్ళరట. వాళ్ళిద్దర్ని కలిస్తే మీకే లాభం అని చెప్పమన్నారు."

"ఏమిటి లాభం? 'గెట్ అవుట్' అన్నానని చెప్పు. ఏమన్నానని?"

బట్లర్ ఎంతో డ్రమెటిక్‌గా, కోపంగా కమలాకరాన్ని చూస్తూ చేతిని తలుపు వేపు చూపించి చెప్పాడు.

"గెటౌట్ ఇడియట్."

"ఏమిటి? నేనా?" కమలాకరం ఉలిక్కిపడి అడిగాడు.

"ఛ! కాదు సర్. అలా అంటా సార్. ఇడియట్ అంటే మొహం మాడ్చుకుని పోతారని అది కలిపానంతే."

బట్లర్ వెళ్ళాక మళ్ళీ కొన్ని క్షణాల్లో తిరిగి వచ్చాడు.

"సర్. మీ నించి కిడ్నాపర్స్ తీసుకున్న ఐదు లక్షల గురించి మాట్లాడాలని వచ్చామని చెప్పమన్నారు." చెప్పాడు.

ఆ గదిలోని మిగతా అందరితో పాటు ఊహ కూడా సమానంగా ఆశ్చర్యపోయిందా మాటలకి. అందరి కన్నా ముందుగా ఆశ్చర్యం లోంచి తేరుకున్న కమలాకరం చెప్పాడు.

"కిడ్నాప్ గురించి తెలుసుకుని ఉంటారు. ఆ మాటంటే పరిగెత్తుకు వెళ్తానని అనుకుని ఎరగా వేసారు. పొమ్మను."

"పొమ్మంటాను కాని సార్. వాళ్ళు నిజంగా ఐదు లక్షల రూపాయలతో వచ్చారు. నాకు డబ్బు చూపించారు. మీరు వద్దన్నారు కాబట్టి పోనీ నేను తీసుకోవచ్చా?" బట్లర్ వినయంగా అడిగాడు.

"ఏమిటి? డబ్బుతో వచ్చారా?" ఊహ వెంటనే అడిగింది.

"ఐతే వాళ్ళని వెంటనే తీసుకురా." కమలాకరం చెప్పాడు.

కొద్ది క్షణాల్లో రోహిత్, పాణి చంకలో చిన్న సంచితో వచ్చారు. ఊహని చూసి పాణి చిన్నగా నవ్వాడు. ఊహ కళ్ళతోనే ప్రశ్నించింది ఏమిటి సంగతి అని.

పాణి కూర్చుని మౌనంగా సంచీలోని డబ్బు కట్టలని డైనింగ్ టేబిల్ మీద కుమ్మరించాడు. ఆ ఏభై వంద రూపాయల కట్టలు వంక నిశ్చేష్టులై చూసారంతా.

"మీరు కిడ్నాపర్స్‌కి చెల్లించిన డబ్బిది. ఇది న్యాయంగా మీకు చెందాలి కాబట్టి తీసుకోండి." పాణి చెప్పాడు.

"మీకెలా దొరికిందిది?" స్వప్న ఆశ్చర్యంగా అడిగింది.

"మేమే..."

'...ఆ కిడ్నాపర్స్' అన్న మాటలని పాణి కంప్లీట్ చేయకుండా ఊహ చెప్పింది.

"బహుశా వీళ్ళు ఆ కిడ్నాపర్స్ నించి ఈ సొమ్ముని రికవర్ చేసి ఉంటారు డేడీ. గబ్బర్ సింగ్, గజేంద్ర సింగ్‌లు మీ ఇద్దరికీ ఎలా పరిచయం?" తను ఆడిన అబద్ధం బయట పడుతుందన్న భయంతో అడిగింది.

పాణి ఆమె వంక చూస్తే నిజం చెప్పద్దన్నట్లుగా సైగ చేసింది. ఊహ ఎందుకలా సైగ చేసిందో వెంటనే పాణికి అర్థం అయింది. కిడ్నాపర్స్ ఎవరో అబద్ధం చెప్పి కథలల్లి ఉంటుంది.

"వాళ్ళతో మీకెలా దోస్తి?" కమలాకరం కూడా అడిగాడు.

"దోస్తి లేదు. శత్రుత్వం అంతకన్నా లేదు."

పాణి ఊహ వంక ఏం చెప్పాలా అని చూసాడు.

"బహుశ వాళ్ళిద్దరూ వీళ్ళిద్దరికీ కత్తి చూపించి జేబులోంచి డబ్బు లాక్కోవాలని ప్రయత్నించి ఉంటే, వీళ్ళిద్దరూ ప్రతిఘటించి తన్ని ఉంటారు. అంతేనా?" ఊహ అడిగింది.

"అవును. నిన్న రాత్రి పాతబస్తీలో మేం పాన్ కొనుక్కుంటూంటే ఎవరో ఇద్దరు వెధవలు తుపాకీ చూపించి మా దగ్గర ఉన్న ఏభై రెండు రూపాయిలు లాక్కోబోయారు. వాళ్ళతో ఫైట్ చేసాం."

"వాళ్ళ బ్రీఫ్ కేస్ లోని డబ్బుని చూసి 'అదెక్కడిది?' అని అడిగారా?" ఊహ అడిగింది.

"అడిగాం."

"నన్ను కిడ్నాప్ చేసినందుకు ఈయన దగ్గర వసూలు చేసిన సొమ్మని వాళ్ళు ఒప్పుకున్నారా?"

"లేదు. చెప్పే దాకా కొట్టాం. దొంగ వెధవలుంటారు. రాత్రి చీకటి పడ్డాక అంత డబ్బుతో రావడం ఎందుకని ఇవాళ ఉదయం వచ్చాం." ఊహ అబద్ధాలని చక్కగా అర్థం చేసుకుంటూ పాణి చెప్పాడు.

వెంటనే కమలాకరం ఒక్క ఉదుటున ముందుకు వంగి, ఆ నోట్ల కట్టలని తన వైపు లాక్కుని వాటిని కౌగిలించుకుని ఓ మూడుంముప్పావు నిమిషాలు ఆనందం అనుభవించాడు.

"అంత డబ్బు వెనక్కి తెచ్చి ఇస్తున్నారా?" స్వప్న ఆశ్చర్యంగా అడిగింది.

"మాది కానప్పుడు ఎంతయినా ఇచ్చేయాలి కదండి?" రోహిత్ ఆమె వంక చూస్తూ చెప్పాడు.

ఆ క్షణంలో అతనికి ఏదో జరిగింది. ఊహని స్మశానంలో చూసిన క్షణంలో పాణి శరీరంలో ఏ కెమికల్ రియాక్షన్ జరిగిందో, సరిగ్గా అలాంటిదే రోహిత్ శరీరంలో కూడా జరిగింది. ఆమె వంక కళ్ళప్పగించి చూస్తూండి పోయాడు. తర్వాత గొంతు సర్దుకుని, చొక్కా కాలర్‌ని సవరించుకుని, షర్ట్ మీద ఉన్న వెంట్రుకని ఆమెకి కనపడకుండా తీసి పారేసి, కుడి చేత్తో జుట్టుని సర్దుకుని ఆమె వంక ఆరాధనగా చూస్తూ చెప్పాడు.

"మీ పేరేమిటో కాని ఐ లవ్ యు అండి."

అంతా రోహిత్ మాటలకి నివ్వెర పోయారు. అందరికన్నా ముందర ఆ రెండో షాక్‌లోంచి తేరుకున్న స్వప్న ఎర్రబడ్డ మొహంతో రోషంగా చూస్తూ చెప్పింది.

"షటప్, యు స్టుపిడ్."

"ఏమిట్రా ఆ మాటలు? మనం వచ్చిన పనేంటి? నువ్వు మాట్లాడుతున్నదేంటి?" పాణి చిరుకోపంగా అడిగాడు.

"మనసులోని మాటే." రోహిత్ దీర్ఘంగా నిట్టూర్చి చెప్పాడు.

"బదులుగా నిన్నేమందో విన్నావుగా? ఇకనైనా బద్ధి తెచ్చుకో." విశాలాక్షి సలహా ఇచ్చింది.

"ఏమన్నది?"

"షటప్ యు స్టుపిడ్ అన్నది."

"ధ్వని దోషం. అలా అనలేదు." రోహిత్ చెప్పాడు.

"షటప్, యు స్టుపిడ్." స్వప్న మళ్ళీ కోపంగా చెప్పింది.

"ఇప్పుడు ధ్వని దోషం కాదు... ఆడుతోందేమో చూడు." రోహిత్ తన ఎడం చేతిని పాణికి ఇచ్చి చెప్పాడు.

"ఆడుతోంది." పాణి నాడి చూసి చెప్పాడు.

"ఇప్పుడు ఆడటం మొదలైందన్నమాట. నేనామెని చూడగానే నా గుండె, నాడి వెంటనే కొట్టుకోవడం ఆగిపోయాయి."

"నీకేమైనా గుండె రోగం ఉందా?" కమలాకరం అడిగాడు.

"అవునండి. ఇప్పుడే వచ్చింది. ప్రేమరోగం. మీ అమ్మాయిని ప్రేమించే రోగం ఇక్కడే, ఇందాకే మీ ముందే మొదలైంది." రోహిత్ మళ్ళీ నిట్టూర్చి చెప్పాడు.

"ఒరేయ్...ఒరేయ్...పది రూపాయల్లో పోగొట్టుకున్న పరువు లక్ష రూపాయలు ఖర్చు చేసినా తిరిగి రాదు. ఏమిటా మాటలు?" పాణి గద్దించాడు.

"హి ఈజ్ మేడ్." చెప్పి స్వప్న విసురుగా ఆ గది లోంచి బయటికి వెళ్ళిపోయింది.

"మీ అమ్మాయి పేరేమిటి?" రోహిత్ కమలాకరాన్ని అడిగాడు.

"షటప్ అండ్ గెటౌట్." పళ్ళు కొరికాడాయన.

"ఓహో. పేరు వింతగా ఉన్నా ఫర్వాలేదు. రోజా అన్న పేరు అనాకారికి పెట్టినంత మాత్రాన ఆమె అందంగా ఉండదుగా."

"కట్. కట్. ముందు మీ ఇద్దరూ బయటికి వెళ్తారా లేక గూర్ఖాని పిలవనా?" విశాలాక్షి అరిచింది.

తన చుట్టుపక్కల ఏం జరుగుతుందో తెలీకుండా నిశ్చలంగా కూర్చుని ఉన్న రోహిత్ చేతిని అందుకుని ఇంకోసారి నాడిని చూసి, పాణి తృప్తిగా తలాడించాడు. ఆ తర్వాత తన కాలితో టేబిల్ కింద ఊహ కాలు అనుకుని విశాలాక్షి కాలు తడిమాడు.

"ఎవరది? కట్. కట్' ఆవిడ ఉగ్రంగా అరిచింది.

"సారీ ఆంటీ. నా కాలు మీ కాలుకి తగిలినట్లుంది." ఊహ సమయస్ఫూర్తిగా చెప్పింది.

"మీ ఇద్దరూ ఇంత మంచివాళ్ళు అనుకోలేదు. ఈ రోజుల్లో ఇలా డబ్బు విలువ తెలీకుండా, అమాయకంగా నా డబ్బుని తిరిగి నాకు తెచ్చిచ్చే వాళ్ళుంటారని కల్లో కూడా అనుకోలేదు." కమలాకరం తన తాదాత్మ్యం లోంచి బయటపడ్డాక చెప్పాడు.

"నిజంగా చాలా మంచివాళ్ళు డేడీ." ఊహ కూడా మెచ్చుకుంది.

"కష్టపడి సంపాదించాలని అనుకుంటాం. కాని ఇలా అప్పనంగా వచ్చిన డబ్బు మాకు అనవసరం. మా చెమటని మా డబ్బుగా మార్చుకుంటేనే ఆ కరెన్సీ మాకు రుచిగా ఉంటుంది సార్." పాణి చెప్పాడు.

విశాలాక్షి పాణి వంక ఆరాధనగా చూసి చెప్పింది.

'నీలాంటి మంచివాడు ఈ లోకంలో ఉంటాడని, నేనింతదాకా ఊహించలేదు. ఐ లైక్ యూ వెరీ మచ్."

"నాకు పెళ్ళి నిశ్చయమైందండి." అన్నది పాణి తక్షణ జవాబు.

మామూలుగా అలాంటి జవాబుకి ఆగ్రహించే ఆవిడ అదేదో జోక్ అనుకుని చిన్నగా నవ్వి చెప్పింది.

"ఐ లైక్ యువర్ సెన్సాఫ్ హ్యూమర్ టూ."

పాణి లేచి కమలాకరంతో చెప్పాడు.

"వెళ్ళొస్తామండి. మీకు ఈ విషయంలో కలిగిన ఎలాంటి అసౌకర్యానికైనా ఆ కిడ్నాపర్స్ తరఫున మన్నించమని కోరుతున్నాను సర్."

"అబ్బే. అలాంటిదేం లేదోయ్."

"వారికి బహుమతిగా తృణమో పణమో..." ఊహ సజెస్ట్ చేసింది.

"అవును కదూ? ఒక్క నిమిషం."

కమలాకరం లోపలకి వెళ్ళి డబ్బు మొత్తం జాగ్రత్తగా లెక్క పెట్టుకుని బీరువాలో దాచి బయటికి వచ్చాడు.

"ఇందబ్బాయ్. నీ నిజాయితీకి బహుమతిగా ఇది ఉంచు."

అతని చేతిలో ఆ ఆరెంజ్ రంగు నోటుంచాడు. ఆ ఇరవై రూపాయల నోటు వంక పాణి వింతగా చూస్తుంటే కమలాకరం చెప్పాడు.

"సగం నీకు. సగం నీ ఫ్రెండ్‌కి."

"నిజాయితీని ఘనంగా గౌరవించే మనిషి మా అన్నయ్య." విశాలాక్షి మెచ్చుకోలుగా చెప్పింది.

"అబ్బే...ఎందుకండీ?" పాణి నవ్వలేక, ఏడవలేక చెప్పాడు.

"ఉంచవోయ్. ఖర్చులకుంటాయి. ఇంకెప్పుడూ ఈ విషయంలో నువ్వు నన్ను డబ్బడక్కు. ఇక్కడితో ఆ ఛాప్టర్ క్లోజ్." కమలాకరం చెప్పాడు.

"అలాగేనండి. ఇంక ఏ విషయంలోనూ మిమ్మల్ని డబ్బడగను. మా అమ్మ కోమా లోంచి బయటికి వచ్చి నిన్న రాత్రి మా ఇంటికి వచ్చేసింది."

వెంటనే కమలాకరం మొహం విప్పారింది.

"అందుకేనటోయ్, డబ్బు భద్రంగా తెచ్చిచ్చావు? ఆ ఇరవై ఇచ్చెయ్. పదిస్తాను." కమలాకరం కోరాడు.

"అబ్బెబ్బె. మా అమ్మ స్థితి ఎలా ఉన్నా మాలోని నిజాయితీ నిజాయితీయే సార్. అది మా రక్తంలా ప్రవహిస్తోంది. వెళ్ళొస్తాం సార్."

"మంచిది నాయనా." విశాలాక్షి చెప్పింది.

పాణి, రోహిత్ చేతిని పట్టుకుని లాగి నిలబెట్టాడు. గట్టిగా గిల్లాడు. వీపు మీద చరిచాడు. జుట్టు పట్టుకుని లాగాడు. దాంతో ఈ లోకంలోకి వచ్చిన రోహిత్ చెప్పాడు.

"మేమిద్దరం కిడ్నాపర్స్..."

"అదంతా నే మాట్లాడాను కాని పద." పాణి రోహిత్ మాటలకి అడ్డు పడ్డాడు.

"చెప్పావా? సరే."

ఇద్దరూ బయటికి నడిచారు. వాళ్ళు వెళ్ళాక ఊహ గట్టిగా ఊపిరి పీల్చుకుని చెప్పింది.

"గబ్బర్, గజేంద్ర సింగ్‌లని వీళ్ళిద్దరూ పోలీసులకి అప్పగించి ఉంటే బావుండేది. వదిలేసారు."

"అది సరే కాని పాణి నాకెంతో నచ్చాడు. డబ్బు లేకపోయినా ఎంత నిజాయితీ! పాణిని చేసుకుంటుందేమో మీ అమ్మాయిని అడిగి చూడు అన్నయ్యా. ఇల్లరికం వస్తాడనుకుంటా." విశాలాక్షి చెప్పింది.

"నాకూ సరిగ్గా అదే అనిపించింది." కమలాకరం చెప్పాడు.

"పాణికి పై పన్ను వంకరగా లేదు?" ఊహ చెప్పింది.

"లేదే?"

"ఉంది...అలా ఉంటే ఆ ఇంటికి దరిద్రం అని మా బామ్మ చెప్తూండేది. అందుకే డబ్బు లేదు."

"అదీ నిజమేనేమో? ఈ ఐదు లక్షలు తెచ్చిచ్చాడంటే నెత్తి మీద అడే దరిద్ర దేవతే కారణమై ఉంటుంది. ఐనా ఇలా ఉంటే ఇంక వ్యాపారం ఏం చేస్తాడు?" కమలాకరం చెప్పాడు.

"సలహా చెప్పాను. తర్వాత నీ ఇష్టం. నాకో కూతురంటూ ఉంటే ఈ పాణికే ఇచ్చి చేసే దాన్ని." విశాలాక్షి చెప్పింది.

"రోహిత్ కూడా నిజాయితీ పరుడేగా? అతను నచ్చలేదా?" ఊహ అడిగింది.

"కాని వాడి పిచ్చి వాలకం నాకు నచ్చలేదు." విశాలాక్షి చెప్పింది.

టెలిఫోన్ మోగింది. కార్డ్‌లెస్ ఫోన్ అందుకుని కమలాకరం చెప్పాడు.

"హలో?"

"కమలాకరం గారితో మాట్లాడాలి."

"మాట్లాడేది కమలాకరమే. మీరెవరు?"

"ఇన్‌స్పెక్టర్ చలపతిని."

"ఏమిటి విశేషం?"

"మీ ప్రైవేట్ డిటెక్టివ్ సింహం చెప్పిందాంట్లో కొంత నిజం ఉంది. కొంత అబద్ధం ఉంది. పాణి, రోహిత్‌లు రింగ్ రోడ్ దగ్గర కాలనీలో కొత్తగా కట్టిన ఓ ఇంటిని అద్దెకి తీసుకున్నారు. ఐతే కారణం డ్రామా రిహార్సల్స్‌కని ఇంటాయన చెప్తున్నాడు."

"మరింకేం? ఊహని ఆ ఇంట్లో బంధించిన ఆధారాలేం లేవుగా?"

"లేవు. కాని ఊహ, అఖిలేశ్వరి ఒకరేనని ఒకేలా కనపడే ఇద్దరు లేరని సింహం, బ్రహ్మం వాదిస్తున్నారు. ఒకవేళ ఆ ముగ్గురూ కుమ్మక్కై..."

"సరిగ్గా నాలుగు నిమిషాల క్రితం పాణి, రోహిత్‌లు నేను కిడ్నాపర్స్‌కి ఇచ్చిన ఐదు లక్షల రూపాయలు తెచ్చిచ్చారు. నిన్న రాత్రి వాళ్ళిద్దర్నీ తుపాకి చూపించి జేబులోని డబ్బు తీయమని గబ్బర్, గజేంద్ర సింగ్‌లు బెదిరించారట. వీళ్ళిద్దరూ తిరగబడి కొడితే, ఆ బ్రీఫ్ కేస్, డబ్బు వీళ్ళ పరం చేసి, ఆ డబ్బు నా నించి తీసుకున్నామని వప్పుకుని పారిపోయారట."

"నిజంగా?"

"ఇందులో అబద్ధం ఆడాల్సిన అవసరం ఏమిటో ఎంత ఆలోచించినా నాకు స్ఫురించడం లేదు. కాబట్టి నిజమే అనుకుంటాను." కమలాకరం చెప్పాడు.

"ఐతే కిడ్నాప్ కేసు మూసేయచ్చా?" చలపతి అడిగాడు.

"పూర్తిగా... ఇది ప్రెస్‌కి చెప్పకండి. ఇన్‌కంటేక్స్ వాళ్ళ దృష్టిలో పడితే ఆ ఐదు లక్షలు ఏ అకౌంట్ లోంచి తీసావ్ అని నిలదీస్తారు. అది నెంబర్ టూ అకౌంట్‌లోది."

"అలాగేనండి. కాని ఊహ, అఖిలేశ్వరి..."

"ఇంక అదంతా వదిలేయండి. ఉంటాను."

కమలాకరం ఫోన్ పెట్టేసి చెప్పాడు.

"అమ్మాయ్ ఊహ. స్వప్న ఎలా ఉందో వెళ్ళి చూసిరా."

"పాణి, ఊహలు ప్రేమలో పడ్డారు" ఊహ వెళ్ళాక కమలాకరం చెప్పాడు.

"అది నీకెలా తెలుసు?" విశాలాక్షి అడిగింది.

"ఊహ కాలనుకుని పాణి నా కాళ్ళని రాస్తుంటే నేను బదులుగా ఊహలా నటించి అతని కాళ్ళని రాసాను కాబట్టి." కమలాకరం చిన్నగా నవ్వి చెప్పాడు.

32

పాణి కమలాకరం ఇంటి నించి రోహిత్‌ని సరాసరి ఓ ఇరానీ రెస్టారెంట్‌కి తీసుకెళ్ళి అతని చేత వేడి వేడి టీ తాగించాక కాని రోహిత్ కుదుటపడలేదు.

"మామా! ఏమిటి సంగతి?" పాణి అనునయంగా అడిగాడు.

"నా జీవితంలో తొలిసారి ప్రేమలో పడ్డాను. ప్రేమంటే ఏమిటో తెలిసింది."

"ప్రేమంటే ఏమిటి?" పాణి అడిగాడు.

"తన శరీరంలో లేని, ఎదుటి వారి శరీరంలో గల ఇష్టమైన భాగాలని కోరుకోవడమే ప్రేమంటే."

"ప్రేమంటే నీకలా అనిపించిందా?" పాణి ఆశ్చర్యంగా అడిగాడు.

"అవును. అది కొందరు ఒప్పుకుంటారు. కొందరు ఒప్పుకోరు. కాని అందరి విషయంలో జరిగేది అదే. ప్రేమించాక హృదయం ఛాతీలో ఉండదు. బొడ్డుకి కొన్ని అంగుళాల కిందకి జారుతుంది అది."

"నువ్వు ప్రేమించే అమ్మాయితో ఇలా మాట్లాడితే మక్కెలిరగ తంతుంది జాగ్రత్త. ప్రేమించడం అంటే తన స్వభావం కన్నా మృదువుగా ఉండగలగడం అని గుర్తుంచుకో." పాణి హెచ్చరించాడు.

"సెక్స్ ప్రేమకి దారి తీయకపోవచ్చు. కాని ప్రేమ తప్పనిసరిగా సెక్స్‌కి దారి తీస్తుందని ఈగూన్ రోసెన్‌స్టాక్ హుస్సే చెప్పాడని నీకు ఇదివరకు ఎప్పుడో చెప్పాను. అది నిజం పాణి. అది నిజం. సెక్స్ లేని ప్రేమకి అర్థం లేదని ఛార్లెస్ బూకోవిస్కీ మహాశయుడు సెలవిచ్చిందాంట్లో కూడా పచ్చి నిజం ఉంది పాణి. పచ్చి నిజం ఉంది."

"హైదరాబాద్ నించి రైల్లో విజయవాడ వెళ్ళాలంటే వరంగల్ దాటి కాని పోలేం. కాబట్టి ముందు వరంగల్ చేరుకోవాలి. అలాగే ప్రేమించిన అమ్మాయి నించి సెక్స్

కోరుకుంటే ముందు పెళ్ళి చేసుకోవాలి. కాబట్టి మీ ఇద్దరి ప్రేమ పెళ్ళికి చేరుకునే మార్గం ఆలోచించాలి ముందు." పాణి సలహా ఇచ్చాడు.

"కాని హైదరాబాద్ నించి విజయవాడకి రోడ్డు మీద వెళ్ళాలంటే సూర్యాపేట దాటాలి. విజయవాడ పెళ్ళనుకో. సూర్యాపేట సెక్సనుకో. అది మార్గం కాదా? ప్రేమించిన అమ్మాయిని గర్భవతిని చేయడం ఒక్కటే పెళ్ళికి తేలిక మార్గమని నేను నీకెన్నడూ చెప్పలేదా?"

"నువ్వింకేం ఆలోచించక. నన్ను నింపాదిగా ఆలోచించి చక్కటి సలహా ఇవ్వనివ్వు."

"అంతేనంటావా?"

"అంతే. ఎందుకంటే కన్నె పిల్లలు, బేంక్ సేఫ్ డిపాజిట్ లాకర్లు ఒకటే. అధికారం లేకుండా బలవంతంగా ఎంటరవడం నేరం అని నేనేనాడో చెప్పాను."

"పాణి. మీ అమ్మ కోమా లోంచి బయటికి వచ్చి ఆరోగ్యవంతురాలైంది. నీ ప్రేయసి నీ ప్రేమని అంగీకరించింది. నీకు పట్టిన గ్రహణం వదిలింది. ఇప్పుడు నాకు గ్రహణం పట్టినట్లైంది. నా ప్రేమ సఫలం కావడానికి ఒక్క మంచి ఆలోచనా రావడం లేదు. ఓ అమ్మాయి హృదయాన్ని దొంగిలించాక ఆమె శరీరాన్ని కూడా దొంగిలించాలని అనుకోవడమే నిజమైన ప్రేమంటే అనిపిస్తోంది నాకు." రోహిత్ బాధగా చెప్పాడు.

"ఆ ప్రేమకి ఫలితం ఏడేళ్ళ జైలు శిక్ష అని గుర్తుంచుకో. ఇడియట్‌లా ప్రవర్తించక."

"సరే. మా ఇద్దరిని ఏకం చేయాల్సిన బాధ్యత నీ మీద ఉంది." రోహిత్ చెప్పాడు.

"ఏకం అంటే పెళ్ళి అనేగా?" పాణి అడిగాడు.

"అవును." రోహిత్ విసుక్కున్నాడు.

33

హైద్రాబాద్ నగరంలో అయ్‌కార్ భవంతిలోని నాలుగో అంతస్థు. అందులోని ఓ గది అది. ఓ మనిషి ఫోర్త్ ఫ్లోర్‌లో ఆగిన లిఫ్ట్ లోంచి బయటికి వచ్చి ఆ గదిలోకి వెళ్ళాడు.

"గుడ్ మార్నింగ్ సార్." చెప్పాడు.

"హలో! ఏమిటి సంగతి?" ఆ గదిలోని ఇన్‌కంటేక్స్ విజిలెన్స్ ఆఫీసర్ అడిగాడు.

"కమలాకరం ఇంటిని రైడ్ చేయాల్సిన సమయం వచ్చింది సార్. ఉదయమే ఐదు లక్షల కాష్ అదీ నంబర్ టూ అకౌంట్‌కి వచ్చి చేరింది."

"అలాగా?"

"అవును సార్."

కమలాకరం బట్లర్‌గా చేరిన ఇన్‌కంటేక్స్ ఇంటిలిజెన్స్ ఇన్‌స్పెక్టర్ తన ఆఫీసర్‌కి తను చూసింది మొత్తం వివరించాడు.

"అంటే పాణి, రోహిత్‌లు ఇచ్చిన కేష్ ఇప్పుడు వాళ్ళింట్లోనే ఉందన్న మాట!" ఆ ఆఫీసర్ సాలోచనగా అడిగాడు.

"అవును సర్."

"గుడ్. చాలాకాలంగా కమలాకరం నాకు దొరక్కుండా తప్పించుకుంటున్నాడు. ఓసారి రైడ్ చేసి అర కోటి పైగా కేష్ పట్టుకున్నాను. అది దొరికినట్లుగా రాసిన స్టేట్‌మెంట్ మీద సంతకం చేయమంటే బాత్‌రూం లోకి వెళ్ళొస్తానని వెళ్ళి, అక్కడ తెలివిగా ముందే దాచి ఉంచిన విస్కీ తాగి 'నేను తాగి ఉండగా ఏ సంతకం చేసినా చెల్లదు' అంటూ డాక్టర్‌ని పిలిపించి తన రక్తంలో ఉండాల్సిన దాని కన్నా అధికంగానే ఆల్కహాల్ ఉందని సర్టిఫికేట్ సంపాదించాడు. విధి లేక ఆ డబ్బు అతని పరం చేసి ఉత్త చేతులతో బయటకి రావాల్సి వచ్చింది. మర్నాడు సూర్యోదయం కాగానే మళ్ళీ రైడ్ చేస్తే ఆ డబ్బు లేదు. అప్పటి నించి వాడ్ని పట్టుకోవాలని నా పట్టుదల."

"ఆయనకి డబ్బు సంపాదించడం తప్ప ఇన్‌కంటేక్స్ కట్టడం అంటే సదభిప్రాయం లేదు సర్. మొన్న పార్టీలో ఎవరితోనో అంటున్నాడు సార్. 'నేను ఇన్‌కంటేక్స్ ఎందుకు కట్టాలి? జీవితకాలం నేను చెల్లించే టేక్స్‌ని ప్రభుత్వం ఐదు క్షణాల్లో ఖర్చు చేసేస్తుంది' అని. ఆయన ఇంట్లో ఇంకా చాలా బ్లాక్ మనీ ఉందని నాకు అనుమానం సార్."

"వెంటనే రైడ్‌కి కమీషనర్ దగ్గర పర్మిషన్ తీసుకుంటాను."

"మీదే ఆలస్యం సర్."

కమలాకరం సర్వెంట్ ఉరఫ్ ఇన్‌కంటేక్స్ ఇన్‌స్పెక్టర్ బయటికి నడిచాడు.

34

పాణి తన తల్లికి కమలాకరం ఇంట్లో జరిగింది చెప్పాడు.

"అదేం? గబ్బర్ సింగ్, గజేంద్ర సింగ్ లాంటి పేర్లు వాడి అబద్ధం ఎందుకు చెప్పావు?" ఆవిడ కోపంగా అడిగింది.

"తప్పనిసరిగా అలా అబద్ధం ఆడాల్సి వచ్చింది."

"ఏమిటా తప్పనిసరి?"

"ఊహ ఆ అబద్ధం ఆడింది కనక."

"ఆ అమ్మాయికి అబద్ధం ఆడాల్సిన అవసరం ఏమొచ్చింది?"

"ఎందుకంటే..." పాణి నసిగాడు.

"ఎందుకంటే?" ఆవిడ అడిగింది.

"ఎందుకంటే... ఊ... మరి... ఊహ... నేను... మరి..."

"ఊహ, నువ్వూ, మరి?"

పాణి సిగ్గుగా మెళ్ళో మూడు ముళ్ళు వేస్తున్నట్లుగా అభినయించాడు.

"పెళ్ళి చేసుకోవాలని అనుకుంటున్నావా?" పాణి తల్లి ఆశ్చర్యంగా అడిగింది.

"అవును."

"ఊహకీ ఆ ఉద్దేశం ఉందా?"

"ఉంది."

వెంటనే ఆవిడ మొహంలో ఆనందం.

"మంచి మాటే చెప్పావు. ఓసారి మనింటికి తీసుకురా. నాకూ చూడాలని ఉంది."

"అలాగేనమ్మా. ఇవాళ సాయంత్రం కలుద్దాం అనుకున్నాం. సాయంత్రం తీసుకు వస్తాను."

'ఒక్క క్షణం' అని ఆవిడ వెంకట్రామా అండ్ కో తెలుగు కేలండర్ని గోడకున్న మేకు నించి తీసి చూసి చెప్పింది.

"తీసుకురా. ఇలాంటి వాటిల్లో తిథి, వారం, వర్జం, నక్షత్రం చూడటం ముఖ్యం."

"మరి చూసాక నీకు నచ్చలేదని అనకూడదు." పాణి అభ్యంతరం చెప్పాడు.

"అనను. నచ్చాల్సింది నీకు కాని నాకు కాదు."

కొద్ది క్షణాలాగి అడిగింది మళ్ళీ.

"ఇంతకీ వాళ్ళ కులం ఏమిటి? తల్లితండ్రులు ఎవరు?"

"ప్రేమలో అవేం అడగాలని తోచదు. నువ్వూ అడక్క. లేదా అవి అడ్డొస్తాయి." పాణి చెప్పాడు.

"తెలీకుండా ఉంటుందిరా సన్నాసీ." ఆవిడ నవ్వింది.

"మన రోహిత్ కూడా కమలాకరం కూతురుతో ప్రేమలో పడ్డాడు." పాణి చెప్పాడు.

"అంత డబ్బున్న వాళ్ళమ్మాయితోనా? డబ్బుతో ప్రేమలో పడ్డాడని అంతా అనుకోరూ?"

"అంతా సంగతి అలా ఉంచు. కమలాకరం కూతురే అలా అనుకుంటున్నట్లుగా నాకు అనిపించింది."

"అంత పెద్ద సంబంధం దుర్లభం కాని వాడి మనసు మార్చే ప్రయత్నం చెయ్యి."

"మేం బయలు దేరే ముందు కమలాకరంగారు రోహిత్‌ని ఏమన్నారో తెలుసా?"

"ఏమన్నారు?" జలంధర అడిగింది.

"తిట్లు వదిలి చెప్పనా?"

"చెప్పు."

"ఐతే ఏం అనలేదు."

ఆవిడ చిన్నగా నిట్టూర్చింది.

"డబ్బున్న పిల్ల కాబట్టి తనని ప్రేమిస్తున్నాడని ఆ అమ్మాయే అనుకున్నాక ఇంక ఈ పెళ్ళి జరగదు." చెప్పింది.

35

"వాడు నన్ను చూసి కాదు ప్రేమ కబుర్లు చెప్పేది. మా డేడీ ద్వారా నాకొచ్చే ఆస్థి చూసి." స్వప్న కోపంగా అరిచింది.

"కాని నాకు నిజంగా నిన్ను చూసే అనిపించింది." ఊహ చెప్పింది.

"నీకు తెలీకుండా నువ్వు రోహిత్ తరఫు మాట్లాడుతున్నావు. ఈ రోజుల్లో అందరికీ ఈజీ మనీ అంటే ఇష్టం." స్వప్న చెప్పింది.

* * *

ఆ రాత్రి పాణి చాలాసేపు ఊహ గురించే ఆలోచిస్తూండి పోయాడు. తామిద్దరికీ ఒకరంటే మరొకరికి ఇష్టం. తన తల్లికి కూడా ఊహ నచ్చితే ఇక తమ పెళ్ళికి ఎలాంటి సమస్యా ఉండదు.

'ఏదైనా జరిగి తమ వివాహం జరగకపోతే?' అనే అనుమానం అతని తల్లో ఏ మూలో ఉంది. అందుకే పాణికి కొద్దిగా భయంగానే ఉంది.

మర్నాడు ఉదయం పాణి పార్క్‌కి వెళ్ళేసరికి ఊహ అతని రాక కోసం ఎదురు చూస్తోంది.

"గుడ్ మార్నింగ్." చిరునవ్వుతో చెప్పింది.

"గుడ్ మార్నింగ్..."

అటు ఇటు చూసి ఓ గులాబీ పువ్వుని చటుక్కున కోసి ఊహ తల్లో గుచ్చాడు.

"ఈ గులాబీ తమాషాగా లేదూ? ఒకో రెక్కకి ఒకో రంగు." చెప్పాడు.

"అవును. నేనూ ఇన్ని రంగులున్న గులాబిని చూడలేదు." ఊహ చెప్పింది.

ఇద్దరూ అతని స్కూటర్ మీద పాణి ఇంటికి బయలుదేరారు. దారిలో పాణి తన తల్లి గురించి చెప్పాడు. ఆవిడ ఇష్టాలు, అయిష్టాలు.

రోడ్డు మధ్య తవ్వుతూండడంతో బషీర్‌బాగ్‌లో ట్రాఫిక్ జామైంది.

"ఎందుకిలా తవ్వుతున్నారు?" ఊహ ఓ ట్రాఫిక్ కానిస్టేబుల్‌ని అడిగింది.

"ఇండియాలో మొట్టమొదటిసారిగా 'మోనోరైల్'ని హైదరాబాద్‌లో ఏర్పాటు చేస్తున్నారు. వరల్డ్ బేంక్ లోన్ మంజూరు చేసిందని పేపర్లో చదవలేదా?" అతను అడిగాడు.

"మనకి మంచి రోజులు వస్తున్నాయన్నమాట." పాణి ఆనందంగా నవ్వాడు.

ఇంకొంచెం దూరం వెళ్ళాక మళ్ళీ ట్రాఫిక్ జామ్. లారీలు దాదాపు నాలుగైదు కిలో మీటర్ల దూరం నించే ఆగిపోయి ఉన్నాయని చెప్పుకుంటున్నారు.

"ఈ మోనోరైలు కాదు కాని- మనకన్నీ విఘ్నాలే ఇవాళ." పాణి విసుగ్గా చెప్పాడు.

ఆ మాటలు విన్న పక్కనే ఆగి ఉన్న స్కూటర్ మీది అతను పాణితో చెప్పాడు.

"మోనో రైలు వల్ల కాదు ఈ ట్రాఫిక్ జామ్. హైదరాబాద్ నగరానికి కృష్ణా నది నించి నీటిని తెచ్చే పైప్ లైన్‌ని వేస్తున్నారు. అందుకు వీలుగా రోజుకి నాలుగు గంటలు ట్రాఫిక్‌ని నిలిపేస్తున్నారు."

"పోన్లెండి. సమ్మర్-సమ్మర్‌కి రోజు విడిచి రోజు నీళ్ళు వచ్చే బాధ తప్పుతుంది." ఊహ చెప్పింది.

"నిజమే మన పెళ్ళై నువ్వు కాపరానికి వచ్చేనాటికి ఇది పూర్తైతే బావుణ్ణు." చెప్పాడు.

ఇంటికి గంటన్నర లేటుగా చేరుకున్నారు. జలంధర ఆదుర్దాగా ఎదురు చూస్తోంది. పాణిని చూసాక ఆవిడ చెప్పింది.

"అమ్మయ్య! ఏమయ్యారా అని కంగారు పడుతున్నాను."

ఊహని తన తల్లికి పరిచయం చేసాడు. ఆమెని చూడగానే తల్లికి నచ్చిందని ఆవిడ మొహంలోని భావాలని బట్టి పాణి అర్థం చేసుకున్నాడు.

"నీ పేరు ఊహేనా? లేక ఇంకేదైనా ఉందా?" ఆవిడ అడిగింది.

"ఊహేనండి. సినిమా కోసం పెట్టుకున్న పేరు కాదది."

"ఇలాంటి పేరు పెట్టారంటే, మీ నాన్నగారికి చక్కటి అభిరుచి ఉందన్నమాట. ఆయనేం చేస్తుంటారు?"

"ధార్వాడలో లెక్చరర్‌గా చేసి రిటైరయ్యారు."

"ధార్వాడ అంటే కర్ణాటకలోనా?"

"అవునండి. శాంస్క్రీట్ లెక్చరర్."

"పేరు?"

"పి. నందగోపాల్."

"కొంప తీసి 'పి' అంటే 'పున్నాగపూల' కాదు కదా?" జలంధర వెంటనే అడిగింది.

"అవునండి! మా ఇంటి పేరు 'పున్నాగపూల'నే. ఏం మా నాన్నగారు మీకు తెలుసా?" ఊహ ఆశ్చర్యంగా అడిగింది.

"తెలుసా ఏమిటి! నువ్వు మాకు దగ్గర బంధువు."

"ఎలా అమ్మా?" పాణి ఆసక్తిగా అడిగాడు.

ఆవిడ చిన్నగా నిట్టూర్చి చెప్పింది.

"ఎలా ఏమిట్రా? పున్నాగపూల నందగోపాల్ స్వయానా నీకు బాబాయ్. నాకు మరిది."

"బాబాయంటే...?"

"మీ నాన్న తమ్ముడు."

వెంటనే వాళ్ళ మొహాలు కత్తి వాటుకు నెత్తురు చుక్క లేనట్లుగా పాలిపోయాయి. వణికే పెదవులతో ఊహ పాణి వంక చూసి, తలని అతని తల్లి వైపు తిప్పి అడిగింది.

"అంటే మీరు నాకు వరసకి పెద్దమ్మ అవుతారా?"

"అవునమ్మా! పాణి ఎవరో కాదు, నీ కజిన్."

"అలా జరగడానికి వీల్లేదు. నో– అలా జరగడానికి వీల్లేదు." పాణి బాధగా అరిచాడు.

మొహం మీద చల్లటినీళ్ళు పడడంతో ఠక్కున మెలకువ వచ్చింది. లేచి కూర్చుని చుట్టూ చూసాడు.

"ఏమిట్రా? అలా జరగడానికి వీల్లేదు అని నిద్దట్లో అలా కలవరిస్తున్నావు?" తల్లి అడిగింది.

"ఏమిటి? నేను కన్నదంతా కలేనా?" గుండె మీద చేతిని వేసుకుని అడిగాడు.

"ఏం కల వచ్చిందేమిటి?"

"మహా భయంకరమైన పీడకల."

"ఏదో తొక్కుంటావు. ఆంజనేయస్వామి గుడికి వెళ్ళి, నలభై ఒక్క శనివారాలు, నలభై ఒక్క ప్రదక్షిణాలు చెయ్యి." ఆవిడ చెప్పింది.

"పీడ కలంటే ఇంక దయ్యాలేనేంటి, టైమెంతైంది?" అడిగాడు.

"ఏడు కావస్తోంది. ఇంక పడుకోక. లే."

రాత్రంతా తను ఊహ గురించే ఆలోచిస్తూండడతో అలాంటి కల వచ్చి ఉంటుంది అనుకున్నాడు. మొహం కడుక్కుని వచ్చి తల్లిని అడిగాడు.

"అమ్మా! బాబాయ్ పేరేమిటి? పున్నాగపూల నందగోపాల్ కాదు కదా?"

ఆవిడ ఫక్కున నవ్వి చెప్పింది.

"నీకసలు బాబాయ్ ఎక్కడున్నాడ్రా? మీ నాన్న ఒక్కడే కొడుకు. మిగతా ఆరుగురు అత్తయ్యలే."

"అమ్మయ్య." వెంటనే చెప్పాడు.

"ఏం అలా అడిగావ్?" ఆవిడ అడిగింది.

పాణి తనకి వచ్చిన కలని వివరించాడు.

"పిచ్చి సన్నాసి! మన బంధువుల్లో ఎవరికీ ఊహ పేరు గల అమ్మాయి లేదు." ఆవిడ చెప్పింది.

"నిజమే! ఎంత పిచ్చివాణ్ణి. అనేక రంగులు గల గులాబీ పూల రెక్కలు ఎప్పటికైనా సాధ్యం అవుతాయేమో కాని, హైదరాబాద్‌లో మోనో రైలు పథకం, మంచినీటి కోసం కృష్ణా జలాలు తరలింపు లాంటివి ఎన్నటికీ సాధ్యం కావు. అప్పుడైనా 'ఇది కలేమో' అని ఎందుకనిపించ లేదో నాకు." పాణి నవ్వుతూ చెప్పాడు.

36

"నువ్వెన్నైనా చెప్పు. ఈ కేసులో ఊహ, రోహిత్, పాణి తోడుదొంగలని ఋజువయ్యే దాకా నాకు శాంతి లేదు." డిటెక్టివ్ సింహం చెప్పాడు.

"కాని ఎలా ఋజువు చేయడం? మనిద్దరికీ తప్ప ఇంకెవరికీ అసలు నిజం తెలీదుగా?" బ్రహ్మం అడిగాడు.

"వాచ్‌మెన్ కావాలని పేపర్లో ప్రకటన ఇచ్చిన రాత్రే, ఆ ఇంట్లో దొంగలు పడి దోచుకెళ్ళినట్లుగా ఉంది మన పరిస్థితి." సింహం చెప్పాడు.

సుఖేష్ తలుపు మీద చిన్నగా తట్టి లోపలికి వచ్చాడు. అతని మొహం ఎంతో గంభీరంగా ఉంది.

"మా ఆవిడ సంగతి ఏం చేసారు?" ఆవేదనగా అడిగాడు.

"రండి. కూర్చోండి. ముందు స్థిమితపడండి." సింహం చెప్పాడు.

"మా ఆవిడ అలాంటి తప్పు చేస్తోందన్న అనుమానం కలిగాక ఇంక నాకెక్కడ స్థిమితం?" అతను బలహీనస్వరంతో చెప్పాడు.

"మీరు ఊరికే మీ ఆవిడ్ని అనుమానించారు తప్ప అందులో ఎంత మాత్రం నిజం లేదు." సింహం ఓదార్పుగా చెప్పాడు.

"ఓ కాపురాన్ని నిలబెట్టడానికి ఈ అబద్ధం చెప్తున్నారా?" అనుమానంగా అడిగాడు.

"లేదు. నిజం చెప్తున్నాం." బ్రహ్మం చెప్పాడు.

"అందుకు ఋజువులు ఉన్నాయా?" అతను ఆశగా అడిగాడు.

"చాలా! మీ ఆవిడ నెల నెలా బాంక్‌లో దాస్తున్న ఆ డబ్బు మీరు ఊహించినట్లుగా ఎలాంటి తప్పు చేసి సంపాదించడం లేదు. మీరు నెలనెలా ఖర్చుకి ఇచ్చే డబ్బులోంచి ఆదా చేసి మీకు తెలీకుండా దాస్తోంది."

"నిజంగా?" సంభ్రమంగా అడిగాడు.

"నిజంగానే. ఉదాహరణకి మీ ఇంట్లో పనిమనిషి ఉందని మీరు అనుకుంటున్నారు. అవునా?"

"అవును?"

"నెలకి నూట ఏభై రూపాయలు పనిమనిషికి అని మీ ఆవిడ ఖర్చు రాస్తోంది. నిజానికి పనిమనిషిని పెట్టుకోకుండా మీ ఆవిడే ఆ పనంతా చేసుకుంటోంది. అలాగే

చాకలి ఖర్చు కింద రాసే మొత్తం ఆదా చేసి బట్టలు తనే స్వయంగా ఉతుకుతోంది. ఇలా ఇంటి ఖర్చుల్లో అనేక చోట్ల ఆదా చేసి అలా ఆదా చేసిన డబ్బుతో ఆ రికరింగ్ డిపాజిట్లు కడుతోంది. ఎందుకో తెలుసా?" సింహం అడిగాడు.

"తెలీదు. ఎందుకు?" సుఖేష్ అడిగాడు.

"మీవల్లే. మీకు ఇద్దరు ఆడపిల్లలు ఉన్నారు. రేపు పెద్దయ్యాక వాళ్ళ పెళ్ళి ఖర్చులకి, కట్నానికి డబ్బు ఎక్కణ్ణించి తెస్తారు? ఆ విషయంలో మీరు బాధ్యతారహితంగా ప్రవర్తిస్తూ మీ జీతాన్ని పేకాటకి, తాగుడికి తగలేస్తూంటే ఏం చేయాలో తోచక మీ ఆవిడ వాళ్ళ భవిష్యత్ కోసం ఆ డబ్బుని మీకు తెలీకుండా దాస్తోంది తప్ప మీరు ఊహించినట్లుగా చెడు పని చేసి కాదు." బ్రహ్మం వివరించాడు.

"సీత లాంటి మీ భార్య సమాప్తిని అనవసరంగా అనుమానించి వేధించకండి. పేపర్లో వచ్చే వార్తలు నూటికో, కోటికో జరిగేవి తప్ప అందరిళ్ళల్లో రోజూ జరిగేవి కావు. ఇక మీదటైనా మీ బాధ్యతని గుర్తించి మీ ఆడపిల్లల భావి జీవితం కోసం పొదుపు చేయండి." సింహం చెప్పాడు.

"అలాగే సర్. దేవతలాంటి సమాప్తిని అనుమానించినందుకు వెంటనే వెళ్ళి..."

"ఆగండాగండి. సమాప్తికి ఎలాంటి అనుమానం రాకుండా మేం కూపీ లాగాం. ఈ విషయాలు ఆమె దృష్టికి తీసుకెళ్ళి ఆమె మనసుని బాధ పెట్టకండి." సింహం వారించాడు.

అసిస్టెంట్ బ్రహ్మం చేతిని చాపాడు. సుఖేష్ ఫీజ్ చెల్లించి వెళ్ళాక ఆ ఇద్దరూ మళ్ళీ ఊహ, పాణి, రోహిత్‌లు నేరస్థులుగా కమలాకరానికి ఎలా ఋజువు చేయాలా అని ఆలోచించసాగారు.

37

పాణి ఐదింటికి కమలాకరం ఇంటికి ఫోన్ చేసాడు. విశాలాక్షి ఫోన్ ఎత్తింది.

"ఎవరు కావాలి?" అడిగింది.

"ఊహ." చెప్పాడు.

"మీరెవరు?"

ఆవిడ కంఠంలోని అనుమానాన్ని పసికట్టిన పాణి వెంటనే గొంతు మార్చి ముసలివాడిలా వణికే కంఠంతో చెప్పాడు.

"నా పేరు రామానుజాచార్యులు. నాట్యాచారుడ్ని. భోనగిరి నించి వచ్చాను. అమ్మాయితో ఓసారి మాట్లాడాలి"

"లైన్‌లో ఉండండి." చెప్పి ఆవిడ ఊహకి ఫోన్ ఇచ్చి చెప్పింది.

"నాట్యాచార్యులు రామానుజాచార్యులట."

"హలో? ఎవరు?" అర్థం కాక ఊహ అడిగింది.

"నేనమ్మాయ్. రామానుజాచార్యుల్ని. నిమ్మళంగా ఉన్నావా? గుర్తు పట్టావా?" అదే కంఠస్వరంతో పాణి అడిగాడు.

"లేదండి. ఎవరు మీరు?"

"అదేమిటమ్మాయ్ అప్పుడే మర్చిపోయావు? ఇవాళ సాయంత్రం కలుసుకుందామని అనుకున్నామా? లేదా?"

"ఎవరు? మనమా?" ఆశ్చర్యంగా అడిగింది.

"అవును. మనమే. హోటల్లో పార్టీ చేసుకుందాం అనుకున్నాం కూడా."

"ఇంతకీ మీరు...?" సందిగ్ధంగా అడిగింది.

"గొంతు మార్చినా గుర్తు పట్టగలవనుకున్నా. ముందస్తుగా నువ్వు మా ఇంటికి రావాలి. మా అమ్మ నిన్ను చూడాలనుకుంటోంది." పాణి మామూలు గొంతుతో చెప్పాడు.

"ఓ... ఇప్పుడు గుర్తొచ్చారు. మీ మామయ్య మధ్వాచార్యులు ఎలా ఉన్నారు?" ఊహ వెంటనే అడిగింది.

"సాయంత్రం ఐదుంపావుకి మా ఇంటి దగ్గరున్న లైబ్రరీలో కలుస్తున్నాం..." ఎక్కడో వివరంగా చెప్పాడు.

"అలాగేనండి." ఆమె చెప్పింది.

"మీ నాన్నగారి పేరు పున్నాగపూల నందగోపాలేనా?" అడిగాడు.

"కాదు. ఏం?"

"ఏం లేదు." పాణి ఫోన్ పెట్టేసాడు.

ఊహ ఫోన్ పెట్టేసాక విశాలాక్షి అడిగింది.

"ఎవరట?"

"మా మామయ్య. ఇదివరకు వాళ్ళింట్లో అద్దెకుండే వాళ్ళం. సాయంత్రం ఆయన షష్టిపూర్తట. రమ్మని చెప్పడానికి." ఊహ చెప్పింది.

38

అనుకున్న ప్రకారం పాణి వెళ్ళేసరికి ఊహ గ్రంథాలయంలో కూర్చుని అతని కోసం ఎదురు చూస్తోంది. ఇద్దరూ బయటికి వచ్చాక అడిగింది.

"మీ ఇంటికా?"

"అవును."

"నాకు భయంగా ఉంది." చేతిలోని హేండ్ బేగ్‌ని గట్టిగా పట్టుకుని చెప్పింది.

"అలా భయపడితే నిజంగా నువ్వు మంచి అమ్మాయివి. రౌడీ అమ్మాయిలు భయపడరు. మరేం ఫర్వాలేదు. మా అమ్మ దెయ్యం కాదు."

అతని స్కూటర్ మీద ఇద్దరూ పాణి ఇంటికి చేరుకున్నారు. ఊహని తల్లికి పరిచయం చేసాడు.

"ఇప్పుడు మీ ఆరోగ్యం ఎలా ఉంది?" ఊహ అడిగింది.

"బానే ఉన్నాను."

ఊహకి ఐదు నిమిషాల్లోనే బిడియం, భయం మొత్తం పోయాయి. ఊహ తల్లితండ్రులు, ఆమె కుటుంబానికి సంబంధించిన అనేక ఇతర వివరాలు జలంధర అడిగి తెలుసుకుంది. కాబోయే కోడలితో మాట్లాడినట్లుగా కాక, ఓ స్నేహితురాలితో మాట్లాడినట్లుగా ఆవిడ మాట్లాడింది. ఐదు నిమిషాల తర్వాత ఆడవాళ్ళిద్దరూ అనేక విషయాలు ఫ్రీగా మాట్లాడుకోసాగారు. రాత్రి ఏడింటికి ఆవిడ చెప్పింది.

"భోజనానికి బయటికి వెళ్ళాలనుకున్నారుగా. వెళ్ళండి."

"మీరు రాకూడదూ?" ఊహ అడిగింది.

"మీరిద్దరూ వెళ్ళండి. ఇంకోసారి నేను వస్తాను. మొదటిసారిగా మా ఇంట్లో కాలు పెట్టావు కాబట్టి వద్దనకూడదు." ఊహకి చీర, రవికల బట్ట పెట్టి చెప్పింది.

ఇద్దరూ ఓ ఫైవ్‌స్టార్ హోటల్‌కి వెళ్ళారు.

"ఇలాంటి హోటల్‌కి రావడం నాకు పెద్దగా అలవాటు లేదు." ఇద్దరూ స్విమ్మింగ్ పూల్ కనపడే ఓ బల్ల ముందు కూర్చున్నాక పాణి చెప్పాడు.

"నాకూ లేదు." ఊహ కూడా చెప్పింది.

స్టివార్ట్ మెనూ కార్డుతో వచ్చాడు. అందులో సర్వ్ చేసే ఐటమ్స్ తప్ప ధరలు లేకపోవడంతో పాణి అతనితో చెప్పాడు.

"మర్చిపోయినట్లున్నారు. వీటి ముందు ధరలు వేసి తీసుకురండి."

వెంటనే అతను చిన్నగా నవ్వి చెప్పాడు.

"ఫైవ్‌స్టార్ హోటల్స్‌కి వచ్చే వాళ్ళు తమకి కావల్సిన ఐటమ్స్‌ని ఆర్డర్ చేసి తింటారే తప్ప వాటి ధరల గురించి పట్టించుకోరు. ధరలు ప్రింట్ చేయకపోవడం ఇప్పుడు ఫేషన్. మేడం. డు యు లైక్ చికెన్ లెగ్స్?" అడిగాడు.

"నో. ఐ ఆల్వేస్ వాక్ ఆన్ మై ఓన్ లెగ్స్." ఊహ వెంటనే చెప్పింది.

స్టివార్డ్ ఆ సమాధానానికి తెల్లమొహం వేసాడు. టమోటో సూప్ ఆర్డర్ చేసారు. ఇద్దరి మధ్య అనేక టాపిక్స్ దొర్లిపోతున్నాయి. ఊహలోని సెన్సాఫ్ హ్యూమర్‌ని పాణి గుర్తించాడు. మనసు విప్పి ఊహ అతనితో మాట్లాడటం అదే తొలిసారి.

"చదువయ్యాక సినిమా నటి కాక ముందు ఏం చేసే దానివి?"

"టి.టి.ఎన్ సర్వీస్ లో చేసే దాన్ని."

"అలాగా? టి.టి.ఎన్. అంటే?" అడిగాడు.

"తినటం, తిరగటం, నిద్రపోవడం."

పాణి ఫక్కున నవ్వాడు.

"ఎయిర్‌హోస్టెస్ ఉద్యోగానికి అప్లయ్ చేయలేదా?" అడిగాడు.

"ఉహు. విమానం అంటే ఎంత భయం అంటే ఎయిర్‌మెయిల్ స్టాంప్‌ని నాలికతో తడిచేస్తేనే నాకు కళ్ళు తిరుగుతాయి. ఏనాటికైనా ధైర్యంగా విమానం ఎక్కాలి అన్నదే నా జీవిత లక్ష్యం. మీ లక్ష్యం?" అడిగింది.

"తిరుగుతున్న టేబుల్ ఫేన్ ఎదురుగా నిలబడి దాంట్లోకి ఓ కోడిగుడ్డుని విసరడం... నేనూ ఎప్పటికైనా నా లక్ష్యాన్ని సాధించి తీరతాను." పాణి చెప్పాడు.

"మీరు ఏ సైన్‌లో పుట్టారు?" ఊహ కాసేపాగి అడిగింది.

"స్టాప్ సైన్."

"స్టాప్ సైనా? ఐ మీన్, సన్ సైన్, విర్గోనా, లియోనా, స్కార్పియనా? ఆ సైన్స్ గురించి నేను అడిగేది."

"అది నాకు తెలీదు. ఓ ఆదివారం నాడు రోడ్డు మీద 'స్టాప్' సైన్ కింద బస్సులో పుట్టాను అని మాత్రం తెలుసు."

"ఆదివారం సెలవుగా? ఆ రోజు ఎలా పుట్టారు?" ఊహ అడిగింది.

మళ్ళీ ఇద్దరూ ఫక్కున నవ్వుకున్నారు.

"నేను లయన్‌ని. అంటే సింహరాశిలో పుట్టాను. ఆగస్ట్ నెలలో." పాణి చెప్పాడు.

"నేను ఫిబ్రవరిలో పుట్టాను. టార్టాయిస్ సైన్‌లో." ఊహ చెప్పింది.

"ఫిబ్రవరి నెలలో పుడితే టార్టాయిస్ అనరు. పైసెస్ అంటారు లేదా..."

ఊహ వెంటనే పాణికి అడ్డుపడి చెప్పింది.

"మా అమ్మ ఇరవై రెండు గంటలు నొప్పులు పడ్డాక కాని నేను పుట్టలేదు. అందుకని నాది టార్టాయిస్ సైన్ అన్నాను. మీకు ఓ పన్ను లేదు కదా?" అడిగింది.

"అవును. నా పదకొండో ఏట జరిగిందది."

"ఏం జరిగింది?" ఆసక్తిగా అడిగింది.

"సైకిలింగ్ నేర్చుకుంటున్నాను. 'అమ్మా. చూడు. హేండిల్ బార్ మీద చేతుల్లేవ్' అన్నాను గర్వంగా. తర్వాత 'అమ్మా, చూడు. ఫెడల్స్ మీద కాళ్ళు లేవు' అన్నాను గర్వంగా. ఆ తర్వాత మా అమ్మ 'పాణి. చూడు, నీ పై పన్ను లేదు' అన్నది విచారంగా."

ఊహ ఫక్కున నవ్వింది.

బాత్‌రూంలోకి వెళ్ళిన పాణి అటు ఇటు చూసి జేబు లోంచి పెన్ తీసి గోడ మీద రాసాడు.

"టి.వి. కెమెరా ముందున్నావు. నవ్వు."

ఆలోచించి దాని కింద ఇంకో మళ్ళీ వాక్యం రాసాడు.

"నవ్వలేదా? నిన్న రాత్రి 'ఆ అనుభవం' ఉంటేనైనా నవ్వు బాబు."

'ప్రేమికుడిలో సెన్సాఫ్ హ్యూమర్ ఉంటే ఆ ప్రేమ బలపడుతుంది' అన్న సూక్తి ఆ ఇద్దరి విషయంలో నిజమైంది. బాత్‌రూం లోంచి బయటకి వచ్చాక చెప్పాడు.

"చిన్నప్పటి నించి నా జీవిత లక్ష్యం ఒకటే. ఇందాకటిది సరదాగా చెప్పాను. అసలైంది ఇంకోటి ఉంది."

"ఏమిటది?" అడిగింది.

"పెళ్ళిళ్ళు గుళ్ళల్లో, సత్రాల్లో, షామియానాలు వేసి రోడ్ల మీద, ఇళ్ళల్లో జరుగుతుంటాయి కదా. నా పెళ్ళి వెరైటీగా ఫైర్ స్టేషన్‌లో జరగాలన్నది నా కోరిక."

"దాందేముంది? అక్కడే చేసుకుందాం. ఎందుకని?"

"అందువల్ల మన సంసారంలో ఎన్నటికి నిప్పులు కురవవని."

"మనింటికి అటు, ఇటు, రెండు పోర్షన్‌లు అద్దెకి ఇవ్వడానికి అనువుగా కట్టుకోవాలి." పాణి కొద్దిసేపాగి చెప్పాడు.

"అద్దె కోసమా లేక తోడు కోసమా?" ఊహ అడిగింది.

"అవేం కాదు. టీ.వి. ఉన్న వాళ్ళకి ఓ పోర్షను, ఫ్రిజ్ ఉన్న వారికి ఇంకో పోర్షన్ అద్దెకి ఇస్తే ఆ రెండూ కొనాల్సిన అవసరం ఉండదు కాబట్టి. ఫస్ట్ మేరేజ్ ఏనివర్సరీ తప్పనిసరిగా చేసుకుందాం." పాణి చెప్పాడు.

"అలాగే."

"ఎందుకంటే పెళ్ళికి వచ్చిన అందరూ బహుమతులు తీసుకురారు. సంవత్సరం తర్వాతైనా వాళ్ళ బుద్ధి మారి మళ్ళీ బహుమతులు తీసుకురావచ్చుని."

భోజనం అయ్యాక పాణి టీ చెప్పాడు.

"ఏ టీ కావాలి?" స్టివార్డ్ అడిగాడు.

"టీ అంటే చాయ్"

"అదే సర్. లెమన్ టీనా? చైనీస్ టీనా? టీ విత్ క్రీం, టీ విత్..."

"అల్లరి టీ ఉందా?" పాణి అడిగాడు.

"ఉహు. అలాంటిది ఎప్పుడూ వినలేదే?" స్టివార్డ్ ఆశ్చర్యంగా చెప్పాడు.

"ఐతే ఇప్పుడు వినండి. నాటీ అంటే అల్లరి టీ. అన్ని రంగాల్లో ఉండే టీ పోటీ. నగరాల్లో ఉండే టీ సిటీ. పళ్ళరసం ఉన్న టీ ఫ్రుటీ. చల్లని టీ ఊటీ. ఆఫీసులో తాగే టీ డ్యూటీ. రాత్రిళ్ళు తాగే టీ నైటీ. అందమైన టీ బ్యూటీ. వీటిల్లో ఏదైనా ఉందా?" పాణి అడిగాడు.

"లేదండి." స్టివార్డ్ నవ్వాడు.

"ఐతే తియ్యగా ఉండే టీ ని తీసుకురండి. అదే స్వీటీ." ఊహ చెప్పింది.

అతను టీ తెచ్చాక తాగి చూసి ఊహ చెప్పింది.

"తీపి తక్కువైంది. నేను అడిగినంతగా లేదు."

"నాక్కూడా తక్కువైంది. ఇది తాగేదాకా నువ్వు అటు పక్క టేబుల్ వాళ్ళ మీద, ఇటు పక్క టేబుల్ వాళ్ళ మీద ఏవైనా స్కాండల్స్ చెప్పవా?" పాణి స్టివార్డ్‌ని అడిగాడు.

"దేనికి సార్?" అతను విభ్రాంతిగా అడిగాడు.

"అలాంటివి నాకు తియ్యగా ఉంటాయి కాబట్టి."

"ఎనీథింగ్ ఎల్స్ సర్?" అడిగాడు.

"ఎస్. వంద రూపాయల్లోపు బిల్." పాణి కోరాడు.

"యు లైక్ హ్యూమర్ సర్."

బిల్ ఫోల్డర్ వచ్చింది. అందులోని బిల్‌లోని మొత్తాన్ని చదివి పాణి టేబిల్ మీది కత్తిని అందుకుని స్టివార్ట్‌కి ఇచ్చి చెప్పాడు.

"దయచేసి ఈ కత్తి మొనని నా ఛాతీమీద కొద్దిసేపు ఉంచరూ?"

"ఎందుకు?" అతను చిన్నగా నవ్వి అడిగాడు.

"నా ఫ్రెండ్స్‌కి 'ఈ హోటల్‌లో కత్తి చూపించి మరీ నా నించి డబ్బు దొంగతనం చేసారని' చెప్పుకోవాలని."

స్టివార్డ్ పకపకా నవ్వాడు.

"నవ్వక. కప్పు టీ పాతిక రూపాయలేమిటి స్వామీ? డబ్బేమైనా చెట్లకి కాస్తుందా?"

"మొదటిసారి వచ్చాం కదా. ఇంకోసారి రాకుండా బిల్ వేస్తారేంటి?" ఊహ కూడా అడిగింది.

ఏమనుకున్నాడో ఆ బిల్ తీసుకుని వెళ్ళి ఐదు నిమిషాల తర్వాత టెన్ పర్సెంట్ డిస్కౌంట్‌తో, తగ్గించిన బిల్‌తో వచ్చాడు.

"థాంక్స్." పాణి చెప్పాడు.

ఆ పది శాతం 'టిప్'గా వదిలాడు. పాణి ఊహని స్కూటర్ మీద కమలాకరం ఇంటి దగ్గర దింపి, గుడ్ నైట్ చెప్పి, ఇంటికి బయలుదేరాడు. అంతసేపు ఊహతో అంత సాన్నిహిత్యంగా ఉండడంతో ఆమె దూరం అవడంతో దిగులు కలగసాగింది. వెంటనే స్కూటర్‌ని టెలిగ్రాఫిక్ ఆఫీస్ వైపు తిప్పాడు. ఫారం తీసుకుని నింపాడు.

'నువ్వంటే నాకు ప్రేమ, ఎంత ప్రేమో స్పష్టంగా రాయాలంటే, టెలిగ్రాంలు ఖరీదాయె. నిన్ను ప్రేమిస్తున్నాను'

పాణి తన పేరు మీద ఊహకి ఆ టెలిగ్రాంని కేరాఫ్ కమలాకరం చిరునామాకి పంపించి ఇంటి దారి పట్టాడు.

39

పాణి ఊహల ప్రేమ ఫలించింది కాని రోహిత్ ప్రేమ ఫలించకపోగా సఫలం అయ్యే సూచనలేం కనిపించడం లేదు. జలంధర కొడుకుతో చెప్పింది.

"పాణి! నీ జీవితం అన్ని విధాలా సెటిలైంది. కాని పాపం రోహిత్ పరిస్థితి చూడు. స్వప్న బాగా డబ్బున్నవాళ్ళమ్మాయి. ఈ సమస్య ఓ కొలిక్కి రావడం ఎలా?"

"నాకూ అదే తోచడం లేదమ్మా." పాణి చెప్పాడు.

"ఊహతో మాట్లాడి చూడు. అసలా అమ్మాయి స్వభావం ఎలాంటిదో తెలుస్తుంది."

"అలాగేనమ్మా." పాణి చెప్పాడు.

* * *

"రామానుజాచార్యులమ్మాయ్. మళ్ళీ నీ కోసం ఫోన్ చేసాడు." విశాలాక్షి చెప్పింది.

"హలో. ఊహని." ఊహ రిసీవర్ అందుకుని చెప్పింది.

"నేనే. నిన్న రాత్రి మనం గడిపిన సమయం నేను చచ్చే దాకా నాకు గుర్తుంటుంది." పాణి చెప్పాడు.

"నాకూ అంతే."

"అదలా ఉంచితే, మీ స్వప్నతో మావాడు చాలా గాఢంగా ప్రేమలో పడ్డాడు. ఎలా మరి?"

"అది సాధ్యం కాదు. కారణం దానికి ఉన్న అభిప్రాయాలకి మీ వాడు సరిపోడు."

"అంటే?"

"తన కన్నా బీదవాణ్ణి చేసుకోవాలని స్వప్న అనుకుంటోంది."

"ఐతే అది మావాడికి ఉన్న ప్రధాన అర్హత." పాణి చెప్పాడు.

"ఆ బీదవాడు తన భార్య తెచ్చే డబ్బు కోసం ఆశపడి చేసుకోకూడదు."

"మావాడూ అంతే."

"కాని స్వప్న అదెలా నమ్మడం?"

"ఆ ఎలాకి సమాధానం మీ ఫ్రెండ్‌నే అడగచ్చుగా?" పాణి సూచించాడు.

"ఆ ఎలాకి సమాధానం దానికి తెలిస్తే ఇంకేం? అందుకే ఎవర్ని చేసుకోవాలా అని అది తెగ మధనపడుతోంది."

"గట్టి చిక్కే ఐతే."

"ఇంతకీ మీ మామయ్యకి డబ్బంటే ఆశ ఎక్కువ కదా? జస్ట్ మనలో మాట." ఊహ అడిగింది.

"అది కరెక్టే. జస్ట్ మనలోమాట." పాణి జవాబు చెప్పాడు.

"మరెలా?"

"ఒకో సారి డబ్బు మీద కన్నా ప్రేమించిన వాళ్ళ మీదే ఎక్కువ ఇష్టం ఉంటుంది. కావాలంటే యద్దనపూడి సులోచనారాణి నవలలు చదవమను. తెలుస్తుంది."

"అది మిల్స్ అండ్ బూన్ ఇంగ్లీష్ నవలలు చదివే ఇలా బీదవాణ్ణి చేసుకోవాలనే అభిప్రాయానికి వచ్చింది. పైగా సులోచనారాణి నవలల్లోని హీరోయిన్స్‌కి ఉన్నట్లు స్వప్నకి ఆత్మాభిమానం ఎక్కువ."

"ఇతే ఎలాంటి ఐడియా కాని, పరిష్కారం కాని లేవంటావా?"

"లేదు. ఆ ప్రేమని మర్చిపొమ్మని చెప్పండి."

"ఓ మనిషిని ప్రేమించడం అంటే ఛాయిస్ తప్ప జీవితంలో ఆ మనిషిని మర్చిపోవడం అనే ఛాయిస్ ఉండదు." పాణి చెప్పాడు.

"మీకెలా తెలుసా సంగతి?"

"పెదాలు మూసుకుని ఉన్నా ప్రేమ మాట్లాడగలదు. కాబట్టి తెలుసుకోవచ్చు."

"హే... దట్స్ ఏ గుడ్ కోట్." ఊహ చెప్పింది.

"మీ రామానుజాచార్యులకి ఇంగ్లీష్ కూడా వచ్చా?" ఆ గదిలోకి వచ్చిన విశాలాక్షి అడిగింది.

"అబ్బే రాదండి... సంస్కృతంలో ఏదో కొటేషన్ చెప్తే..."

"ఏమిటది?" ఆసక్తిగా అడిగింది.

"నాకు సంస్కృతం రాదు కదండి. చెప్పలేను." ఊహ వెంటనే చెప్పింది.

"ఉంటానిక." పాణి అవతల నించి చెప్పాడు.

"అలాగే. బై." ఊహ చెప్పింది.

"నీ పునర్దర్శనం?"

"రేపు సాయంత్రం దాకా షూటింగ్ ఉంది."

"అబ్బా! అన్ని యుగాలే?"

"తప్పదు మరి."

"బై." పాణి చెప్పాడు.

"బై బై. పెట్టేస్తున్నాను." ఊహ చెప్పింది.

ఊహ ఫోన్ పెట్టేయగానే విశాలాక్షి కోప్పడింది.

"కట్. కట్. పెట్టేస్తున్నానేంటి? ఫోన్ ఉంచుతున్నాను అనలేవూ?"

"ఫోన్‌ని పెట్టడమే అంటారు కదండి?"

"'పెట్టు'లో డబల్ మీనింగ్ ఉంది. అది శోభనం గదికే పరిమితం." విశాలాక్షి హెచ్చరించింది.

40

రోహిత్‌ని మామూలు మనిషిని చేయడానికి పాణి, ప్రయత్నిస్తున్నాడు. ఎన్ని ఓదార్పు మాటలు చెప్పినా రోహిత్ చిన్నగా నిట్టూర్చడం తప్ప ఉత్సాహాన్ని తెచ్చుకోవడం లేదు.

రోహిత్‌ని నవ్వించడానికి చెప్పాడు.

"ఎవరే సినిమా పాట రాస్తే సరిగ్గా సరిపోతుందో చెప్పనా?"

"ఏం సినిమానో? ఏం పాటో?" రోహిత్ వైరాగ్యంగా చెప్పాడు.

"రేలంగి 'నవ్వుతూ బతకాలిరా' పాట రాసినా, ఏ.ఎన్నార్ 'ప్రేమకు నేను పేదను కాను' పాట రాసినా, సావిత్రి 'ఉందీ నీవేలే. మిగిలిందే నీవేలే' పాట రాసినా, శ్రీశ్రీ 'సరదా సరదా సిగరెట్టు ఇది దొరల్ తాగు బలె సిగరెట్టు' రాసినా, 'మాను మాకును కాను, రాయి రప్పను కానే కాను' అని కృష్ణ రాసినా, 'చిరునవ్వు వెల ఎంత? మరుమల్లె పూవంత'ని రాజ్‌బాబు రాసినా, 'పాడమని నన్నడగతగనా? పదుగురెదుటా పాడనా?' అని పి.సుశీల రాసినా 'మనసున మనసై బతకున బతుకై తోడొకరుండిన' అని ఆత్రేయ రాసినా, 'పాడమంటే పాడేది పాట కాదు' అని ఘంటసాల రాసినా ఏప్ట్‌గా ఉంటాయి కదూ?" పాణి అడిగాడు.

బదులుగా చిన్నగా నిట్టూర్చాడు రోహిత్.

"నవ్వు రాలేదా? పోనీ ఇది విను. రైల్వే టిక్కెట్ 'ఈ జీవన తరంగాలలో ఎవరికెవరు స్వంతమో? ఎంతవరకీ బంధము' అని పాడితే, అలాగే రేడియో 'పాడమని నన్నడగవలెనా పదుగురెదుటా అనో బూట్లు 'నీ అడుగులోన అడుగు కలిపి నడువనీ- నన్ను నడువనీ' అనో రైల్వే బ్రేక్ 'పరుగులు తీసే నీ వయసునకు పగ్గము వేసెను నా మనసు' అనో, పచ్చజెండా 'పైట చెంగు రెపరెపలు పదపద లెమ్మన్నాయి' అనో, లేదా రైలు పట్టాలు

'నన్ను వదిలి నీవు పోలేవులే, ఇదీ నిజములే' అనో రైల్వే ప్లాట్‌ఫాం 'నిలువవే వాలుకనులదానా, వయ్యారి హంస నడకదానా' అప్పుడు రైలింజను 'టాటా వీడుకోలు గుడ్‌బై ఇంక సెలవు' అనో పాడితే నవ్వొస్తుంది కదరా?"

రోహిత్‌లో నవ్వు కనపడకపోవడంతో పాణి అడిగాడు.

"పోనీ కొద్దిగా మందు కొడతావా?"

"ఏం మందో? ఏం కొట్టడమో?" రోహిత్ నిట్టూర్చి చెప్పాడు.

రోహిత్ మనసు మందు మీదకి పోవడం లేదని తెలిసి పాణి కంగారు పడ్డాడు.

"అదేమిటి? మందు. అంటే రమ్."

బదులుగా రోహిత్ చిన్నగా పెదవి విరిచాడు.

"ఇలాక్కాదు! రా. నా మాట విను. మందు కొడితే కొద్దిగా స్థిమితపడతావు. కొత్తగా మొన్నే ఓ బార్ కూడా తెరిచారు."

పాణి బలవంతంగా రోహిత్‌ని బార్‌కి తీసుకెళ్ళాడు. పాణికి నిషా వచ్చింది కాని రెండున్నర పెగ్‌లు తాగినా రోహిత్‌కి మందెక్కలేదు.

"ఈ కోడి చాలా ముదురుది. అవునా?" పాణి అడిగాడు.

"ఏం కోడో? ఏం ముదురో?"

పాణి వెయిటర్‌ని పిలిచి అరిచాడు.

"ఏం కోడయ్యా ఇది? అశోకుడి కాలం నాటిదిలా ఉంది."

"మీరు కోడి వయసు ఎలా చెప్పగలరు?" వెయిటర్ శాంతంగా అడిగాడు.

"పళ్ళని బట్టి."

"కోడికి పళ్ళుండవండి."

"కోడి పళ్ళని బట్టి కాదు. నా పళ్ళని బట్టి." పాణి అసహనంగా చెప్పాడు.

ఎప్పటిలా రోహిత్ సపోర్ట్ లేకపోవడంతో పాణి కోపం చప్పబడిపోయింది.

"ఇదిగో వెయిట్రూ! నువ్వెళ్ళి అర్జెంట్‌గా నాకో సుట్టముక్క అగ్గిపెట్టె, సారాబుడ్డి, బూడిదబుడ్డి అట్రా." అరిచాడు.

"నాకిక్కడేం బాలేదు. వెళదాం పద." రోహిత్ తల విదిలించి చెప్పాడు.

బిల్లు చెల్లించి పాణి బయటకి వచ్చాడు. బార్‌లోంచి ఆ ఇద్దరూ బయటికి రావడం గమనించిన పోలీసు వెంకటస్వామి స్థిరంగా నడుస్తున్న రోహిత్‌ని చూసి ఆశ్చర్యపోయాడు.

"మందు కొట్టలేదా?" దగ్గరకి వచ్చి అడిగాడు.

"కొట్టాడు." పాణి చెప్పాడు.

"మరి నిషా రాలేదా?" పోలీసు వెంకటస్వామి అడిగాడు.

"ఏం మందో? ఏం నిషానో?" రోహిత్ వెంటనే చెప్పాడు.

"ఐపోయింది. ప్రపంచ ప్రళయం రాబోతోంది." పోలీసు వెంకటస్వామి అరిచాడు.

* * *

మర్నాడు ఉదయం పాణి రోహిత్‌తో చెప్పాడు.

"గుడ్ మార్నింగ్!"

"గుడ్ మార్నింగేమిటి? గుడ్ నైట్ చెప్పు." రోహిత్ కోరాడు.

"అదేం మాట? తెల్లారిందిగా?" పాణి అడిగాడు.

"నాకంతా చీకటిగానే ఉంది. కనుచూపు మేరలో కాంతి అనేదే కనపడడం లేదు. ఇంకోసారి నా ప్రణయదేవతని చూస్తేనే నాకు గుడ్ మార్నింగ్. లేకపోతే ఇంక అన్నీ బేడ్ మార్నింగ్‌లే."

"కాని ఏ వంక పెట్టుకుని వాళ్ళింటికి వెళతాం?" పాణి అడిగాడు.

"వంకెందుకు? ఆ అమ్మాయిని చూడటానికే వచ్చానని చెప్తే సరి."

"ఇంకా నయం. గూర్ఖా బయటికి నెట్టేస్తాడు."

"చూసాక నెట్టేసినా, ఇంకేం చేసినా మరేం ఫర్వాలేదు. పద వెళ్దాం."

"ముందు స్నానం పానం కానీ." జలంధర చెప్పింది.

"ఏం స్నానమో? ఏం పానమో?" రోహిత్ చిన్నగా నిట్టూర్చి చెప్పాడు.

రోహిత్ బాత్ రూం లోకి వెళ్ళాక ఆవిడ పాణికో సలహా ఇచ్చింది.

"ఐడియా చెప్పనా? మొన్న ఐదు లక్షలిస్తే పదో, పాతికో బహుమతిగా ఇచ్చారుగా. మనసు మార్చుకుని దాన్ని తిరిగి ఇచ్చేయడానికి వచ్చామని చెప్పు. ఆ అమ్మాయి వీడితో కరకుగా ఉంటే మనసు విరిగి మామూలు మనిషి అవుతాడు."

"గుడ్ ఐడియా." పాణి చెప్పాడు.

ఇద్దరూ పాణి స్కూటర్ మీద కమలాకరం ఇంటికి వెళ్ళారు. గూర్ఖా ఇద్దర్నీ లోపలికి వెళ్ళనివ్వకుండా ఆపి అడిగాడు.

"ఏం పని?"

"కమలాకరానికి డబ్బు ఇవ్వడానికి." పాణి చెప్పాడు.

"కనుక్కొస్తాను. ఉండండి. మీ ఇద్దర్నీ ఇంట్లోకి అడుగు పెట్టనివ్వద్దని ఆజ్ఞ."

గూర్ఖా లోపలికి వెళ్ళాడు. కమలాకరం ఆ సమయంలో ఏ కళనున్నాడో ఇద్దరిలో ఒకర్ని లోపలికి పంపమని చెప్పాడు. గూర్ఖా వచ్చి ఆ సంగతి చెప్పగానే పాణి చెప్పాడు.

"నువ్వెళ్ళయితే. డబ్బివ్వు. కంట్రోల్‌లో ఉండు. నిన్నటిలా చేయక."

రోహిత్ లోపలికి వెళ్ళాడు. కమలాకరం ఫోన్‌లో మాట్లాడుతున్నాడు. రోహిత్ కళ్ళు స్వప్న కోసం చూసాయి. కాని ఆమె ఎక్కడా కనపడలేదు. చిన్నగా నిట్టూర్చాడు.

"అవును... పెళ్లై పాతికేళ్ళైన వాడి పాత్ర ఇస్తున్నానయ్యా."

"పోన్లెండి వచ్చే పిక్చర్‌లో నైనా డైలాగ్స్ ఉండే పాత్ర ఇవ్వండి సార్." అవతలి నించి వినిపించింది.

"ఓర్ని తస్సాగూల! డైలాగ్స్ ఉన్న పాత్రేనయ్యా నీది. రమణారెడ్డి డేట్స్ దొరక్క నీకు ఇస్తున్నాం." కమలాకరం నవ్వి చెప్పాడు.

ఫోన్ పెట్టేసి, రోహిత్‌ని చూసి అడిగాడు.

"ఏమిటి? డబ్బంటే చేదా నీకు? తిరిగి ఇరవై ఇస్తానంటున్నావ్?"

"నేనొచ్చింది డబ్బు పని మీద కాదు." రోహిత్ చెప్పాడు.

"మరి?"

"మీ ఇంటికి అల్లుడు అవుదామనుకుంటున్నానని చెప్పడానికి వచ్చాను సార్. మీ అభిప్రాయం?" సూటిగా అడిగాడు.

"నీకు పిచ్చా? నువ్వు నా అల్లుడు కాలేవు." కమలాకరం అరిచాడు.

"నేను మీ అమ్మాయిని పెళ్ళి చేసుకున్నాక మరేమవుతాను సార్ మీకు?"

"నిన్ను చంపేస్తాను." కమలాకరం పళ్ళు పటపట కొరికి అరిచాడు.

"నేను మరణించినా నా ఆత్మ కూడా మీ స్వప్న మీది ప్రేమని మరవలేదు."

"ముందు నువ్వు గెటౌట్. తక్షణం బయటకి నడు."

"సర్. మీ అమ్మాయి, నేను మేడ్ ఫర్ ఈచ్ అదరండి. ఒకరి కోసం ఇంకొకరం పుట్టాం." రోహిత్ చెప్పాడు.

"ఇరవై రెండేళ్ళ క్రితం నాకు కానీ, మా ఆవిడకి కానీ అలాంటి ఉద్దేశం లేదు." కమలాకరం చెప్పాడు.

"కాని నా ప్రేమ పవిత్రమైంది సార్."

"పవిత్రమైన ప్రేమ కన్నా అపవిత్రమైన డబ్బు ముఖ్యం మాకు. ఖర్చుకి పైసా లేని నిన్ను చేసుకుని అదెలా సుఖపడగలదు?"

"డబ్బు సుఖాన్ని కొనచ్చు కాని సుఖం మాత్రం డబ్బుని కొనలేదు సార్." రోహిత్ చెప్పాడు.

"ఇంకో మాట మాట్లాడితే చంపేస్తాను. ముందు బయటికి గెటౌట్." జరిగే సంభాషణ ఏమిటో గ్రహించగానే విశాలాక్షి బయటకి వచ్చి అరిచింది.

"వెళ్తానమ్మా. ఓసారి నా ప్రణయ దేవతని కళ్ళారా చూసుకున్నాక..."

"షటప్. గెటౌట్." కమలాకరం కోపంగా గొంతు చించుకుని అరిచాడు.

"మీ మొహం మీద చిరునవ్వు ఉంటే కాని మీరు పూర్తిగా డ్రస్ చేసుకున్నట్లు కాదు సార్." రోహిత్ ఓపికగా చెప్పాడు.

కమలాకరం ఏదో అనడానికి నోరు తెరిచాడు. తెరిచిన నోరు తెరిచినట్లే ఉండిపోయింది. తలుపు తీసుకుని లోపలికి వచ్చిన నలుగుర్ని చూసాడు. వాళ్ళ వెనక ఇన్‌స్పెక్టర్ చలపతి, పోలీస్ వెంకటస్వామి, ఇంకో ఇద్దరు కానిస్టేబుల్స్ ఉన్నారు. వాళ్ళ వెనుక వచ్చిన గూర్ఖా చెప్పాడు.

"నేనెంత చెప్తున్నా వినకుండా అధికారం ఉందంటూ లోపలికి వచ్చారు సార్."

"ఏమిటిలా వచ్చారు ఆకస్మాత్తుగా?" కమలాకరం స్ప్రింగ్‌లా లేచి నించుని ఆ నలుగుర్ని చూస్తూ అడిగాడు.

అందులో ఒకాయన తన చేతిలోని కాగితాన్ని కమలాకరం చేతిలో ఉంచాడు. అందులోది చదవగానే కమలాకరం పై ప్రాణాలు పైనే పోయినట్లయ్యాయి. క్షణాల్లో మొహం నిండా చెమట పట్టింది.

"ఏమిటి? ఎందుకు?" కీచుగొంతుతో అడిగాడు.

"మా విధిని మేం నిర్వర్తించాలి." ఆయన చెప్పాడు.

"వెంట పోలీసులెందుకు?" అడిగాడు కమలాకరం.

"ఇన్‌కం టేక్స్ రెయిడ్‌కి వెళ్ళినప్పుడల్లా మాకు రక్షణగా తీసుకెళ్తుంటాం. ఓసారి రైడ్‌కి వెళ్ళిన మా స్టాఫ్‌ని ఓ ఇన్‌కంటేక్స్ ఖాతాదారుడు చితకబాదాడు. మరోసారి అలా జరగకుండా ఈ ఏర్పాటు."

కమలాకరం మొహం పూర్తిగా పాలిపోయింది. నించోలేక మొదలు నరికిన మానులా కూలబడ్డాడు. అతని అరుపులు విని ఆ గదిలోకి వచ్చిన స్వప్న కూడా అనుకోని ఈ హఠాత్ పరిణామాన్ని తిలకించింది.

అందరికన్నా ముందు తేరుకున్న స్వప్నకి తండ్రి ఇచ్చిన ట్రెయినింగ్ గుర్తుకొచ్చింది! అలాంటి రైడ్స్ జరిగితే ఏం చేయాలో అది చేసింది.

లోపలికి వెళ్ళి మెరుపు వేగంతో గోడకి బిగించి ఉన్న గాడ్రేజ్ సేఫ్ లాకర్‌ని తెరిచింది. అందులోంచి ఓ బ్రీఫ్ కేస్‌ని తీసి తెరిచి చూసింది. అందులో అన్నీ ఐదు వందల రూపాయల కట్టలు. అలాంటి నాలుగు బ్రీఫ్ కేస్‌లతో ఇంటి వెనక తోటలోకి వెళ్ళింది.

తన వెంటే ఎవరో వస్తున్న ఫీలింగ్ కలగడంతో తల తిప్పి చూసింది.

వెనక తన వంక ఆరాధనగా చూస్తున్న రోహిత్ కనపడ్డాడు. అతని వంక చిరాగ్గా చూసినా, ఏదో ఆలోచన రావడంతో మొహం నిండా చిరునవ్వుతో అడిగింది.

"మీరు నిజంగా నన్ను ప్రేమిస్తున్నారా?"

"అవును. గాఢంగా." వెలిగే మొహంతో చెప్పాడు.

"ఎంత గాఢంగా?"

"కత్తి వుంటే కోసి చూపించేవాణ్ణి. నా రక్తం బొట్టు కింద పడుతూంటే మీ పేరు అందులోంచి వినిపించేది."

"అంతొద్దు కాని ఓ పని చేస్తారా?"

"మీరు ఏం చెప్పినా చేస్తాను." రోహిత్ స్థిరంగా చెప్పాడు.

"గుడ్. ఐతే ఈ నాలుగు బ్రీఫ్‌కేస్‌లు తీసుకుని మీరిక్కణ్ణించి వెళ్ళిపోవాలి. వెళ్ళి చీకటి పడ్డాక మళ్ళీ సేఫ్‌గా వీటితో తిరిగి రావాలి. వీటిలో ఏమున్నాయో మీకు అనవసరం. ఆ గోడ దూకగలరా?" స్వప్న అడిగింది.

"చేతకాదు." చెప్పి రోహిత్ స్ప్రింగ్‌లా ఎగిరి, గోడని కరిచి పట్టుకుని పైకి పాకి గోడ మీద అటో కాలు, ఇటో కాలు వేసి కూర్చుని చెప్పాడు.

"మీ కోసం అన్నీ చేతవుతాయి. అందించండి. మీకోసం ఏదైనా చేస్తాను."

స్వప్న తటపటాయించకుండా నిర్భయంగా బ్రీఫ్ కేస్‌లని అందించింది. నాలుగూ అందుకున్నాక రోహిత్ చెప్పాడు.

"ఇందులో ఉన్నది బ్లాక్ మనీ."

"మీకెలా తెలుసు?" ఆశ్చర్యంగా అడిగింది.

"మీరు బ్రీఫ్‌కేస్ తెరిచినప్పుడు చూసాను."

సరిగ్గా ఆ సమయానికి అక్కడికి వచ్చిన పోలీసు వెంకటస్వామి చేతిలో బ్రీఫ్‌కేస్‌లతో గోడ మీద కూర్చుని ఉన్న రోహిత్‌ని చూసి గట్టిగా చెప్పాడు.

"రోహిత్. నువ్వు చేసేది చట్టవిరుద్ధమైన పని. మర్యాదగా ఆ నాలుగు బ్రీఫ్‌కేస్‌లు ఇటు పడేయ్."

"వద్దు రోహిత్. దూకేయ్." స్వప్న వెంటనే చెప్పింది.

"బయటకి దూకితే అరెస్ట్ చేస్తా. జీవితఖైదు తప్పదు. ఇటు దూకు." పోలీసు వెంకటస్వామి చెప్పాడు.

"త్వరగా దూకి పారిపో రోహిత్. వాళ్ళొచ్చి చూస్తే ప్రమాదం." చెప్పింది స్వప్న.

"దొంగ సొమ్ము చేరేయకుండా ఇటు దూకమన్నానా?" పోలీసు వెంకటస్వామి గర్జించాడు.

"రోహిత్ అటు దూకు. నువ్వు కోరినట్లుగా నిన్ను పెళ్ళి చేసుకుంటాను." స్వప్న చెప్పింది.

"దూకావా వైర్‌లెస్‌లో అందరికీ చెప్తా. మొత్తం పోలీస్ ఫోర్స్ నీ వెంట పడుతుంది." పోలీసు వెంకటస్వామి బెదిరింపుగా చెప్పాడు.

"వద్దు. వెంకటస్వామి. వద్దు. ఈ ఒక్క సారి నన్ను వదిలెయ్. నా ప్రేమ సఫలం కానీ." రోహిత్ రిక్వెస్ట్ చేసాడు.

పోలీసు వెంకటస్వామి కొద్ది క్షణాలు ఆలోచించి చెప్పాడు.

"సరే. కానీ బదులుగా నువ్వు నాకో మాటివ్వాలి."

"ఏమిటది?" రోహిత్ అడిగాడు.

"నేను రిటైరయ్యే దాకా నువ్వు మళ్ళీ ఎన్నడూ మందు తాగకూడదు."

"అలాగే. రోహిత్ మందు తాగడు. మా పెళ్ళయ్యాక అందుకు పూచీ నాది." రోహిత్ తరఫున స్వప్న హామీ ఇచ్చింది.

"నేను మాట అడిగేది ఇతన్ని. నువ్వు తాగచ్చు." వెంకటస్వామి రోహిత్ వంక ఆశగా చూస్తూ చెప్పాడు.

"మాటివ్వు . నా కోసం అంత త్యాగం చేయలేవా?" స్వప్న జాలిగా అడిగింది.

"మరి నువ్వు మాట తప్పవుగా?" రోహిత్ అడిగాడు.

"ఉహు. మన పెళ్ళయ్యాక నువ్వు ఆవలింతలకి రాజీనామా చేస్తే, మనం కౌగిలింతలతో కాలం గడపచ్చు." స్వప్న హామీ ఇచ్చింది.

రోహిత్ పోలీసు వెంకటస్వామితో చెప్పాడు.

"అలాగే వెంకటస్వామి. నా గుండె నిబ్బరం చేసుకుని నీకు మాట ఇస్తున్నాను. నువ్వు రిటైరయ్యే దాకా నేను ఇక మందు ముట్టను. స్వప్న మీద ఒట్టు."

పోలీసు వెంకటస్వామి గుండెల మీద చేతిని ఉంచుకుని గట్టిగా గాలి పీల్చుకుని ఆనందంగా రాక్ ఎన్ రోల్ నృత్యం చేస్తూ చెప్పాడు.

"సరే. అటే దూకేయ్."

మరుక్షణం రోహిత్ అవతలి వైపు దూకేసాడు. అతను దూకాక ఐ.టి.డిపార్ట్‌మెంట్ వాళ్ళు అక్కడికి వచ్చారు.

"అక్కడేం చేస్తున్నారు? ఇటు రండి." ఇన్‌కంటేక్స్ ఆఫీసర్ కంఠం విని స్వప్న ఇంట్లోకి వెళ్ళింది.

ఓ అధికారి కమలాకరానికి చెప్పాడు.

"ఇన్‌కంటేక్స్ ఏక్ట్ 1961 లోని సెక్షన్ 132 కింద సెర్చ్ అండ్ సైజుర్ – అంటే మీ ఇల్లంతా వెదికి అనుమానం గల డాక్యుమెంట్స్, నగదు పట్టుకెళ్ళడానికి వచ్చాం. చీఫ్ కమీషనర్ ఆఫ్ ఇన్‌కంటేక్స్ ఇందుకు మాకు అనుమతి ఇచ్చారు."

"మీరు ఐ.టి.డిపార్ట్‌మెంట్ నించి వచ్చిన వాళ్ళని నేనెలా నమ్మను?" కమలాకరం మేకపోతు గాంభీర్యంతో అడిగాడు.

అసిస్టెంట్ కమీషనర్ ఆఫ్ ఇన్‌కంటేక్స్ వెంటనే తన ఐడెంటిటి కార్డుని జేబులోంచి తీసి చూపించాడు. మిగతా వాళ్ళు కూడా తమ ఐడెంటిటీ కార్డులని తీసి కమలాకరానికి చూపించాక కమలాకరం బలహీనంగా చెప్పాడు.

"ఇప్పుడు నమ్ముతాను."

ఆ అధికారులందరికీ తెలుసు ఐ.టి. రైడ్ అనగానే అంతా ఎలా షాక్ తింటారో. అందుకే వాళ్ళు మృదువుగా, మర్యాదగా మాట్లాడతారు తప్ప ఎలాంటి దురుసుతనాన్ని ప్రదర్శించరు.

"రూల్స్ ప్రకారం మేం వెదుకుతూండగా కొందరు సాక్షులు ఉండచ్చు. ఈ లొకాలటీలో గౌరవప్రదమైన వ్యక్తులు ఒకరిద్దర్ని మీకు సాక్షి సంతకానికి పిలవచ్చు." అసిస్టెంట్ కమీషనర్ చెప్పాడు.

"ఆ అవసరం లేదు నాన్నగారు." స్వప్న వెంటనే చెప్పింది.

ఆమె కొద్దిగా ధైర్యం పుంజుకుంది.

"ముందుగా ఈ ఇంట్లో వాళ్ళందర్నీ సెర్చ్ చేయాలి." అసిస్టెంట్ కమీషనర్ చెప్పాడు.

మగవాళ్ళు కమలాకరాన్ని, గూర్ఖాని, బట్లర్‌ని, డ్రైవర్ని; ఆడవాళ్ళు ఊహని, స్వప్నని, విశాలాక్షిని సెర్చ్ చేసారు. తనని వెదికేప్పుడు విశాలాక్షి మాటలు 'కట్ కట్' అనేకసార్లు వినిపించాయి.

"మీరు మీ అడ్వకేట్‌కి కానీ, ఆడిటర్‌కి కానీ, టాక్స్ ప్రాక్టీషనర్‌కి కానీ, అకౌంటెంట్‌కి కానీ ఫోన్ చేసి పిలిపించుకోవచ్చు. సలహాలు, సమాచారాలు పొందేందుకు అది మీ హక్కు." అసిస్టెంట్ కమీషనర్ చెప్పాడు.

"ఆ అవసరం లేదు." స్వప్న చెప్పింది.

"ఎందుకు లేదు? మన ఆడిటర్ రామనాథం గారుంటే మంచిదిగా?" కమలాకరం చెప్పాడు.

"ఆయన అవసరం రాదు నాన్నగారు. వీళ్ళకేం దొరకదు." స్వప్న చెప్పింది.

కమలాకరం భయాన్ని చూసి ఓ అధికారి సానుభూతిగా చెప్పాడు.

"అవసరం అనుకుంటే మీరు డాక్టర్‌ని పిలిపించుకోవచ్చు. మీరు మెడికల్ కేర్‌లో ఉండాలనుకుంటే అందుకు మా రూల్స్ అంగీకరిస్తాయి."

"వద్దులెండి. ఈ టేక్స్ రైడ్ సంగతి అందరికీ తెలీడం ఇష్టం లేదు."

ఆ సదుపాయాన్ని కూడా స్వప్న నిరాకరించింది.

"కాలేజీకి, స్కూళ్ళకి వెళ్ళే పిల్లలు ఎవరైనా ఉంటే వాళ్ళు వెళ్ళచ్చు. కాకపోతే వాళ్ళని వెదికి పంపిస్తాం."

"అలాంటి వాళ్ళెవరూ లేరు." స్వప్న చెప్పింది.

"ఏదైనా దొరికితే మమ్మల్ని అరెస్ట్ చేస్తారా?" విశాలాక్షి భయంగా అడిగింది.

ఓ ఐ.టి.ఓ. చిన్నగా నవ్వి చెప్పాడు.

"ఉహు. మాకు అరెస్ట్ చేసే పవర్ లేదు. నూట ఇరవై రోజుల లోపల ఇన్‌కంటేక్స్‌కి తెలీని 'అన్-డిస్‌క్లోజ్డ్' ఇన్‌కంని నిర్ణయించి దాని మీద పెనాల్టి, ఇంట్రెస్ట్‌తో టేక్స్ వసూలు చేస్తాం."

ఒకరు డైరీలు, అకౌంట్‌బుక్స్, కాగితాలు మొదలైనవి వెదికి పరీక్షిస్తూంటే ఇద్దరు ఇంట్లోని వస్తువుల జాబితాలని, వాటి విలువని తయారు చేయసాగారు.

కమలాకరం ఇంట్లో వాడే ప్రతీ వస్తువు తెల్ల డబ్బుతో కొన్నదే కాబట్టి అందుకు ఆయన జంకలేదు.

ఒకడు నేలలో, గోడల్లో, మంచాలు లాంటి ఫర్నిచర్‌లో, బాత్ రూం లలో రహస్య ప్రదేశాలు ఉన్నాయేమోనని వెదకసాగాడు. వాళ్ళు తెరవమన్న బీరువాలు, లాకర్లు, అలమర తలుపులు కమలాకరం తాళాలు తీసి తెరిచాడు. నగదు, నగలు, బంగారం, వెండి సామాను, షేర్లు, డిబెంచర్లు, బాండ్స్, నేషనల్ సేవింగ్స్ సర్టిఫికెట్స్, ఇందిరా వికాస పత్రాలు, బేంక్ పాస్‌బుక్‌లు, ఫిక్స్‌డ్ డిపాజిట్ రసీదులు మొదలైన వాటి వివరాల జాబితాని ఓ కాగితం మీద రాయసాగారు.

1981 స్పెషల్ బేరర్ బాండ్స్ ఇరవై లక్షల రూపాయలు విలువ గలవి ఉన్నాయి. కాని ఆ అధికారులు వాటి వివరాలు ఆ జాబితాలో రాయలేదు. వాటి గురించి ప్రశ్నలు కూడా వేయలేదు. కారణం నల్ల డబ్బుతో కొనడానికి ప్రభుత్వం 1981లో అవకాశం ఇచ్చింది. వాటి మీద పెట్టిన డబ్బు ఎక్కడ నించి వచ్చిందన్న ప్రశ్న కాని, వాటి మీద టేక్స్ కాని అడగమని ప్రభుత్వం ప్రజలకి మాట ఇచ్చింది.

కమలాకరం పడక గదిలోని బీరువాని తెరవమని అసిస్టెంట్ కమీషనర్ అడిగాడు.

"తాళం చెవి పోయింది." పాలిపోయిన మొహంతో చెప్పాడు.

"ఐతే పగలగొట్టాల్సి వస్తుంది."

"అంత అవసరం లేదు. నా దగ్గర డూప్లికేట్ ఉంది." స్వప్న చెప్పింది.

కమలాకరం తన కూతురితో కంగారుగా చెప్పాడు.

"వద్దమ్మా. దాన్ని తెరవద్దు."

"మనం ఏం దాస్తున్నామని? మరేం ఫర్వాలేదు డేడీ."

స్వప్న ఆ బీరువా తలుపు తెరిచింది. బీరువా లోని లాకర్ తాళం తీస్తూంటే కమలాకరం మనసు విలవిల్లాడిపోయింది.

లోపల అంతా ఖాళీ!

కమలాకరం ఆశ్చర్యపోయాడు. కూతురు వంక చూసాడు. స్వప్న 'ఫర్వాలేదు' అన్నట్లుగా తల ఊపింది.

సాయంత్రం ఐదున్నర దాకా సెర్చ్ జరుగుతూనే ఉంది. వెనక తోటలో కొన్ని చోట్ల తవ్వి చూసారు. ప్రయోజనం లేకపోయింది. ఎక్కడా ఐదు పైసలు కూడా దొరకలేదు వాళ్ళకి.

ఖచ్చితంగా కొంత నల్ల ధనం దొరుకుతుందని ఎంతో ఆశతో వచ్చి ఇన్‌కంటేక్స్ ఆఫీసర్లు నిరాశ చెందారు. చివర్లో కమలాకరం దగ్గర స్టేట్‌మెంట్ తీసుకుని, పంచనామా మీద సంతకాలు తీసుకుని చెప్పారు.

"ఐయాం సారీ. మాకు మీ మీద ఎవరో తప్పుగా రిపోర్టు చేసారు."

"ఏమని రిపోర్ట్ చేసారు?" కమలాకరం ఆసక్తిగా అడిగాడు.

"మీ దగ్గర కోటిన్నర రూపాయల దాకా నల్ల డబ్బుందని."

"మీ ఇల్లు మరీ బెజవాడ రైల్వే స్టేషన్లో నాలుగో నెంబరు ప్లాట్‌ఫాం అనుకోలేదు." ఓ అధికారి చెప్పాడు.

"అంటే?"

"అక్కడ సిగరెట్లు కానీ, టీ కానీ ఏం దొరకవు. ఐదో నెంబరు ప్లాట్‌ఫాం మీదకి వెళ్ళాలి." అతను నవ్వాడు.

"అందుకనేనా నిడదవోలు రైల్వేస్టేషన్‌లో కాఫీ తాగిన మొహాలు పెట్టారంతా?" ఊహ నవ్వింది.

వాళ్ళు వెళ్ళాక కమలాకరం ఆనందంగా చెప్పాడు.

"ఐ.టి రైడ్ అయి ఏం దొరక్కుండా బయటపడడం పునర్జన్మ ఎత్తడం లాంటిది."

"దొరికితే ఏమవుతుంది?" ఊహ అడిగింది.

"ఏమవుతుంది? టేక్స్ చాలా కట్టాల్సి ఉంటుంది. ఆ డిపార్ట్‌మెంట్ దృష్టిలో మనం దోషులం. భవిష్యత్‌లో కూడా ఇలాంటి రైడ్స్ జరగచ్చు. ఏదీ దొరక్కపోతే ఇంకోసారి రైడ్ చేయడానికి సహజంగా జంకుతారు..."

"మీ దగ్గర నల్లధనం లేకుండానే అంత భయపడ్డారే. ఉంటే మీ గుండాగి పోయేది." ఊహ నవ్వుతూ చెప్పింది.

"ఎందుకు లేదూ? వాళ్ళకి వచ్చిన సమాచారం కరెక్ట్. నా దగ్గర కోటిన్నర రూపాయలున్నాయి.... అవును. ఆ డబ్బు బీరువాలో లేదే? ఏమైంది?" విస్మయంగా స్వప్నని అడిగాడు.

"వాళ్ళు వచ్చీ రాగానే నేనా డబ్బుని బయటకి పంపించేసాను డేడీ." స్వప్న చెప్పింది.

"వెరీ గుడ్. ఎవరితో పంపించావు?" కమలాకరం ఆనందంగా అడిగాడు.

"రోహిత్‌కి ఇచ్చి గోడ దాటించాను డేడీ."

"ఎవరికి ఇచ్చి?" కమలాకరం వెంటనే అడిగాడు.

"రోహిత్‌కి."

"ఎంత పని చేసావ్?"

కమలాకరం గుండె పట్టుకుని ఆయాసపడిపోతూ కూర్చుండిపోయాడు.

"ఏమైంది డేడీ?" అంటూ ఊహ, స్వప్న ఆయన దగ్గరికి పరిగెత్తుకెళ్ళారు.

ఆయన స్పృహలో లేడు. వెంటనే విశాలాక్షి డాక్టర్‌కి ఫోన్ చేసింది. పది నిమిషాల్లో ఆయన వచ్చాడు. కమలాకరాన్ని పరీక్షించి ఓ ఇంజెక్షన్ ఇచ్చాడు.

"ఏమైంది? హార్ట్ ఎటాకా?" ఆవిడ భయంగా అడిగింది.

"కాదు. అనుకోని వార్త ఏమైనా విన్నారా?"

"అవును."

"దాంతో తట్టుకోలేక స్పృహ తప్పింది. ఏం భయం లేదు."

రెండు నిమిషాల్లో కమలాకరం కళ్ళు తెరిచాడు.

"ఇంక ఆ కోటిన్నరా పోయినట్లే...ఎంత డబ్బు ... నా కష్టార్జితం." కన్నీళ్ళతో చెప్పాడు.

"పోదు డేడీ. చీకటి పడగానే వాటిని తిరిగి తీసుకు రమ్మని చెప్పాను. తీసుకు వస్తాడు." స్వప్న ధైర్యంగా చెప్పింది.

"రోహిత్ గాడు ఉట్టి తలకి మాసిన వెధవ. కోటిన్నర సంపాదించాలంటే కోటి జన్మలెత్తినా వాడికి సాధ్యం కాదు. ఇంకెక్కడొస్తాడు?" హృదయ విదారకంగా చెప్పాడు.

"అలాంటి వాడైతే నిన్న ఐదు లక్షలు ఎందుకు తీసుకు వచ్చి ఇస్తాడండి?" ఊహ కమలాకరానికి ధైర్యం చెప్తూ చెప్పింది.

"ఐదు లక్షలకీ, కోటిన్నరకీ చాలా తేడా ఉందమ్మాయ్. ఏ మనిషైనా ఓసారి కళ్ళతో అంత డబ్బు చూస్తే చాలు. సన్యాసిని కూడా లక్ష్మీదేవి ఇట్టే మార్చేస్తుంది. ఆ డబ్బు సంపాదించడానికి ఎన్ని కష్టాలు పడ్డాను? ఎండనక, వాననక, అవుట్ డోర్‌లలో, పొలాల్లో అడవుల్లో, కొండల్లో, గుట్టల్లో, యూనిట్ల వెంట తిరిగాను. హీరోల ఇంటి చుట్టూ నెలల తరబడి తిరిగి డేట్లు సంపాదించుకున్నాను. వాళ్ళెన్ని మాటలన్నా పడ్డాను. ఓ హీరో ఒక్క రోజు షూటింగ్ బాకీ పెట్టి సంవత్సరన్నర తర్వాత కానీ ఆ ఒక్క రోజు షూటింగ్‌కి డేట్ ఇవ్వకపోతే వడ్డీలు కట్టుకుంటూ విలవిల్లాడిపోయాను. ఓ సినిమాలో హీరో-హీరోయిన్‌లు ఇగో సమస్యతో పోట్లాడుకుని షూటింగ్‌కి రాకపోతే వాళ్ళ మధ్య రాజీ కుదర్చడానికి చచ్చాను.

"అంతా సినిమా నిర్మాతంటే అదృష్టవంతుడు అనుకుంటారు. కానీ ఎన్ని బాధలు పడితేనో అంత సంపాదించగలిగాను. సంపాదించిన ప్రతి రూపాయిలో అరవై పైసలు ప్రభుత్వానికి ఇన్‌కంటేక్స్ కట్టాను. కష్టం మనది. ఆదాయం ప్రభుత్వానిది. ఇన్‌కంటేక్స్ కట్టేది మాలాంటి ధనవంతులే."

ఆయన చాలాసేపు వాపోయాడు. ఊహ, స్వప్న ఆయనకి ధైర్యం చెప్పసాగారు.

"డేడీ. అతను నన్ను ప్రేమించాడు. ఈ లోకంలో ప్రేమకి ప్రత్యామ్నాయంగా ఇంకేది పనికిరాదు. తప్పకుండా వస్తాడు." స్వప్న చెప్పింది.

"ఏం వస్తాడో? ఏం తెస్తాడో? ఈపాటికి ఊరొదిలి పెట్టి పారిపోయినా ఆశ్చర్యం లేదు. పోలీసులకి రిపోర్ట్ ఇవ్వలేం. అది బ్లాక్‌మనీ ఆయె."

ఆయన కూర్చోలేక, నించోలేక విలవిల్లాడసాగాడు.

స్వప్న ఆయన వినకుండా రహస్యంగా చెప్పింది.

"రోహిత్ వస్తాడన్న నమ్మకం నాకూ లేదు. అతను డబ్బు మనిషి."

"ఛ! రోహిత్ అలాంటి వాడు కాదు."

"డేడీ అన్నట్లు డబ్బు మనిషిని మార్చేయచ్చు."

"అలా జరిగినా ఫర్వాలేదు. ఆ కోటిన్నర ఐ. టి. వాళ్ళకి దొరికినా పట్టుకెళ్ళేవారేగా పరువైనా దక్కింది." విశాలాక్షి చెప్పింది.

41

ఆటోలో ఎయిర్‌పోర్ట్‌కి చేరుకునే దాకా రోహిత్‌కి సరిగ్గా కమలాకరం భయపడ్డ ఆలోచనే కలిగింది.

కోటిన్నర!

కోటిన్నర రూపాయలు!

1,50,00,000

ఈ జన్మలో అందులో పదో వంతు కూడా తను సంపాదించలేడు. ఆ డబ్బుతో ఇంకో ఊరు వెళ్ళిపోతే? వజ్రాలు, నగలు, బేంక్ లాకర్‌లో ఉంచి కేష్‌ని బేంక్‌లో వేసుకుంటే దర్జాగా కాలు మీద కాలు వేసుకుని బతకచ్చు.

'వైఫొకడిది! వర్క్ ఇంకొకడిది' అంటే ఇదే. 'ఆలొకడిది–అనుభవం ఇంకొకడిది' అన్నా ఇదే. ఇలాంటి ఛాన్సులు అందరికీ రావు.

ఎయిర్‌పోర్ట్‌కి చేరుకోకుండానే రోహిత్‌లోని ఆ ఆలోచనలు చచ్చిపోయాయి. అతనికి స్వప్న లేని ఆ విలాసవంతమైన జీవితం, స్వప్న లేని ఆ లగ్జరీ లైఫ్ ఎంతో నిస్సారంగా తోచింది. స్వప్నతో పూరి గుడిసెలో జీవించినా అదే లగ్జరీ లైఫ్ అనిపించ సాగింది.

కానీ స్వప్న తనని చేసుకుంటుందా? జీవిత కాలం వేచి ఉన్నా తనతో వివాహానికి అంగీకరించదేమో? అప్పుడు ఈ డబ్బు...ఛఛ స్వప్న తనని ప్రేమించనప్పుడు ఆమె తండ్రి డబ్బు మాత్రం తనకి దేనికి?....ఊహు... వాడుట్టి వెధవ. బడా చోర్. అలాంటి వాడి డబ్బు తస్కరించినా పాపం రాదు.

ఆటో ఎయిర్‌పోర్ట్‌లో ఆగింది. రోహిత్ రెండు చేతుల్లో నాలుగు బ్రీఫ్‌కేసులతో దృఢనిశ్చయంతో ఆటో దిగాడు. ఫేర్ చెల్లించి ఎయిర్ పోర్ట్ ఎంట్రన్స్ గేటు వైపు నడిచాడు. లోపలికి వెళ్ళి ఎంక్వయిరీలో అడిగాడు.

"వెంటనే బయలుదేరే విమానం ఏదుంది?"

"ఏ ఊరికి?"

"ఏ ఊరికైనా ఫర్వాలేదు."

"బాంబేకి వెళ్ళే విమానం ఇంకో గంటన్నరలో ఉంది."

టిక్కెట్ కౌంటర్ దగ్గరికి వెళ్ళాడు.

"బాంబేకి టిక్కెట్లున్నాయా?" అడిగాడు.

"ఉన్నాయి. ఫ్లైట్ లేటవటంతో కొన్ని కేన్సిల్ అయ్యాయి. కేష్ పే చేస్తున్నారా?" అతను అడిగాడు.

"ఆ?"

"కేషా లేక క్రెడిట్ కార్డా? పేరు?"

రోహిత్ కాసేపు తటపటాయించాడు. తర్వాత చెప్పాడు.

"నో. థాంక్స్."

గిరుక్కున వెనక్కి తిరిగి బయటికి నడిచాడు. నడుస్తూ అనుకున్నాడు.

'ప్రేమే గెలిచింది'

బయటికి వచ్చి ఇంకో ఆటో ఎక్కి కూర్చుని చెప్పాడు.

"పోనీ."

"ఎక్కడికి?" ఆటో డ్రైవర్ అడిగాడు.

"సనత్ నగర్."

సనత్ నగర్‌కి వెళ్ళాక రకరకాల ఆలోచనలతో ఉన్న రోహిత్‌ని డ్రైవర్ అడిగాడు.

"ఎక్కడికి సార్?"

"టైమెంతైంది?" రోహిత్ అడిగాడు.

టైం చెప్పాక చెప్పాడు.

"చూడు బాబూ. చీకటి పడే దాకా ఆటోని నీ ఇష్టం వచ్చిన వైపు నగరంలో తిప్పుతూండు. చీకటి పడేసరికి జూబ్లీ హిల్స్‌కి చేరుకోవాలి."

ఆటో డ్రయివర్ అతని వంక చిత్రంగా చూసి అడిగాడు.

"మీరు ఎక్కడికి వెళ్ళాలి ఇంతకీ?"

"జూబ్లీ హిల్స్‌కి. అదీ చీకటిపడ్డాక. అంతసేపు ఏం చెయ్యను? అందుకే ఆటోలో తిరుగుదాం అన్నాను."

"ఎంతవుతుందో తెలుసా? సినిమాకో, హోటల్‌కో వెళ్ళచ్చుగా?"

"నే చెప్పినట్లు చెయ్యి! డబ్బు లేదనుకోకు. ఉంది." రోహిత్ చెప్పాడు.

"ఐతే ఓ వంద ఇవ్వండి. పెట్రోల్ కొట్టించాలి."

చీకటి పడుతూండగా ఆటో కమలాకరం ఇంటి ముందు ఆగింది. ఆటో దిగిన రోహిత్‌ని చూసి గూర్ఖా సలాం చేసి గేటు తెరిచాడు.

"సాబ్! సాబ్ ఆయా" అంటూ గూర్ఖా లోపలికి పరిగెత్తాడు.

గేటవతల బయట కుర్చీ వేసుకుని కూర్చుని ఉన్న కమలాకరం ఒక్క ఉదుటున లేచి రోహిత్ దగ్గరికి వెళ్ళి అతని చేతిలోని బ్రీఫ్‌కేసులలో ఒకటి అందుకుని తెరిచి చూసాడు. దాన్నిండా వజ్రాలు, నగలు. మిగతా బ్రీఫ్‌కేసులు కూడా తెరిచి చూసి ఏం పోలేదని తృప్తి చెందాక చెప్పాడు.

"నిజంగా నువ్వు ఎంత మంచివాడవోయ్!"

ఆనందంతో మరుక్షణం స్పృహ తప్పి పడిపోతున్న ఆయన్ని ఊహ, స్వప్నలు పట్టుకున్నారు.

స్వప్న, రోహిత్, ఊహ, విశాలాక్షి కలిసి కమలాకరాన్ని ఇంట్లోకి మోసుకెళ్ళి పక్క మీద పడుకోబెట్టారు. కమలాకరం ఛాతీ మీద తల ఉంచి చెవితో శబ్దం వినడానికి ప్రయత్నించాక రోహిత్ చెప్పాడు.

"డాక్టర్‌కి ఫోన్ చేయండి."

"చప్పుడేం వినపడడం లేదా?" విశాలాక్షి కంగారుగా అడిగింది.

"లబ్...డబ్...లబ్...డబ్...లబ్...డబ్...లబ్...డబ్...లబ్..." చప్పుడు వింటూ రోహిత్ బయటికి గట్టిగా చెప్పాడు, అందరికి గుండె ఎలా కొట్టుకుంటుందో అర్థం కావాలని!

స్వప్న రిసీవర్ అందుకుని ఓ నంబర్ డయల్ చేసింది.

"హలో స్వప్నని. మా నాన్నగారికి మళ్ళీ స్పృహ తప్పింది. మీరు వెంటనే రావాలి." చెప్పింది.

"మళ్ళీ వచ్చారా ఇన్‌కంటేక్స్ ఆఫీసర్లు?" వాళ్ళ ఫేమిలీ డాక్టర్ అడిగాడు.

"లేదండి. పోయిందనుకున్న డబ్బు వచ్చేసరికి ఆయన గుండె ఓసారి 'లబ్'ని ఇంకోసారి 'డబ్' మిస్ అవుతోంది." స్వప్న చెప్పింది.

రిసీవర్ పెట్టేసాక విశాలాక్షి కొద్దిగా మందలింపు స్వరంతో రోహిత్‌తో చెప్పింది.

"డబ్బు గురించి ఒక్కసారిగా అలా తెలిస్తే ఎవరికైనా గుండాగుతుంది. కొంత కొట్టేసానని చెప్పాల్సింది."

"ఆయనేం తప్పు కాదు. పాము మీద పడ్డ డేగలా డేడీనే బ్రీఫ్‌కేసుల మీదికి వెళ్ళి తెరిచి చూసారు." ఊహ చెప్పింది.

"అసలు మీరు తిరిగి వస్తారనుకోలేదు." స్వప్న చెప్పింది.

"మీ డబ్బు నా దగ్గరున్నాక, నా మనసు మీ దగ్గర ఉన్నాక ఎందుకు రాననుకున్నారు?" రోహిత్ అడిగాడు.

గూర్ఖా లోపలికి వచ్చి చెప్పాడు.

"సాబ్. మీ ఆటో వాడికి డబ్బులిచ్చి పంపాలట."

"ఓ. అవును కదా? మర్చేపోయాను. ఎంతైందట?" రోహిత్ అడిగాడు.

"తొమ్మిది వందల నలభై రెండు రూపాయలట."

రోహిత్, స్వప్నతో చెప్పాడు.

"విన్నారుగా. డబ్బిచ్చి ఆటోవాడ్ని పంపించండి."

"మేం ఎందుకివ్వాలి?" విశాలాక్షి చురుగ్గా చూస్తూ అడిగింది.

"ఆటోలో ఏ ఊరెళ్ళొచ్చారు?" ఊహ నవ్వుతూ అడిగింది.

"ఏ ఊరూ వెళ్ళలేదు. ఉదయం నించి ఇక్కడికి వచ్చే దాకా ఆ ఆటోలో ఊరంతా తిరుగుతూ గడిపాను. కోటిన్నర దగ్గరుంచుకుని ఎక్కడికి వెళ్ళాలి? ఎక్కడికి వెళ్తే ఆ డబ్బు సేఫ్‌గా ఉంటుంది అన్న ఆలోచన తెగక ఆటోలోంచి దిగలేదు." రోహిత్ చెప్పాడు.

"మా డబ్బుకి కాపలాదారుగా ఉన్నందుకు ఆ డబ్బు మేమే ఇవ్వాలి." స్వప్న చెప్పింది.

వెయ్యి రూపాయలు గూర్ఖాకిచ్చి పంపిస్తూ చెప్పింది.

"ఆటోవాడ్ని చిల్లర టిప్‌గా ఉంచుకోమను."

గూర్ఖా వెళ్ళాక డాక్టర్ చేతిలో మెడికల్ బేగ్‌తో వచ్చాడు. ఆయన మంచం మీద కళ్ళు మూసుకుని పడుకున్న కమలాకరాన్ని స్టెతస్కోప్‌తో పరీక్షించి చెప్పాడు.

"ఆగలా. గుండె కొట్టుకుంటూనే ఉంది."

ఆయన కమలాకరం జబ్బలో ఓ ఇంజక్షన్ చేసాడు. రెండు నిమిషాల తర్వాత కమలాకరం కళ్ళు తెరిచి చుట్టూ చూసాడు.

"ఎలా ఉందిప్పుడు?" డాక్టర్ అడిగాడు.

"బావుంది. ఏమైంది నాకు?" కమలాకరం అడిగాడు.

"ఈ వయసులో ఎక్సయిట్‌మెంట్, షాక్ కొట్టే లాంటి వాటి వల్ల గుండెకి సమస్య వస్తుంది. వస్తే ఇలా అవుతూంటుంది. ఇక మీదట మీరు వ్యాపార వ్యవహారాల జోలికి

పోకుండా హాయిగా 'కృష్ణా, రామా' అనుకుంటూ విశ్రాంతి తీసుకోవడం మీ ఆరోగ్యానికి మంచిది." డాక్టర్ సలహా ఇచ్చాడు.

కమలాకరం మంచం మీద లేచి కూర్చుని గాద్గదిక స్వరంతో చెప్పాడు.

"చాలా థేంక్స్‌య్ రోహిత్"

"యు ఆర్ వెల్‌కం. మీరింత అవస్థపడే బదులు ఇన్‌కంటేక్స్ కట్టచ్చుగా?" రోహిత్ అడిగాడు.

"మన దేశంలో డబ్బు సంపాదించే వాడి దగ్గర ముక్కు పిండి టేక్స్‌లు వసూలు చేస్తారు. కానీ సామాన్యుడు కూడా దేశ సౌభాగ్యానికి ఎంతో కొంత చెల్లించాలన్న ఇది లేదోయ్. మన ప్రభుత్వ పాలసీ మారకపోతే ఇంతే. ఎనభై కోట్ల జనాభా గల దేశంలో పది లక్షలమంది మాత్రమే టేక్స్ కడుతున్నారు! టేక్స్ కడుతున్నారంటే కష్టపడి సంపాదిస్తున్నారనేగా అర్థం. కష్టపడే వాడికి ఇంత శిక్షా? అదే అమెరికాలో ఐతే సంపాదన పెరిగే కొద్దీ టేక్సు తగ్గుతుంది. ఇక్కడో? సంపాదనతో పాటు టేక్సు పెరుగుతుంది. ఏభై ఒకటిలో మొదటిసారి వాలంటరీ టేక్సు డిస్ క్లోజర్‌స్కీంలో డెబ్బై కోట్ల రూపాయల బ్లాక్ మనీ బయటకివస్తే డెబ్బై ఐదులో పదిహేను వందల డెబ్బై ఎనిమిది కోట్ల రూపాయల నల్లధనం బయటకి వచ్చింది. బ్లాక్ మనీ ఇన్ని రెట్లు పెరగడానికి కారణం ప్రభుత్వ విధానాలే. నాకీ మహోపకారం చేసినందుకు నీకు ఎంతిమ్మంటావు?" అడిగాడు.

"ఇరవై చాలండి." ఊహ ఫోన్ చేయడంతో వచ్చిన పాణి చెప్పాడు.

"నాకా ఇరవై కూడా వద్దు సార్." రోహిత్ చెప్పాడు.

"ఆ మాట మీదే ఉంటావుగా? చాలా థాంక్స్‌య్."

"మీకు ఇదివరకే చెప్పా కదండి? మీ అమ్మాయితో పాణిగ్రహణం తప్ప నాకు ఈ ప్రపంచంలో ఇంకేమీ వద్దండి."

"మా అమ్మాయికి నీలాంటి వాళ్ళంటే ఇష్టం లేదని కూడా ఇదివరకే చెప్పా కదుటోయ్." కమలాకరం విసుగ్గా చెప్పాడు.

ఊహ చిన్నగా దగ్గింది. అంతా ఆమె వంక చూడడంతో చెప్పింది.

"స్వప్నకి బీదవాడిని చేసుకోడానికి ఎలాంటి అభ్యంతరం లేదు. కాకపోతే బీదవాడైనా సరే తనని కాక తన ఆస్థిని చూసి తనని ప్రేమిస్తున్నట్లుగా నటిస్తాడనే భయం ఉంది. కాని రోహిత్ అలాంటి వాడు కాదు..."

"...అవునండి! నేనలాంటి వాడ్ని కాదండి." రోహిత్ తల మీద చేతిని ఉంచుకుని చెప్పాడు.

"డబ్బే ముఖ్యం అనుకుంటే తప్పకుండా కోటిన్నర రూపాయలతో ఉడాయించే వాడు. ఊహ చెప్పింది కరెక్ట్. రోహిత్‌కి స్వప్న ముందు కోటిన్నర కాదు. కోటి కోట్లన్నర రూపాయలైనా బలాదూర్. ఆమెని మా మామయ్య సిన్సియర్‌గా ప్రేమిస్తున్నాడని ఋజువైందని అంతా భావిస్తారని నేను భావిస్తున్నాను." పాణి చెప్పాడు.

"...కరెక్టండి. కావాలంటే మా వాడు చెప్పినట్లు నాకు కోటి కోట్లన్నర రూపాయలు ఇచ్చి చూడండి." రోహిత్ చెప్పాడు.

"అవును. అతను ఆ కోటిన్నరతో పారిపోతే పోలీస్ రిపోర్ట్ కూడా ఇవ్వలేం. కిక్కురుమనకుండా ఆ నష్టాన్ని భరించాల్సి వచ్చేది. హి ఈజ్ సిన్సియర్. అలా చేస్తే నేను తనకి దూరం అవుతానని ఆ డబ్బుతో తిరిగి వచ్చాడు. ఇది రోహిత్ నిజంగా నన్ను తన భార్యగా చేసుకోవాలన్న అతని బలమైన కోరికని రుజువు చేస్తోంది." స్వప్న చెప్పింది.

"అవునండి. అది కరెక్టండి." రోహిత్ మళ్ళీ తల మీద చేతిని ఉంచుకుని చెప్పాడు.

"నన్ను బంగారం కన్నా, భాగ్యం కన్నా ఎక్కువగా ప్రేమించే వ్యక్తి నాకు తారసపడడం నా అదృష్టంగా భావిస్తున్నాను. రోహిత్‌ని పెళ్ళి చేసుకోడానికి నాకు ఎలాంటి అభ్యంతరం కనపడడం లేదు... ఒక్క అతని చెప్పులు తప్ప. మిస్టర్ రోహిత్. మీరా చెప్పులు కొని ఎంత కాలమైంది?" స్వప్న అడిగింది.

"నేను కొనలేదు. అవి ఓ పెళ్ళిలో పొరపాట్న వేసుకుని వచ్చాను. ఆ తర్వాత మళ్ళీ ఏ పెళ్ళికీ, గుళ్ళోకి వెళ్ళలేదు." రోహిత్ చెప్పాడు.

"నిరుద్యోగికి చెప్పులు కొనే డబ్బు ఎక్కడుంటుందండి? కొన్నా ఉద్యోగ ప్రయత్నంలో అవి అరిగి ఊరుకుంటాయి." పాణి చెప్పాడు.

"నేను మిమ్మల్ని ప్రేమిస్తున్నానండి. మీరు లేకపోతే జీవించలేనండి. మీ కోసం ఎలాంటి త్యాగాలైనా చేస్తానండి." ఆ చెప్పులని తీసి కిటికీ లోంచి బయటికి విసిరేసి రోహిత్ స్వప్నతో చెప్పాడు.

వెంటనే బయటి నించి ఆల్సేషియన్ కుక్క అరుపు వినిపించింది.

"డేడీ. మనింటి అల్లుడు రోహిత్." స్వప్న తండ్రితో చెప్పింది.

కమలాకరం వెంటనే తల అడ్డంగా ఊపి చెప్పాడు.

"ఊహు. నేనొప్పుకోను."

"ఏం?" పాణి అడిగాడు.

"ఏం ఏమిటి? అలాంటి అసమర్థుణ్ణి ఈ ఇంటి అల్లుడుగా అంగీకరించను." కమలాకరం హూంకరిస్తూ చెప్పాడు.

"నేను అసమర్థుణ్ణి కాదండి." రోహిత్ తల మీద చేతిని ఉంచుకుని చెప్పాడు.

"అవును. రోహిత్ అసమర్థుడు కాడు." పాణి కూడా చెప్పాడు.

"ఎందుకు డేడీ రోహిత్ అసమర్థుడని అనుకుంటున్నారు?" స్వప్న అడిగింది.

"ఎందుకా? కోటిన్నర రూపాయలు చేతుల్లోకి వచ్చి పడితే అలా పిచ్చాడిలా తీసుకువచ్చి ఇచ్చేవాడు అసమర్థుడు కాక మరేమిటి? ఇలాంటివాడు ఇల్లరికం వస్తే నా ఆస్థి మొత్తం తగలడుతుంది." కమలాకరం కోపంగా చెప్పాడు.

"నువ్వు చెప్పింది సబబే అన్నయ్యా." విశాలాక్షి ఆయనకి వత్తాసు పలికింది.

"అవును డేడీ. నిజానికి రోహిత్ మీరనుకున్నంత అమాయకుడు కాడు గడుసు వాడు." స్వప్న చెప్పింది.

"నీకేం తెలుసని?" విశాలాక్షి అడిగింది.

"ఎందుకంటే, కోటిన్నరతో ఉడాయిస్తే నాకు కేవలం ఆ కోటిన్నరే మిగులుతుంది. తెచ్చి మీకు అప్పగిస్తే ఆ కోటిన్నర ప్లస్ స్వప్న ప్లస్ మీ యావదాస్థి నాకు దక్కుతుంది. అందుకని నేను సమర్థుడ్ని." రోహిత్ నవ్వుతూ చెప్పాడు.

కమలాకరం రోహిత్‌కి కన్ను కొట్టి అతని వంక ఆదరణగా చూస్తూ చెప్పాడు.

"రోహిత్ ఈ ఇంటి అల్లుడు అవడానికి నేను అంగీకరిస్తున్నాను."

"డేమిట్. అదా నీ ప్లాన్. నిన్ను నేను చస్తే చేసుకోను." వెంటనే స్వప్న కుడి కాలిని నేల మీద గట్టిగా కొట్టి చెప్పింది.

రోహిత్ ఆమె దగ్గరికి వెళ్ళి ఆమె, ఊహ మాత్రం వినేలా గొంతు తగ్గించి చెప్పాడు.

"ష్... నా మాట వినండి. మీ డేడీకి నేను సమర్థుడిగా కనిపించాలని అలా అన్నా తప్ప అది నిజం కాదు. అదే నిజమైతే నిన్న ఐదు లక్షల రూపాయలు ఎందుకు తెచ్చిస్తాను? చెప్పండి? నాకు ఈ ప్రపంచంలో మీరు తప్ప ఇంకేం వద్దు. అసలు నాపేర ఆస్థే వద్దు. అంతా మీ పేరే ఉంచుకోండి. నాకు పిల్లల్ని కనిచ్చి నాతో సంసారం చేయండి చాలు. అంతకు మించి నాకేం ఆశలు లేవు."

ఊహ వెంటనే స్వప్నతో చెప్పింది.

"రోహిత్ మాటల్లో సిన్సియారిటీ ఉంది. నువ్వతన్ని చేసుకోకపోతే, అతను పిచ్చివాడై ఆజన్మాంతం బ్రహ్మచారిగా ఉండిపోతే, ముసలి వయసులో ఎవరూ లేక వంటరిగా బాధపడి, బాధపడి చస్తే ఆ పాపం, ఆ ఉసురు నీకే తగులుతాయి."

"నేనలాగే చస్తాను." రోహిత్ తల మీద చేతిని ఉంచుకుని చెప్పాడు.

స్వప్న కొద్ది క్షణాలు ఆలోచించి చెప్పింది.

"మీరలా చావకూడదు."

"మరెలా చావాలి?"

"నేను సుమంగళిగా పోయాక." స్వప్న సిగ్గుతో తల వంచుకుంటూ చెప్పింది.

"పాణిగ్రహణం వేళ మరణం గురించి మాట్లాడడం దేనికి? ముహూర్తాల గురించి ఆలోచిద్దాం." పాణి వాళ్ళ చెప్పాడు.

"ప్రేమించడంలో కన్నా ప్రేమించబడడంలోనే ఎంతో ఆనందం ఉంది కదూ?" ఊహ స్వప్నని అడిగింది.

అవునన్నట్లుగా తల ఊపి స్వప్న సిగ్గుగా పక్క గదిలోకి వెళ్ళిపోయింది. కమలాకరం మంచం దిగబోతుంటే రోహిత్ చెప్పాడు.

"వద్దు మామయ్యా. కదలకండి. మీకు కొద్దిసేపు విశ్రాంతి తీసుకోండి."

ఊహ, పాణి ఒకరి చేతులు మరొకరు అందుకుని, ఒకరి వంక మరొకరు చూసుకుని చిన్నగా నవ్వుకున్నారు.

42

వెడ్డింగ్ కార్డ్‌ని చదవగానే వరవీణ కుర్చీలో కుప్పలా కూలిపోయింది. తడి కళ్ళతో చూస్తూ వణికే పెదవులతో పాణిని అడిగింది.

"ఇది కలని చెప్పవూ?"

"కల కాదు."

"నేను మీ మీద ఎన్నో ఆశలు పెట్టుకున్నాను పాణి గారు.".

"నీ దగ్గర తీసుకున్న అప్పు ఎక్కొడతాననలేదు. తీర్చేస్తాను." చెప్పాడు.

"అది కాదు. నా పెళ్ళి మీతోనే అని ఎన్నో కలలు కన్నాను."

పాణి ఇబ్బందిగా చూస్తూ అడిగాడు.

"నిన్ను నేను ఎన్నడూ ఎంకరేజ్ చేయలేదు. చేసానా? నా వైపు నించి ఎలాంటి కమిట్‌మెంటూ లేదుగా?"

"కాని ఆడది ఒకర్నే ప్రేమిస్తుంది."

"మగాడు కూడా అంతే. పైగా ఊహ కూడా నీలా ఆడది. నన్నే ప్రేమించింది. మా పెళ్ళికి తప్పకుండా రా."

వరవీణ ఆ వెడ్డింగ్ కార్డుని పూర్తిగా చదివి చెప్పింది.

"తప్పక వస్తాను."

ఆమె మాటల్లోని కాఠిన్యానికి అక్కడికి వచ్చి ఏం గొడవ చేస్తుందోనని పాణి భయపడ్డాడు.

* * *

తనకి, స్వప్నకి వివాహం నిశ్చయం అయితే వెయ్యినూట పదహారుసార్లు ఆలయం చుట్టూ ప్రదక్షిణాలు చేస్తానని రోహిత్ వెంకటేశ్వర స్వామికి మొక్కుకున్నాడు.

తన మొక్కుని ఆ ప్రకారం నెరవేర్చాడు. వెయ్యిన్నూట పదహారు సార్లు గుడి చుట్టూ ప్రదక్షిణాలు చేసాడు.

పాణి వెనక స్కూటర్ మీద కూర్చుని.

* * *

ఆ తర్వాతి కార్యక్రమాలన్నీ శుభాలే కాబట్టి ఎలాంటి అవాంతరాలు లేకుండా వరసగా జరిగిపోయాయి. ఊహ తల్లితండ్రుల తృప్తి కోసం పాణి ఊహని పెళ్ళి చూపులు చూసాడు. లాంఛనాలు, కట్నకానుకలు మాట్లాడుకున్నారు. జాతకాల ప్రకారం పెళ్ళికి ముహూర్తాలని నిర్ణయించారు.

ఆ ఇద్దరి పెళ్ళిళ్ళు ఒకే ముహూర్తానికి జరిగాయి. ముందుగా పాణి, ఊహల పెళ్ళి వాళ్ళ కోరిక ప్రకారం ఫైర్ స్టేషన్‌లో జరిగింది. వెరైటీ కోసం తలంబ్రాలకి బదులు పసుపు కలిపిన నీళ్ళని ఒకరి నెత్తిన మరొకరు పోసుకున్నారు. నూతన వధూవరులు అగ్నిసాక్షిగా బదులు 'అగ్ని, జల' సాక్షిగా వివాహం చేసుకున్నారు.

తర్వాత జరిగిన జంటపెళ్ళిళ్ళకి సినిమా నటీనటులు, నగరంలోని ప్రముఖులు హాజరయ్యారు. భోజనానికి ఉన్నది కొద్ది మందే. స్టార్స్‌ని చూడడానికి వచ్చిన సామాన్య జనం పెళ్ళి పందిరిలోకి రాకుండా బయట పోలీసులు గట్టి బందోబస్తు చేసారు.

ఐతే ఊహ నటించిన సినిమా విడుదలయ్యాక బాక్సాఫీస్‌కి దెబ్బ తగలకూడదని ఊహ, పాణిల వివాహం విషయం మాత్రం కమలాకరం ప్రెస్‌కి, పబ్లిక్‌కి తెలీకుండా రహస్యంగా ఉంచాడు.

మిస్‌గా ఉన్న హీరోయిన్స్ అంటేనే ప్రేక్షకులకి ఇష్టం కదా?

* * *

పాణి భయపడినట్లుగా వరవీణ ఎలాంటి గొడవా చేయలేదు. శుభలేఖలో ఆచారం ప్రకారం 'బంధుమిత్ర సపరివార సమేతంగా విచ్చేయ ప్రార్ధన' అని వేసారు. వరవీణ ఎనిమిది టూరిస్టు బస్సులలో తన బంధు మిత్ర సపరివార సమేతంగా వచ్చి కసి తీర్చుకుంది.

"ఇదేమిటోయ్? ఇంతమంది వచ్చారు? నీ వేపు నించి వంద మంది మించరన్నావు? ఇప్పుడు వీళ్ళందరికీ చేసిన వంట సరిపోదే? ఎలా?" పాణి ఊహ నెత్తి మీద జీలకర్ర, బెల్లం ఉంచాక కమలాకరం అడిగాడు.

"అందరికీ తలో పాతిక ఇస్తే హోటల్లో తింటాం. లేదా పిలిచి భోజనం పెట్టలేదని గొడవ చేస్తాం." వెనక నించి వరవీణ చెప్పింది.

ఆయన కిక్కురుమనకుండా పది వేల రూపాయలు ఇచ్చి వాళ్ళని వదిలించుకున్నాడు. డబ్బు లెక్క పెట్టుకుని వరవీణ చెప్పింది.

"సినిమా స్టార్స్ వచ్చే పెళ్ళికి తీసుకెళ్తానంటే రాని బంధువులు ఉండరు. పాణి నెలనెలా ఈ బాకీ మీకు తీరుస్తున్నంత కాలం నేను గుర్తుంటాను. అంతే కావాలి శాస్తి."

ముహూర్తం వేళ పాణి ఊహ మెళ్ళో పుస్తె ముళ్ళని కట్టగానే ఊహ తల్లితండ్రులు ఆనందంతో కూడిన విషాదంతో కళ్ళ నీళ్ళు పెట్టుకున్నారు.

రోహిత్ కూడా స్వప్న మెళ్ళో పుస్తె కట్టగానే కమలాకరం, విశాలాక్షి కూడా ఆనందంతో కూడిన విషాదంతో కళ్ళ నీళ్ళు పెట్టుకున్నారు.

"ఆడ పిల్ల తండ్రికి ఈ కన్నీళ్ళు ఎన్నటికైనా తప్పవు." కమలాకరం తన మిత్రుడితో బాధగా చెప్పాడు.

"నావి కన్నీళ్ళు కావు. ఆనందభాష్పాలు. వీటి కోసం ఎంతో కాలంగా ఎదురు చూస్తున్నాను." ఊహ తండ్రి చెప్పాడు.

అలా రోహిత్, పాణిల పాణిగ్రహణాలు సంతోషంగా, నిరాటంకంగా పూర్తయ్యాయి.

రెండు జంటలు హనీమూన్‌లోనే తమ మొదటిరాత్రి గడపాలనుకున్నా పెద్దవాళ్లు ఆ ముచ్చటని శాస్త్రోక్తంగా చేయాలని పట్టుబట్టారు. కమలాకరం ఇంట్లోనే జరిగిందా ముచ్చట.

పాణి లోపల వెయిట్ చేస్తుంటే ఊహ తలుపు తెరచుకుని లోపలికి వచ్చింది. సిగ్గుగా గుమ్మం దగ్గర ఆగింది. ఆమె దగ్గరికి వెళ్ళి పాణి ఆమె నడుం చుట్టూ చేతిని వేసి మంచం దగ్గరికి నడిపించుకుని తీసుకెళ్ళాడు.

"ఇదేమిటి?" ఆమె చేతిలోని గ్లాసులోని నీళ్ళని చూసి అడిగాడు.

"ఇవాళ భారత్ బంద్‌ట. పాలు రాలేదు. అందుకని..." చెప్పింది.

మంచం మీద హృదయాకారంలో అమర్చిన గులాబుల మధ్య పాణి, ఊహల పేర్లు మల్లెపూలతో రాయబడి ఉన్నాయి. బంతిపూలతో బాణం మార్క్ వేసి ఉంది.

పక్క గదిలోకి వచ్చిన స్వప్న, ఊహలా సిగ్గుపడలేదు.

"సినిమా అమ్మాయివి. చేతిలో పాలగ్లాసేది? ఆ మాత్రం తెలీదా?" రోహిత్ చిరునవ్వుతో అడిగాడు.

"ఇవాళ భారత్ బంద్ కాబట్టి నో మిల్క్." చెప్పింది.

"భారత్ బంద్‌ని మాత్రం మన పడక గదిలోకి ఏ రోజూ రానీకూడదు మనం." రోహిత్ ఆమెని దగ్గరకి తీసుకుంటూ చెప్పాడు.

"ఔను. ఈ గదిలో బంద్‌ని విఫలం చేద్దాం." స్వప్న అతన్ని అల్లుకుపోతూ చెప్పింది.

* * *

మర్నాడు ఆ రెండు జంటలు హనీమూన్‌కి డార్జిలింగ్‌కి వెళ్ళారు.

హనీమూన్ రాత్రి రోహిత్ స్వప్నని అడిగాడు.

"మనం కొడుకు కోసం ట్రై చేస్తున్నామా లేక కూతురు కోసమా?"

"ఆనందం కోసం. మూడేళ్ళ దాకా కేవలం ఆనందం కోసమే ట్రై చేద్దాం." స్వప్న చెప్పింది.

ఫినిషింగ్ టచ్

వాళ్ళ పెళ్ళైన ఏడు నెలల ఎనిమిది రోజుల తర్వాత పాణి ఆఫీస్ నించి వచ్చేసరికి ఇల్లు తాళం వేసి ఉంది. తన తల్లి, ఊహ తనతో చెప్పకుండా ఎక్కడికి వెళ్ళారా అనుకుని పక్కింటి వాళ్ళని అడిగాడు. వాళ్ళకి తెలీదు.

అరగంట తర్వాత ఓ కుర్రాడు ఓ ఆకుపచ్చ రంగు కాగితాన్ని తీసుకొచ్చి పాణి చేతిలో ఉంచి తుర్రుమన్నాడు. అందులో ఇలా ఉంది.

పాణి,

మీరు మా ఇద్దరి పేర్లు ఉపయోగించి మమ్మల్ని బద్‌నామ్ చేసారు. కాబట్టి బదులుగా మీ అమ్మని, భార్యని కిడ్నాప్ చేసాం. ఐదు లక్షలు ఇస్తే కాని వాళ్ళని ప్రాణాలతో చూడలేవు. ఈ సంగతి పోలీసులకి చెప్తే వాళ్ళ ప్రాణాలకి ముప్పు తప్పదు. ఖబడ్దార్!

ఇట్లు

గబ్బర్ సింగ్

గజేంద్ర సింగ్

మరుక్షణం పాణి స్కూటర్ మీద కమలాకరం ఇంటికి బయలుదేరాడు. అది ఏదో ఉట్టి ప్రాక్టికల్ జోక్ అయి ఉండాలని భగవంతుడ్ని దారంతా ప్రార్థిస్తూనే ఉన్నాడు. స్కూటర్‌కి స్టాండ్ వేసి లోపలికి వెళ్ళగానే తల పట్టుకుని కూర్చుని ఉన్న కమలాకరం, రోహిత్‌లు, వాళ్ళ దగ్గర తనకి వచ్చిన లాంటి చీటీ ఉండడం గమనించాడు.

పాణిని చూడగానే రోహిత్ చెప్పాడు.

"కథ అడ్డం తిరిగింది. గబ్బర్‌సింగ్, గజేంద్రసింగ్‌లు స్వప్నని కిడ్నాప్ చేసారు."

"గబ్బర్‌సింగ్, గజేంద్రసింగ్ అనే వాళ్ళు నిజంగా ఉన్నారన్న మాట! వాళ్ళ నించి నీకూ లెటర్ అందిందన్నమాట?" పాణి బలహీన స్వరంతో అడిగాడు.

"ఆహా! మనం ఆడిన కిడ్నాప్ నాటకం యావత్తూ ఈ ముసలాడికి తెలిసిపోయింది. స్వప్నకి తెలుస్తుంది." రోహిత్ గొంతు తగ్గించి చెప్పాడు.

"ఏమిటి అర్జెంట్‌గా రమ్మన్నారు?"

ప్రయివేట్ డిటెక్టివ్ సింహం, అతని అసిస్టెంట్ బ్రహ్మం లోపలికి వచ్చారు.

బయటి నించి పోలీస్ జీప్ ఆగిన శబ్దం, ఇన్స్పెక్టర్ చలపతి పోలీస్ వెంకటస్వామి మాటలు వినపడ్డాయి.

ప్రతి ముగింపూ ఓ కొత్త మొదలుకి నాంది.

-:శుభం:-

A Novel by
Malladi Venkata Krishna Murthy